വിതച്ചോളം

vithacholam
thamizh novel

•

dr. sooryakanthan

•

translation
stanly

•

first edition
october 2014

•

typesetting
star communications, thiruvananthapuram

•

published
chintha publishers, thiruvananthapuram

•

printed
repro india ltd, mumbai

•

cover
ambish

•

വിതരണം

ദേശാഭിമാനി ബുക്ക് ഹൗസ്

H O തിരുവനന്തപുരം–695 035
Ph: 0471-2303026, 6063020
www.chinthapublishers.com
chinthapublishers@gmail.com

ബ്രാഞ്ചുകൾ

ഹെഡ്ഡോഫീസ് ബ്രാഞ്ച് കുന്നുകുഴി • സ്റ്റാച്യു തിരുവനന്തപുരം • കെ എസ്
ആർ ടി സി ബസ് സ്റ്റേഷൻ ആലപ്പുഴ • കെ എസ് ആർ ടി സി ബസ് സ്റ്റേഷൻ
എറണാകുളം • ചിറ്റൂർറോഡ്, എറണാകുളം • മച്ചിങ്ങൽ ലെയ്ൻ തൃശൂർ •
ഐ ജി റോഡ് കോഴിക്കോട് • കെ എസ് ആർ ടി സി ബസ് സ്റ്റേഷൻ കോഴി
ക്കോട് • എൻ ജി ഒ യൂണിയൻ ബിൽഡിങ് കണ്ണൂർ • സെൻട്രൽ ബസ് ടെർമി
നൽ കോംപ്ലക്സ് താവക്കര കണ്ണൂർ

CO - 2117 / 3543

വിതച്ചോളം

(തമിഴ് നോവൽ)

ഡോ. സൂര്യകാന്തൻ

പരിഭാഷ
സ്റ്റാൻലി

ചിന്ത പബ്ലിഷേഴ്സ്
തിരുവനന്തപുരം-695 035

ഡോ. സൂര്യകാന്തൻ

പ്രശസ്ത തമിഴ് സാഹിത്യകാരൻ. ജനനം കോയമ്പത്തൂർ പേരൂർ രാമചെട്ടിപ്പാളയം. എം എ, എം എ, ബി എഡ്, എം ഫിൽ, പി എച്ച് ഡി ബിരുദങ്ങൾ. ഇരുപത്തഞ്ചോളം ആനുകാലിക പ്രസിദ്ധീകരണങ്ങളിൽ എഴുതിവരുന്നു.

മൂന്ന് കവിതാ സമാഹാരങ്ങൾ, അഞ്ച് ലേഖനപരമ്പരകൾ, പന്ത്രണ്ട് ചെറുകഥാ സമാഹാരങ്ങൾ, പത്ത് നോവലുകൾ എന്നിവ പ്രസിദ്ധീകരി ച്ചിട്ടുണ്ട്.

ഭാരതിയാർ, ഭാരതിദാസൻ, മധുര കാമരാജർ, അണ്ണാമലൈ, ചെന്നൈ, കേരളാ, കർണാടക യൂണിവേഴ്സിറ്റികളിൽ കൃതികൾ പാഠ പുസ്തകങ്ങളാക്കിയിട്ടുണ്ട്. കൃതികൾ ഇംഗ്ലീഷ്, മലയാളം, കന്നഡ, ഹിന്ദി ഭാഷകളിൽ മൊഴിമാറ്റം നടത്തിയിട്ടുണ്ട്.

കൃതികൾ ആധാരമാക്കി നാൽപ്പത് പേർ എം ഫിൽ–നും പതിനഞ്ച് പേർ പി എച്ച് ഡിക്കും പഠിച്ചു ബിരുദങ്ങൾ നേടിയിട്ടുണ്ട്. കോയമ്പ ത്തൂർ ഗവ. ആർട്സ് കോളേജിൽ തമിഴ് വിഭാഗം അസി. പ്രൊഫസറാണ്.

കോയമ്പത്തൂർ റെയ്ൻബോ എഫ് എം–ൽ മയിലിറക് പ്രത്യേക വിഭാഗ അനൗൺസറാണ്.

അഖിലൻ സ്മാരക അവാർഡ്, ഇലക്കിയ ശിന്തനൈ, ഇലക്കിയ വീഥി, ലില്ലിദേവ ശിഖാമണി, തമിഴ്നാട് കലൈ ഇലക്കിയ പെരുമണ്ഠം, അഴകിയ നായകിഅമ്മാൾ സ്മാരക അവാർഡ്, ഉടുമലൈ ഇലക്കിയ പേരവൈ, ഭാരതിയാർ യൂണിവേഴ്സിറ്റി തമിഴറിഞ്ജർ എന്നീ പുരസ്കാ രങ്ങൾ നേടിയിട്ടുണ്ട്.

വിലാസം   :   11/9, മാരപ്പ ഗൗണ്ടർ സ്ട്രീറ്റ്, രാമചെട്ടിപ്പാളയം
              സുണ്ടക്കാമുത്തൂർ പോസ്റ്റ്, കോയമ്പത്തൂർ–641010
ഫോൺ   :   09944557480, 0422 2608705

സ്റ്റാൻലി

കോയമ്പത്തൂരിൽ സ്ഥിരതാമസമാക്കിയ ഫോർട്ട് കൊച്ചി സ്വദേശി.

നാടകരചയിതാവ്, ഗാനരചയിതാവ്, അഭിനേതാവ്, സംവിധായകൻ, വിവർത്തകൻ എന്നീ നിലകളിൽ ശ്രദ്ധേയൻ. കോയമ്പത്തൂർ മലയാളി സമാജത്തിന്റെ കുട്ടൻനായർ നാടകപുരസ്കാരം പല പ്രാവശ്യം കര സ്ഥമാക്കിയിട്ടുണ്ട്. കേരളാ കൾച്ചറൽ സെന്ററിന്റെ കെ സി സി ആർട്സ് ആന്റ് ലിറ്ററി അച്ചീവ്മെന്റ് നേടിയിട്ടുണ്ട്.

2012 ലെ മികച്ച പരിഭാഷയ്ക്കുള്ള "നല്ലി ദിശൈയെട്ടും" സാഹിത്യ അവാർഡ് കരസ്ഥമാക്കിയിട്ടുണ്ട്. നിരവധി കലാ സാഹിത്യ പുരസ്കാര ങ്ങൾ നേടിയിട്ടുണ്ട്.

ആറ് വിവർത്തനകൃതികൾ ഉൾപ്പെടെ പതിമൂന്ന് പുസ്തകങ്ങൾ പ്രസിദ്ധീകരിച്ചിട്ടുണ്ട്.

വിലാസം   :   സി ഐ ഹർഷാ ഗാർഡൻ
              ഉപ്പിലിപ്പാളയം പോസ്റ്റ്. കോയമ്പത്തൂർ 641015
ഫോൺ   :   09345645305

പ്രസാധകക്കുറിപ്പ്

ദാരിദ്ര്യത്തിന്റെ ഉഷ്ണക്കാറ്റിൽ വെന്തുകരിഞ്ഞ മുഖങ്ങ ളുമായി സമൂഹത്തിന്റെ പ്രഹരങ്ങൾ നെഞ്ചിലും മുതുകിലും ഏറ്റുവാങ്ങിയ കീഴാള വർഗം.

മണ്ണിൽ മനസും ശരീരവും സമർപ്പിച്ച അവരുടെ ഉണ ങ്ങാത്ത മുറിവുകളിൽ ഉപ്പുപുരട്ടുന്ന മേലാളവർഗം.

കിണർ ആഴങ്ങളിലും പർവത ശിഖരങ്ങളിലും ജീവിതാർഥ ത്തിന്റെ തിരിച്ചറിവിനായി കേഴുന്ന ഈ അധ്വാനവർഗത്തിന്റെ വിയർപ്പ് മണക്കുന്ന കഥ പറയുന്ന നോവലാണ് *വിതച്ചോളം*.

ചിന്ത പബ്ലിഷേഴ്സ്

മുഖക്കുറി

കൊങ്കുമണ്ണിൽ വിളഞ്ഞ ചോളം ഈ വിതച്ചോളം!

നോവൽ രൂപത്തിൽ വായനക്കാരന്റെ മനസിൽ കഥാവൽക്കരിക്ക പ്പെടുന്ന ഈ കൃതി ഇന്നും, ഈ ഭൂമികയിൽ ജീവിച്ചു തീർക്കുന്ന, ഹരി ജന മക്കളുടെ നേർചിത്രങ്ങളാണ്!

ദാരിദ്ര്യത്തിന്റെ ഉഷ്ണക്കാറ്റേറ്റു വെന്തുകരിഞ്ഞ ഇവരുടെ മുഖങ്ങ ളിൽനിന്നും കണ്ടെടുത്ത ന്യായങ്ങൾ ഇതിൽ അധ്യായങ്ങളാക്കിയിരി ക്കുന്നു.

സാധാരണക്കാർക്ക് സാഹിത്യ അന്തസ്സ് നൽകാൻ മത്സരവേദി ഇതാ ണെങ്കിൽ എനിക്കു സമ്മതം.

എളിയവരുടെ കഴുത്ത് ഞെക്കുന്ന സാഹചര്യനോവുകളകറ്റാൻ എഴുത്തുകോലും ആയുധമെങ്കിൽ, കളത്തിലിറങ്ങാൻ ഞാനും തയാർ.

സമൂഹത്തിന്റെ പ്രഹരങ്ങൾ മുഖത്തും നെഞ്ചത്തും മുതുകിലും വാങ്ങിവാങ്ങി ചോരപ്പാടുകൾ അടയാളപ്പെടുത്തുമ്പോൾ ആ അക്രമ ങ്ങളെ എതിർത്തു നിൽക്കാൻ ചങ്കൂറ്റം കാണിക്കുന്നവരുടെ അണിയിൽ ചേർന്നുനിൽക്കാൻ എനിക്കും ഭയപ്പാടില്ല.

ഈ എളിയവർ നിരക്ഷരകുക്ഷികളാണെങ്കിലും ഈ മണ്ണിന്റെ മഹത്വം നവധാന്യ അക്ഷരങ്ങളിൽ, മൊഴിമാറ്റം നടത്തിയവരാണെന്ന സത്യം രാഷ്ട്രീയതന്ത്രജ്ഞരും പണ്ഡിതശ്രേഷ്ഠരും മറന്നുകളയരുത്.

ഇവർ മണ്ണിന് വിയർപ്പു ഹാരങ്ങൾ അണിയിക്കുന്ന മണവാളന്മാർ.

ഉണങ്ങാത്ത മുറിവുകളിൽ ഉപ്പുനീരൊഴുക്കുന്ന മേൽത്തളവാസി കളുടെ വന്യതയുടെ മുന്നിൽ ഒതുങ്ങിനിൽക്കാൻ വിധിക്കപ്പെട്ട കീഴള വർഗം.

അതുകൊണ്ടാണ് ഈ താഴ്ത്തപ്പെട്ടവരെ കഥാപാത്രങ്ങളാക്കിയെ

ങ്കിലും ഉയർത്തി നിർത്താൻ ഞാൻ ശ്രമിക്കുന്നത്.

ഈ ചതുരംഗക്കളത്തിൽ മണ്ണ് മണക്കുന്ന തിമ്മൻ, വേമ്പൻ, രായൻ, രങ്കൻ, തൂണാൻ, കാത്താൻ, സുബ്ബൻ, ഓവൻ, മരുതൻ, വീരാൻ, ആറാൻ, പൊന്നി, ചെന്നി, സുബ്ബി, സെവപ്പി, കറുപ്പാത്താൾ, മരുതാൾ, മാതാൾ, തുളസി എന്നിവർ കരുക്കളായി നോവും നീറും കലർന്നു വായനക്കാരന്റെ പ്രീതിക്കും സ്നേഹത്തിനും കാത്തുനിൽക്കുന്നു.

ചെറ്റക്കുടിലുകളുടെ ഈറൻതറകളിൽ ഉറങ്ങിവീഴുന്നവർ–കുപ്പത്തറകൾ പച്ചപ്പിന്റെ തോപ്പുകളാക്കുന്നവർ–കാനനങ്ങൾ വയൽനിലങ്ങളാക്കുന്നവർ– അരമനകളുടെ അസ്ഥിവാരങ്ങളിൽ പുതഞ്ഞു കിടക്കുന്നവർ.

ഇവിടെ വെയിൽമഴ, കാലവർഷം, തിമിർത്ത മഴ, കൽമഴ എന്നിങ്ങനെ മഴപ്രളയങ്ങൾ ഉണ്ടായിട്ടുണ്ട്. ചോളം ചോളമായി വിളഞ്ഞുനിന്ന നിലങ്ങൾ പാളംപാളങ്ങളായി വിണ്ടുകീറിയ കാലങ്ങളും കാഴ്ചകളും ഉണ്ടാകാറുണ്ട്.

വയലുകളിലും തോപ്പുകളിലും കുമിഞ്ഞുകൂടിയ വിളച്ചിലുകൾ മച്ചിലും പത്തായത്തിലും നിറഞ്ഞുകവിഞ്ഞു കിടന്നപ്പോൾ കമ്പംകൂഴും റാഗിക്കളിയും ചോളച്ചോറുമായി ഈ എളിയവർ വയർ നിറച്ചു.

കിണർ ആഴങ്ങളിലും പർവത ഉച്ചികളിലും ജീവിതാർഥങ്ങളുടെ തിരിച്ചറിവിനായി ഇവരുടെ അന്വേഷണങ്ങൾ ഇന്നും തുടരുന്നു.

എങ്ങനെ! വിത്തൊന്നിട്ടാൽ പത്ത് മേനി നൂറ് മേനിയാക്കി തിരിച്ചു തരുന്ന ഭൂമാതാവിന്റെ പുഞ്ചിരിപോലെ.

പ്രതിഫലം ഒരു പങ്കനുഭവിച്ചാൽ പല പങ്കുകളായി പ്രയത്നിച്ചു തീർക്കാൻ വിധിക്കപ്പെട്ട ഈ നന്മയുടെ ജനതയ്ക്ക് നാടറിയേണ്ടുന്ന അന്തസ്സ് ലഭിക്കേണ്ടതായിരിക്കുന്നു.

നോവും പരിഹാസവും സമം ചേർത്ത്, വിശപ്പിന്റെ അകത്തളങ്ങളിൽ അടയിരുന്നു, മേലാളവർഗത്തിന്റെ ആജ്ഞാനുവർത്തികളായി കുനിഞ്ഞ മുതുകുകളേന്തി നിൽക്കുന്ന, ഈ വർഗത്തിന്റെ മൂല്യങ്ങൾ ഈ ഭാരതമണ്ണിലുയർന്നു നിൽക്കണം.

ഈ അധ്വാനവർഗത്തിന്റെ വിയർപ്പു മണക്കുന്ന ഈ വിതച്ചോള മണികൾ ആസന്നകാലത്തേക്കുള്ള സംഭരണ കുംഭങ്ങളാകണം.

ഈ എളിയവർ, കാലത്തിന്റെ മാറ്റത്തിൽ നവംനവമായ കണ്ണിൻ മണികളായി ഈ സമൂഹം ആദരിക്കണമെന്ന ഉൾവിചാരങ്ങളിൽ ഈ കൃതി സമർപ്പിക്കുന്നു.

സ്നേഹപൂർവം,
ഡോ. സൂര്യകാന്തൻ

കോയമ്പത്തൂർ

വിതച്ചോളം വായിച്ചിട്ട്

പെരുമ്പടവം ശ്രീധരൻ

അയ്യായിരം വർഷത്തെ ഇന്ത്യയുടെ സാംസ്കാരിക പാരമ്പര്യത്തെ ക്കുറിച്ച് രോമാഞ്ചംകൊള്ളുമ്പോൾ അതിൽ മറഞ്ഞിരിക്കുന്ന നീതി കേടിന്റെ ചരിത്രം ഓർമ്മിക്കുന്ന എത്രപേരുണ്ട്? സവർണ്ണ ഹിന്ദുത്വ ത്തിന്റെ അധികാരഘടനയ്ക്ക് കീഴിൽ കീഴ്ജാതികളിൽ പെട്ട പാവങ്ങൾ സഹിച്ച മഹാ സങ്കടങ്ങളുടെ ചരിത്രം സാംസ്കാരിക പാരമ്പര്യത്തിന്റെ രോമാഞ്ചം കൊണ്ട് തമസ്കരിക്കപ്പെടുകയായിരുന്നില്ലേ? ചാതുർവർണ്ണ്യ ത്തിന്റെ വിഭജനസിദ്ധാന്തത്തിനു കീഴിൽ സംഭവിച്ച ജാതി വിവേചനം ഇന്ത്യാചരിത്രത്തെ എത്രമേൽ വികലമാക്കിയെന്ന് ആരന്വേഷിക്കുന്നു? മാനുഷികമായ അന്തസ്സ് നിഷേധിക്കപ്പെട്ട ദലിത് ജന്മങ്ങൾക്ക് ഇന്ത്യ എന്തായിരുന്നു? കീഴ്ജാതിക്കാരെ സവർണ്ണ ഹിന്ദുത്വം മനുഷ്യരായി ഗണിച്ചിരുന്നോ? പാടിപ്പുകഴ്ത്തപ്പെട്ട ഇന്ത്യയുടെ അയ്യായിരം വർഷത്തെ സാംസ്കാരിക പാരമ്പര്യത്തിന്റെ അടിത്തട്ടിൽനിന്ന് അങ്ങനെ ചില ചോദ്യങ്ങൾ ഉയർന്നുവരുന്നു.

ഡോ സൂര്യകാന്തന്റെ *വിതച്ചോളം* എന്ന നോവൽ വായിച്ചു തീർത്തപ്പോൾ എന്റെ മനസ്സ് ആകെ പ്രക്ഷുബ്ധമായിരുന്നു. അയ്യായിരം വർഷത്തെ ഇന്ത്യയുടെ സാംസ്കാരിക പാരമ്പര്യത്തിന്റെ ഇരകളായി തീർന്ന പാവപ്പെട്ട ദലിതരുടെ കഥയാണ് അത്. അവരുടെ കണ്ണീരിന്റെയും വിയർപ്പിന്റെയും രക്തത്തിന്റെയും നിശ്ശബ്ദമായ വിലാപങ്ങളുടെയും അനുഭവസാക്ഷ്യം കൂടിയാണ് ഈ കലാസൃഷ്ടി.

സൂര്യകാന്തന്റെ *വിതച്ചോളം* വായിക്കുമ്പോൾ എനിക്ക് തകഴിയുടെ *രണ്ടിടങ്ങഴി* ഓർമ്മയിൽ വന്നു. രണ്ടിടങ്ങഴിയുടെ കഥവേറെ. *വിതച്ചോള* ത്തിന്റെ കഥ വേറെ. എങ്കിലും സമൂഹത്തിന്റെ താഴെത്തലങ്ങളിലെ ദലിതജീവിതങ്ങളുടെ ദുരിതം നമ്മെ വിടാതെ പിടികൂടുന്നു. ശിവ

രാമകാരന്തിന്റെ *ചോമന ദുഡ്ഢിയും* ഓർക്കാവുന്നതാണ്. *രണ്ടിടങ്ങഴി*
യുടെയും *ചോമന ദുഡ്ഢിയുടെയും* നിരയിൽ നില്ക്കുന്ന ഒന്നാണ്
വിതച്ചോളം എന്ന് നിരീക്ഷിക്കുമ്പോൾ നോവലിൽ സൂര്യകാന്തൻ
കൈകാര്യം ചെയ്യുന്ന പ്രമേയത്തിന്റെ ഗൗരവം കൂടുതൽ വ്യക്തമാകും.

ഒരു പഴയ തമിഴ് ഗ്രാമത്തിലെ കീഴ്ജാതിക്കാരുടെ ജീവിതം സാമൂ
ഹികമായ മാറ്റങ്ങൾക്കൊപ്പം പുതിയ കാലത്തിലേയ്ക്ക് പ്രവേശി
ക്കുന്നതിന്റെ ചേതോഹരമായ ഒരാവിഷ്കാരമാണ് *വിതച്ചോളം* തലമുറ
തലമുറകളായി ഗൗണ്ടർമാരുടെ ഭൂമിയിൽ കൃഷിപ്പണി ചെയ്തു ജീ
വിച്ചുപോന്ന കീഴ്ജാതിക്കാരുടെ ദൈന്യം നിറഞ്ഞ ജീവിതത്തിന്റെ ഒരു
നേർക്കാഴ്ചയാണ് ഇത്.

വേമ്പന്റെ അച്ഛൻ തിമ്മൻ നല്ല പണിക്കാരനായിരുന്നു. ഗൗണ്ടറുടെ
വിശ്വസ്തനായിരുന്നു. ഊരിലെ എല്ലാവരും പോയിട്ടും പേരൂരിലെ
തേരോട്ടം കാണാൻ തിമ്മൻ പോയില്ല. ആ രാത്രി തെക്കേത്തെരുവിൽ
ഒരു ജഡം വീണു. ഗൗണ്ടറുടെ എതിരാളി എങ്ങനെയാണ് കൊല്ലപ്പെട്ട
തെന്ന് ആർക്കും സംശയമുണ്ടായിരുന്നില്ല. ഗൗണ്ടറുടെ ആയുധങ്ങൾ
ചാക്കിൽ കെട്ടി ഒളിപ്പിച്ചത് തിമ്മനാണ്. ഗൗണ്ടർക്കും ഗൗണ്ടറുടെ
കുടുംബത്തിനും വേണ്ടിയാണ് തിമ്മൻ രാപ്പകൽ അദ്ധ്വാനിച്ചത്. ദളിതന്റെ
ജീവിതം മേലാളനുവേണ്ടിയുള്ളതാണ്. ഇടിവെട്ടിയ ശബ്ദം കേട്ട്
വെകിളിയിളകിയ കാളക്കൂറ്റന്റെ കൂർത്ത കൊമ്പുകൾ തിമ്മന്റെ വയറ്റിൽ
താണു. ആർക്കും പരാതിയില്ല. ജന്മിക്കുവേണ്ടി ചാവുകയെന്നുള്ളത്
ദളിതന്റെ വിധിയാണെന്ന് സമൂഹം കരുതുന്നു. ദളിതന്റെ ചാവ് അങ്ങനെ
നടക്കുന്നു. അത് ജന്മിയുടെ കൈകൊണ്ടായാലും കാളക്കൂറ്റന്റെ
കൊമ്പുകൾ കൊണ്ടായാലും.

തിമ്മൻ പറയാറുണ്ടായിരുന്നു:

"ചക്കിളിയ മക്കളുടെ തലേലെഴുത്ത് ഇത് താൻ ഡ."

പ്ലേഗും കോളറയും പിടിച്ച് ആളുകൾ കൂട്ടത്തോടെ ചത്തപ്പോഴാണ്
തിമ്മൻ തന്റെ കുടുംബത്തെയുംകൊണ്ട് പേരൂരിന്റെ തെക്കേ മൂല
യിലെത്തിയത്. തെക്കായാലും കിഴക്കായാലും ദളിതന്റെ ജീവിതത്തിന്
വ്യത്യാസമൊന്നുമില്ല. തിമ്മന്റെ ജീവൻ കാളക്കൂറ്റന്റെ കൊമ്പിൽ
പിടഞ്ഞവസാനിച്ചപ്പോൾ തിമ്മന്റെ മകൻ ഗൗണ്ടറുടെ പണിക്കാരനായി.

ജാതിയുടെ പേരിലുള്ള വേർതിരിവ് ഗ്രാമത്തിലെ മനുഷ്യരെ
പലതായി വേർതിരിക്കുന്നു: കീഴ്ജാതിക്കാർക്ക് മേൽജാതിക്കാരെ
തീണ്ടിക്കൂടാ. ദളിതൻ പൊതുവഴിയിൽ നടക്കരുത്. കിണറ്റിൽനിന്നു
വെള്ളം കോരരുത്. മേൽജാതിക്കാരൻ കുഞ്ഞുനാളിൽതന്നെ മനസ്സിൽ
കരുതിവച്ച അശുദ്ധികളുണ്ട്. അതിലൊന്നാണ് കീഴ്ജാതിക്കാരൻ.

പെരിയനായ്ക്കൻ പാളയത്തിനടുത്തു നിന്ന് നാച്ചിയപ്പൻ ഒരു
നായ്ക്കത്തിപ്പെണ്ണിനെ കൂട്ടിക്കൊണ്ടുവന്നു, സ്നേഹിച്ച്. അവൾ ഗർഭി
ണിയായിരുന്നു. ജാതിപ്പിശാചുകൾ നാച്ചിയപ്പനെ തല്ലിക്കൊന്ന് ആലിന്റെ

കൊമ്പിൽ കെട്ടിത്തൂക്കി. നായ്ക്കത്തിപ്പെണ്ണിന്റെ ഗർഭപാത്രത്തിൽ നിന്ന് കുഞ്ഞിനെ പറിച്ചെടുത്ത് പച്ചമണ്ണിൽ കുഴിച്ചിട്ടു.

നോവലിൽ സൂര്യകാന്തൻ മറ്റൊരു കഥ വിവരിക്കുന്നു. കൊ ശവജാതിയിൽപെട്ട നന്ദവേലു ക്ഷേത്രത്തിൽ വച്ച് വേമ്പന്റെ പെങ്ങൾ തുളസിയെ കണ്ട് ഇഷ്ടപ്പെട്ടു. ഒരുദിവസം ഗ്രാമത്തിൽ ആരുമറിയാതെ തുളസി നന്ദവേലുവിന്റെ കൂടെ ഒളിച്ചോടി. കീഴ്ജാതിയിൽപ്പെട്ട പെണ്ണിനെ വിവാഹം കഴിക്കാൻ നന്ദവേലുവിന്റെ മാതാപിതാക്കൾ എതിരായിരുന്നു. ഒളിച്ചോടിപ്പോയ സഹോദരിയെ ഓർത്ത് വേമ്പന്റെ മനസ്സ് വിങ്ങി. സിങ്കാനല്ലൂരിൽ വച്ച് നന്ദവേലു മരിച്ചു. ചുണ്ടയ്ക്കാമു ത്തൂരിൽനിന്ന് നന്ദവേലുവിന്റെ വീട്ടുകാർ വന്ന് അവന്റെ ശവം കൊണ്ടു പോയി. അവന്റെ വീട്ടിലെ വിലപിടിപ്പുള്ള വസ്തുക്കളും കൊണ്ടുപോയി. ജാതിവികാരം ദളിതരെ പോലും അവരുടെ മിഥ്യാഭിമാനങ്ങളിൽ നിന്നു മാറിനില്ക്കാൻ സമ്മതിക്കുന്നില്ല.

ഊരുകളിലേക്ക് സുവിശേഷകരും കടന്നു വരുന്നു. അവർക്കെതിരെ സവർണ്ണ ഹിന്ദുക്കളുടെ മതവികാരം വിജൃംഭിച്ചു. സവർണ്ണ ഹിന്ദു കൾക്കും ഞായറാഴ്ചക്കാർക്കും ദളിതനെക്കൊണ്ട് എന്തുപ്രയോജനം? മതവിശ്വാസത്തിന്റെ പിന്നിൽ ഒളിച്ചിരിക്കുന്ന അധികാര രാഷ്ട്രീയം മറനീക്കി പുറത്തുവരുന്നു.

വേമ്പന്റെ മകൻ ഗണേശൻ പള്ളിയിൽ ചേർന്നപ്പോൾ മറ്റുള്ളവർ അവനെ കുറ്റപ്പെടുത്തി. തുളസിയുടെ മകൾമാത്രം മറിച്ചു ചിന്തിച്ചു: "അതിലെന്ന തപ്പ്? എല്ലാ കടവുളും ഒന്നുതാനേ."

അപ്പോഴേയ്ക്കും കീഴ്ജാതിക്കാർക്കിടയിൽ അംബേദ്കർ സങ്കവും താഴ്ത്തപ്പെട്ടോർ മുന്നോറ്റ സങ്കവും രൂപം കൊണ്ടു. കാലം മാറുകയാണ്. സഹസ്രാബ്ദങ്ങളായി അടിമജീവിതം നയിച്ചിരുന്ന കീഴ്ജാതിക്കാരുടെ മനസ്സിൽ അവകാശബോധം തിളച്ചുമറിഞ്ഞു. അവർ ജന്മിമാരുടെ നേരേ നിന്ന് ഇനിമുതൽ കൂലികൂട്ടിത്തന്നാലേ പണിക്കിറങ്ങൂ എന്നു പറഞ്ഞു. നീതിനിഷേധിക്കപ്പെട്ട കീഴ്ജാതിക്കാർ ഗൗണ്ടരുടെ കീഴിലുള്ള ജോലി ഉപേക്ഷിച്ച് നഗരങ്ങളിൽ ചുമടെടുക്കാൻ പോയി. സംഘടിത ശക്തികൊണ്ട് കീഴാളർ പഴയകാലത്തിന്റെ നീതികേടിനോട് കലഹിക്കാൻ തുടങ്ങി.

കീഴ്ജാതിക്കാരുടെ ജീവിതത്തെ കൊടിയ യാതനയായി കണ്ട ഒരെഴുത്തുകാരന്റെ ഹൃദയം കാലത്തോടൊപ്പം സ്പന്ദിക്കുന്നതിന്റെ മുഴക്കം ഈ നോവലിൽ സഹൃദയന് കേൾക്കാൻ കഴിയും.

ജാതിവ്യവസ്ഥയുടെ ആധിപത്യമുള്ള ഇന്ത്യൻ ജീവിതത്തിൽ ദളിതന്റെ അവസ്ഥ എത്രമേൽ ദൈന്യം നിറഞ്ഞതാണെന്ന് ഈ നോവൽ ഓർമ്മിപ്പിക്കുന്നു. വികാരനിർഭരവും അവിസ്മരണീയവുമായ മുഹൂർ ത്തങ്ങളിൽ നിന്ന് ഈ നോവലിലെ കാലം രൂപംകൊള്ളുന്നു. വേമ്പനിൽ നിന്നാരംഭിച്ച് ദളിത് വിഭാഗത്തിന്റെ ജീവിതാനുഭവങ്ങളിലൂടെ സഞ്ചരിച്ച് നോവൽ വേമ്പനിൽ തന്നെ ചെന്നുചേരുന്നു. അതിനിടയിൽ ദളിത് ജീവിതത്തിന്റെ അകംപുറങ്ങൾ വെളിവാകുന്നു. പ്രമേയത്തിന്റെ

ഗൗരവവും ആഖ്യാനത്തിന്റെ ചാരുതയും കൂടിക്കലെർന്ന ഒരു മികച്ച നോവലാണ് ഇത്.

ഈ നോവലിന്റെ ആത്മഗൗരവം ഒട്ടും ചോർന്നുപോകാതെ തർജ്ജമ ചെയ്ത സ്റ്റാൻലിയെ ഓർക്കാതെ പോകുന്നത് തീർച്ചയായും ഒരു കുറ്റമാവും.

ദളിത് ജീവിതത്തിന്റെ നേർക്കാഴ്ചയാണ് ഈ നോവൽ എന്നു പറയാൻ എനിക്ക് അതിയായ സന്തോഷമുണ്ട്.

ഡോ. സൂര്യകാന്തനെ മലയാളത്തിലേക്ക് വരവേല്ക്കുന്നു, ഹൃദയപൂർവ്വം.

തിരുവനന്തപുരം   **പെരുമ്പടവം ശ്രീധരൻ**
13.08.2014

ഒന്ന്

"ടേയ്! നോക്കിപ്പോടാ... വേലീട അടുക്കെ നെറയെ മുള്ള് കെടക്ക
ണുണ്ടാകും..."

കാളാച്ചി മരത്തിന്റെ നിഴലിൽ ചാഞ്ഞിരുന്നുകൊണ്ട് വേമ്പൻ ഹരി
ജൻ ഉറക്കെ വിളിച്ചു പറഞ്ഞു.

ഈ വെയിലിന്റെ ഇളംചൂട് അവന്റെ ശരീരത്തിന് ഹിതമായിരുന്നി
രിക്കണം. അതുകൊണ്ടാവാം, അവൻ രാവിലെ മുതൽ ഈ മരത്തണ
ലിൽ തന്നെയിരുന്നത്.

ഹരിജൻകോളനിയിൽനിന്നും അധികംപേരും കൂലിപ്പണികൾക്ക്
പോയിരുന്നു.

വേമ്പൻ ആ ചേരിവാസികൾക്കിടയിൽ ഏറ്റവും മികച്ച കഠിനാധ്വാ
നിയായിരുന്നു. ആ ദൃഢഗാത്രനെ നോവും രോഗവും തീണ്ടാൻ മടിച്ചു
നിന്നു. വിരിഞ്ഞ മാറും അകന്നതോളുകളും മസിലുകൾ ഉരുണ്ടുകളി
ക്കുന്ന ഭുജങ്ങളും തുടകളും കാലുകളും വേമ്പനെ മറ്റു ഹരിജനങ്ങ
ളിൽനിന്നും വേറിട്ടു കാണിച്ചു.

ഇന്നത്തെ അവസ്ഥയിൽ ദേഹം തൊലി ചുരുങ്ങിയ മട്ടാണെങ്കിലും
നല്ല ചോറും തണ്ണിയും കൊടുത്തു കലപ്പയും കൊടുത്താൽ അവൻ
നാല് വയൽ ഉഴുതുവരുമെന്ന് ഊര് ജനങ്ങൾ പറയും.

കാഴ്ച അൽപ്പം മങ്ങിപ്പോയതായി തോന്നിയിരുന്നു. നെറ്റിയിൽ
കൈവെള്ളക്കുട പിടിച്ചു വിടർന്ന ആകാശത്തെ നോക്കുമ്പോൾ സൂര്യ
കിരണങ്ങൾ സൂചിക്കുത്തുകളായി കണ്ണുകളിൽ വീഴുന്നു.

വേമ്പന് എട്ട് വയസുള്ളപ്പോൾ അവന്റെ അപ്പൻ തിമ്മൻ അവനേ
യും കൂട്ടി കിഴക്ക് ദേശമായ ഇവിടേക്ക് ഉപജീവനം തേടി വന്നത് അവന്റെ
മനസിൽ ഇന്നും പച്ചയായി കിടക്കുന്നു-മായ്ക്കാനാവാത്ത ചായത്തിൽ
മുക്കി വരച്ചെടുത്ത ചിത്രം പോലെ. അന്ന് മുതൽ അവന്റെ ജീവിതവഴി

കളിൽ ഉടക്കിനിന്ന മാറ്റങ്ങളും മാറ്റമില്ലായ്മകളും ഇന്നും അവന്റെ മന സിന്റെ ആഴങ്ങളിൽ തുടർച്ചിത്രങ്ങളായി നിൽക്കുന്നു.

പ്ലേഗും കോളറയും ഛർദിയും അതിസാരവുമായി ഗ്രാമങ്ങൾതോറും തീമഴ വർഷിച്ചപ്പോൾ വേമ്പന്റെ അമ്മയും സഹോദരിമാരും തന്റെ സ്വന്ത ഗ്രാമമായ പെരുമാനല്ലൂരിൽ ഒന്നിന് പിറകെ ഒന്നായി മരിച്ചുവീണു. ആ കൂട്ടമരണത്തിൽ ബാക്കിയായി നിന്ന അൽപ്പസ്വൽപ്പ ഗ്രാമവാസികളും കൂട്ടത്തിൽ തിമ്മനും വേമ്പനും ജീവിക്കാനുള്ള കൊതികൊണ്ട് പുതിയ മേച്ചിൽപ്പുറങ്ങൾതേടി യാത്രതിരിച്ചു.

കാൽനടയായി കാടുംമേടും താണ്ടുമ്പോൾ തളർന്നുവീഴുന്ന മകനെ തിമ്മൻ തോളിൽ ചുമക്കും. അവനെ ഉന്മേഷവാനാക്കുവാൻ തിമ്മൻ മറു വാചകം ചൊല്ലും:

"മകാനെ! നെന്റെ മാമന്റെ ഊര് കാട്ടിത്തരാം. അവ പോയാല് പിന്നെ നമ്മാള്ക്ക് ഒരു കസ്റ്റോം ഇല്ല..."

വേമ്പൻ തിമ്മന്റെ തോളിൽനിന്നും ഇറങ്ങി നടക്കും.

ചില സമയങ്ങളിൽ തന്റെ നെടുവീർപ്പായ പെൺകുഞ്ഞിനെയും തിമ്മൻ തോളിൽ ചുമക്കും.

ഇരുണ്ട ആകാശത്തിന്റെ വിരിഞ്ഞമാറിൽ തെളിഞ്ഞുനിന്ന നക്ഷ ത്രക്കുഞ്ഞുങ്ങൾ മിന്നിമിന്നി നിന്നപ്പോൾ ഏത് കൊടുങ്കാറ്റും അവയെ മിഴിയടയ്ക്കാതിരിക്കട്ടെയെന്ന് തോന്നിപ്പോയി. അവയും ഇവരോടൊപ്പം പടിഞ്ഞാറോട്ട് യാത്ര തുടരുകയാണെന്ന് തിമ്മന് തോന്നിപ്പോയി.

കൂടെ വന്നവർക്കെല്ലാം എന്ത് സംഭവിച്ചു! കാലയവനികയിൽ മറ ഞ്ഞുനിന്നോ!

കാലം കഥ പറഞ്ഞു പിരിഞ്ഞപ്പോൾ തിമ്മന്റെ ചിന്തകളും വിസ്മൃ തിയിലായി.

അങ്ങനെയാണ് ഒരു പുലർച്ചയിൽ പേരൂരിന്റെ തെക്കേമൂലയിലെ ഈ കുഗ്രാമം തിമ്മനെ സ്വാധീനിക്കാനിടയായത്.

കമ്പത്തിന്റെ കമ്പുകളും പനയോലകളും മേൽക്കൂരയാക്കി, മൺചു മരുകളുയർത്തി, മുളംകമ്പുകൾ നേർത്തതായി ചെത്തിമിനുക്കി, വള്ളി ക്കയറുകൾ വലിച്ചുമുറുക്കിയ വാതിലുകളുമുള്ള ചെറ്റക്കുടിലുകളായി രുന്നു അപ്പോഴത്തെ ഹരിജൻകോളനി.

തെക്കും പടിഞ്ഞാറുമായി വ്യാപിച്ചു കിടന്ന മലയടിവാരങ്ങളിൽ കൂലിപ്പണിക്ക് പോകുന്ന ചേരിനിവാസികളായിരുന്നു ഹരിജൻ കോളനി യിൽ ഉണ്ടായിരുന്നവർ.

ആ ഗ്രാമത്തിന്റെ മറ്റു പലഭാഗങ്ങളിലും തെരുവുകളിലും വൈദ്യുതി വെളിച്ചം കടന്നുവന്നുവെങ്കിലും ഹരിജൻ കോളനിയിലേക്ക് കടന്നുവ രാൻ വെളിച്ചക്കുടുകൾ മടിച്ചുനിന്നു.

ഇരുട്ടിനെ പാട്ടത്തിനെടുത്ത മാതിരി ഹരിജൻകോളനിയും അവി ടത്തെ ജീവിതങ്ങളും വിരങ്ങലിച്ചു നിന്നു.

കഴിഞ്ഞ കാലത്തിന്റെ കയ്പ് വിചാരങ്ങളും ഉച്ചവെയിലിന്റെ കാറി ന്യവും തിണ്ണയിലേക്ക് കടന്നിരിക്കാൻ പ്രേരിപ്പിച്ചു.

കുട്ടികളുടെ ഓട്ടവും ചാട്ടവും ഒളിച്ചുകളിയും അവിടെ തകൃതിയായി നടന്നുകൊണ്ടിരുന്നു.

മധ്യാഹനവേളകളിൽ പള്ളിക്കൂടത്തിൽ ലഭിക്കുന്ന ഉച്ചഭക്ഷണത്തി നായി പാത്രങ്ങളൊതുക്കിവെച്ചു കളിച്ചുതിമിർക്കുന്ന കുട്ടികളോടായി വേമ്പൻ ഉച്ചത്തിൽ വിളിച്ചുപറഞ്ഞു:

"ടേയ് പസകളാ! ഇന്തമാതിരി വെളയാട്ടെല്ലാം സായംകാലം വെച്ചു ക്കോടാ.. പടിക്കാന് പോണതിന് ചോറും കിട്ടുമല്ലോടാ. മരിയാദക്ക് രണ്ടെ ഴുത്ത് പടിക്കണമെടാ.. പടിച്ചുപടിച്ചു മുന്നുക്ക് വരണമെടാ.. നെന്റേക്ക തന്തേം തള്ളോം വേല ചെയ്യാൻ സാധിക്കാണ്ട് കെടക്കുമ്പോ അവരേം കാപ്പ ത്തണമെടാ."

വേമ്പന്റെ വേവലാതികൾ കളിക്കുന്ന പിള്ളേരുടെ കാതുകൾ ഏറ്റു വാങ്ങിയില്ല.

തെക്കേ തോപ്പുകളിൽ ജോലിക്കു പോകുന്നവർക്കായുള്ള മൺനി രത്തുകളിൽ ജെല്ലിക്കല്ലുകൾ പാകി ടെമ്പോവാനുകളും ചെറിയ വാഹ നങ്ങളും കടന്നുപോകാൻ സഞ്ചാരയോഗ്യമാക്കിയിരിക്കുന്നു. ഗ്രാമാ തിർത്തിയുടെ തെക്കേപ്പുറത്തുനിന്നും ഏകദേശം ഒരു മൈൽ ദുരങ്ങ ളിലെ കാട്ടുപ്രദേശങ്ങൾപോലും വിൽപ്പനയായിരിക്കുന്നു. റിയൽ എസ്റ്റേ റ്റുകാർ അത്തരം നിലങ്ങൾ വാങ്ങി സെന്റ് കണക്കിൽ അടയാളപ്പെടുത്തി കെട്ടിടങ്ങൾ നിർമിക്കാനുള്ള ഭൂമിയാക്കിവെച്ചിരുന്നു. അവ വാങ്ങിയവർ ചെറുതും വലുതുമായ വീടുകൾ ഉണ്ടാക്കി താമസവും തുടങ്ങിയിരുന്നു.

മലയടിവാരങ്ങളിലും തോപ്പുകളിലും കാട്ടിലും ജോലിക്ക് പോയി രുന്ന ഹരിജൻകോളനിയിലെ ദളിത് വർഗത്തിലും ചില മാറ്റങ്ങൾ കണ്ടു തുടങ്ങിയിരുന്നു. കോയമ്പത്തൂർ ടൗണിലും പരിസരപ്രദേശങ്ങളിലും നട ക്കുന്ന കെട്ടിടനിർമാണ ജോലികളിലും അവർ വ്യാപൃതരായിരിക്കുന്നു. കാട്ടിലും മലയിലും മഴയിലും വെയിലിലുംനിന്നു തളർന്ന ഈ വർഗ ക്കാർ നിഴലിന്റെ അഭയങ്ങൾ തേടി അവിടങ്ങളിലെ ഭവനങ്ങളിൽ വീട്ടു ജോലിക്കായും പോയിത്തുടങ്ങി. ബസിലെ യാത്രാസുഖങ്ങളിൽ കാടും മലയും മറന്നമട്ടായി.

പുറംപ്രദേശങ്ങളിൽനിന്നും കോവൈപുതൂരിലും പേരൂരിലും വന്നു താമസിക്കുന്നവർക്ക് താന്താങ്ങളുടെ ഗൃഹങ്ങളിൽ ജോലി ചെയ്യുവാൻ ജോലിക്കാർ അത്യാവശ്യമായിരുന്നു.

വീട് വൃത്തിയാക്കാനും തുണിയലക്കാനും ഉദ്യാനങ്ങൾ സംരക്ഷി ക്കുവാനും വീട്ടുവേലക്കാർ അവർക്ക് വേണ്ടിയിരുന്നു.

രോഗികളും പ്രായം ചെന്നവരുമുള്ള ചില വീടുകളിൽ ഭക്ഷണം പാചകം ചെയ്യുവാനും ഈ ചക്കിയിലപെണ്ണുങ്ങളെ നിയോഗിച്ചു.

ആരംഭകാലങ്ങളിൽ ഇത്തരം ജോലികളിൽ മുഴുകാൻ ഭയവും സങ്കോചവും ഈ ദളിത്‌വർഗക്കാരികളിൽ ഉണ്ടായെങ്കിലും ധനസമ്പാദ നമാർഗവും ആ വീടുകളിൽനിന്നും ലഭിക്കുന്ന വിലയുയർന്ന ഭക്ഷണവും ജോലി തുടരാൻ അവരെ പ്രേരിപ്പിച്ചു.

ശിരസ്സും മുതുകും കഴിയുന്നത്ര കുനിച്ചുനിർത്തി, മൺചട്ടികളിലും

അലുമിനിയക്കലങ്ങളിലും മേൽജാതിക്കാർ തീണ്ടായ്മയുടെ അകലങ്ങ ളിൽ ഭിക്ഷപോലെ നൽകിപ്പോന്ന, സ്വപ്രയത്നത്തിന്റെ വേതനം പഴയ ഭക്ഷണമായി കിട്ടുന്ന, ആ പഴയ കാലങ്ങളിൽനിന്നുള്ള ഇന്നത്തെ മാറ്റം പാവം ദളിത് വിഭാഗക്കാരിൽ പുത്തനുണർവ് സൃഷ്ടിച്ചു.

ഇവരുടെ സംസാരഭാഷയായ തെലുങ്ക് ഇവർ ജോലിക്ക് പോകുന്ന ധനിക ഭവനങ്ങളിലും ഇടത്തരം വീടുകളിലുമുള്ളവർക്ക് വ്യക്തമായും മനസിലാക്കാൻ കഴിയുമായിരുന്നില്ല. ഈ വിവരം രാമചക്കിലിയൻ വേമ്പ നോട് പറഞ്ഞ് ഇരുവരും ചിരിക്കാറുണ്ട്. പാവങ്ങളുടെ കൊച്ചുകൊച്ചു സല്ലാപങ്ങൾ.

"നാന് സംശയത്തോട് വാതില്പ്പടീല് നീക്കുമ്പോ അവര് വരും" രാമചക്കിലിയൻ പറഞ്ഞു തുടങ്ങും.

"വാ... വാ.. ഉള്ളില് വന്ന് ബെഞ്ചിലിരിക്ക് നായ്ക്കരെ! വാ.. വന്നു ശാപ്പിടുങ്കോ നായ്ക്കരെ!"

"നായ്ക്കരെന്ന് വിളിക്കുമ്പം നെഞ്ച് പടാപടാന്ന് അടിക്കും. നാന് നായ്ക്കരല്ല.. ചക്കിലിയൻ എന്ന് പറയാനക്കൊണ്ട് നാവ് വരും. പക്ഷേ ല്.. പക്ഷേല് ഇത് ചൊല്ലീട്ട് എന്ത് ലാഭം. അവരായിട്ട് നമ്മളെ അവരീട സമജാതീന്ന് കരുതുമ്പോ നമ്മളെന്തിന് വേണ്ടാന്ന് പറേണം."

രാമചക്കിലിയൻ പറയുന്നതിലെ ന്യായവും അന്യായവും വേമ്പൻ തന്റെ മനസിലെ കണക്കുകൂട്ടലിൽ ഉൾപ്പെടുത്തി.

പുരുഷന്മാരുടെ സ്ഥിതി ഇങ്ങനെയാണെങ്കിലും വീട്ടുജോലിക്കായി പോകുന്ന സ്ത്രീകൾക്കും വേണ്ടത്ര മര്യാദയും സ്നേഹവും കിട്ടിക്കൊ ണ്ടിരുന്നു. തങ്ങളുടെ പഴയ പുടവകളും ജാക്കറ്റുകളും നൽകി അവ ധരിച്ചു വരുവാൻ ദളിത് സ്ത്രീകളോട് ആ വീട്ടമ്മമാർ നിർബന്ധിക്കാറു ണ്ട്. ആഹാരം നൽകാനും അവർ മടിക്കാറില്ല.

തങ്ങളുടെ വീടുകളിൽ ജോലിചെയ്യുന്നവർക്ക് വൃത്തിയും വെടിപ്പും വേണമെന്ന ഉൾനോട്ടവും അതിലുള്ളതായി രാമചക്കിലിയൻ പറയാറുണ്ട്.

"ങാ... ങാ.. ശെരിതാൻ. വയറ്റിന് ചോറും ഉടുക്കാൻ തുണിമണീം. മാസാമാസം ചമ്പളോം കിട്ടിയാല് പോരെ! പിന്നെ നമ്മ പെണ്ണുങ്ങള് ആ വീടൊക്കെ വിടുമാ! പിന്നേപ്പിന്നേ തെക്കിലെ തോപ്പിയും കാട്ടിലും ഇവ ളുമ്മാര് പോകുമാ! വന്തും പോയും വീട്ടില് ചുമ്മാ കെടക്കണ ഒറ്റേം തെറ്റേം മാത്തരം കാട്ടില് വെറകു ചൊമക്കാൻ പോകും.."

മേൽത്തുണ്ടുമിട്ടു വീരസ്യം പറയുന്ന രാമചക്കിലിയന്റെ മനസിൽ "ഗൗണ്ടരേ.. നായ്ക്കരെ" വിളിയിലുള്ള കേൾവിസുഖം നിർവൃതിയുടെ ചാലുകൾ കീറിക്കൊണ്ടിരുന്നു.

"ങാ! ഇരുക്കട്ടും രാമാ! ഇത്തറക്കാലോം നമ്മള് മാത്തരം കയ്യെ കെട്ടി വായേ പൊത്തി ഒതുങ്ങിനിന്നു കുനിഞ്ഞുനിന്നു ഓരോരുത്തരേം കാണുമ്പോ വായ്വിട്ടു "കവുണ്ടരേ.. ചിന്നക്കവുണ്ടരേ.. പെരിയ കവു ണ്ടരേ" എന്നു എന്തെല്ലാം മരിയാനക്കൊടുത്തു വിളിക്കണ. ഇപ്പോ കോവൈപുതൂർ പക്കത്തിലെ വേലക്ക് പോണത് കൊണ്ട് നമ്മളെ അവർ ജാതി അറിയാണ്ട് "കവുണ്ടരേ.. കവുണ്ടരേ.." ന് വിളിക്കണ. അയില്

വേറേം കാരിയമൊണ്ട് രാമാ! നമ്മൾട ജോലി കണ്ടിട്ടും അയില് വിചാസം കണ്ടിട്ടും ആണ് ആ പടിച്ചവരെക്ക നമ്മളെ അങ്ങനെ വിളിക്കണത്. അയില് നമ്മളുക്കു സന്തോഷിക്കാം രാമാ!"

വേമ്പൻ ഉത്സാഹത്തോടെ രാമനോട് പറഞ്ഞു:

"എനക്കും സന്തോസം താൻ."

"ഓാ രാമാ! നീ അന്ത വേലയേ ചെയ്‌തോണ്ടിരി. വേല വിട്ടിട്ട് വന്നിടാതെ."

വേമ്പനെക്കാളും പ്രായം കുറഞ്ഞവനാണ് രാമചക്കിലിയൻ. ആദരവും ബഹുമാനവും രാമന് വേമ്പനോടുണ്ട്. ആ ചേരിയിൽ വേമ്പന്റെ പ്രായത്തിലുള്ളവർ രണ്ടുനാലുപേർ മാത്രം. പക്ഷേ, ആരെക്കാളും താൽപ്പര്യവും സ്നേഹവും വേമ്പനോട് മാത്രം.

തിക്താനുഭവങ്ങളുടെ പാഠങ്ങൾ മനസിലും തഴമ്പുകൾ ശരീരത്തിലുമേന്തി വേമ്പൻ നടക്കുന്നു. നെറ്റിച്ചുളിവുകൾ ഓരോന്നിലും ഓരോ ചരിത്രമുറങ്ങുന്നു.

തെക്ക് മലകളിൽ വേമ്പന്റെ പാദങ്ങൾ പതിയാത്ത മണ്ണില്ല. ആ മണ്ണിന്റെ മാറിൽ വളർന്ന വൃക്ഷങ്ങളുടെ ചില്ലകൾ വെട്ടിമുറിച്ചു ചുമന്നു വന്ന വിറകിന്റെ എണ്ണവും ഭാരവും എത്രയെന്ന് അവനുപോലും അറിഞ്ഞുകൂടാ.

ഊരിലെ കർഷകരോടൊപ്പം തോളോടുതോൾ നിന്നു തനി കർഷകനായും വേമ്പൻ വർത്തിച്ചിട്ടുണ്ട്.

ധാന്യവിത്തുകൾ കൂടയിലൊതുക്കി ചേറ്റിലിറങ്ങി, പെരുവിരലിൽ അടയാളമിട്ടു ധാന്യമണികൾ കണിശഅളവിൽ വിതയ്ക്കാൻ വേമ്പനൊരുമ്പെട്ടാൽ, അതഞ്ചെക്കറോളം അകലം പ്രാപിക്കും. കയ്യളവിൽ ഒരു പിടി ധാന്യമൊതുങ്ങിയാൽ അത്രെത അടിയെന്നും പാദവിന്യാസങ്ങൾ എത്രയെന്നും വീശിയെറിയുന്ന ധാന്യമണികളുടെ കണക്കെത്രയെന്നും വേമ്പൻ ബാല്യത്തിൽത്തന്നെ പഠിച്ചു തീർത്ത കർമവിദ്യയാണ്. ആർക്കു മതിൽ എള്ളളവ് വ്യത്യാസം കാണാനാവില്ല. വളർന്നു വരുന്ന ചെടിനിരകൾ കണ്ടാൽത്തന്നെ ആർക്കും മനസിലാകും. വേമ്പന്റെ കൈപ്പുണ്യം.

"ആര്... നമ്മൾട വേമ്പനാ.. ഉം! അവന് ചൊല്ലി തരണുമാ! കണ്ണില് ഒന്ന് കണ്ടാമതി അവൻ ഉള്ളില് പടം പിടിച്ചു വെക്കും. സാധാരണ ക്റുഷിക്കാരന് അറിയാൻ പാടില്ലാത്ത പല കാരിയങ്ങളും വേമ്പനറിയാം..."

രണ്ടുപേരുടെ സംസാരവിഷയമായും ആൽത്തറകളിലെ നല്ല വിമർശനങ്ങളായും പലപ്പോഴും വേമ്പൻ നിറഞ്ഞുനിൽക്കും.

"ജാതിയില് അവൻ ചക്കിലിയനായാലും ക്റഷിപ്പണിയില് മുത്തവർ കൂടിയും വേമ്പനോട് പറയാതെ വിത്തെറക്കാൻ പോകുല്ലാ..."

"ആമാം... ആമാം... മനസില് കള്ളോം കപടോം ഇല്ലാത്തവൻ. അവൻ വെതച്ച നെലത്തില് രെണ്ട് വെലച്ചല് ഒണ്ടാകും.."

"ചേറ്റില് അവന്റെ കാല് പതിഞ്ഞാല് വീട്ടില് ധാന്യം വരുമെന്ന് മുതിർന്നോര് എപ്പോഴും പറയും."

ഈ വാർത്താശകലങ്ങൾ വേമ്പന്റെ ജീവിതത്തിലെ സമ്പാദ്യങ്ങളായിരുന്നു.

രണ്ട്

വേമ്പന്റെ പിതാവ് തിമ്മൻ ആ ഗ്രാമത്തിലെ ഒരു ജന്മിയുടെ നില ങ്ങളിലെ പണിയാളായി ചേർന്നിരുന്നു. വാഴത്തോട്ടങ്ങളും തെങ്ങിൻതോ പ്പുകളും വയലേലകളും സമൃദ്ധിയായുണ്ടായിരുന്ന ജന്മിയുടെ സ്ഥിരം തൊഴിലാളി.

കുളത്തിൽനിന്നും വാരിയെടുക്കുന്ന കളിമണ്ണ് കൈവണ്ടികളിലും കാളവണ്ടികളിലും നിറച്ചൊതുക്കി തോട്ടത്തിലും തോപ്പിലും അള്ളിപ്പി ടിപ്പിച്ചു ആ മണ്ണ് വളക്കുറാക്കിയെടുക്കുന്നതിൽ തിമ്മന്റെ കഠിനാധ്വാന ത്തിന്റെ വിയർപ്പുമണികളുണ്ടായിരുന്നു.

മലയടിവാരങ്ങളിലും കാട്ടിലും മേട്ടിലുമുള്ള വളക്കുറുകൾക്കായി ഒരുക്കലാം ചെടികളെയും കള്ളിച്ചെടികളെയും വെട്ടിയും പറിച്ചും തല ച്ചുമടായും കൈവണ്ടിയിൽ നിറച്ചും തിമ്മൻ തന്റെ പണിനിലങ്ങളിൽ വളം ചേർത്ത് വെക്കും. പുലർച്ചയിലെ പഴഞ്ചോറിന്റെ ഉന്മേഷത്തിൽ ആ ഹരിജൻ ഇതൊക്കെയും ഞൊടിയിടയിൽ ചെയ്തുതീർക്കും.

കഠിനാധ്വാനത്തിന് നേരവും കാലവും തിമ്മന്റെ അറിവിൽപ്പെടാ ത്തതായിരുന്നു. വിശ്രമത്തിന്റെ ശതമാനക്കണക്കും ആ പണിക്കാരനി ലില്ലായിരുന്നു. അധ്വാനത്തിന്റെ കണക്കുകൂട്ടലും അറിയില്ല. ഉറങ്ങു മ്പോഴും ഉണ്ണുമ്പോഴും പണിച്ചിന്ത മാത്രം. ഉണ്ടെഴുന്നേറ്റ് വായ കുലു ക്കുഴിയുമ്പോൾ ആ വെള്ളംപോലും താൻ പണിയുന്ന മണ്ണിൽമാത്രം.

ചക്രവട്ടത്തിൽ വയലിൽ വെള്ളം തേകുമ്പോൾ ആ കൈകാലുക ളിലെ ബലംപോലെ ജലധാരയും ശക്തിയേറിയതായിരിക്കും, മോട്ടോർ പമ്പുകളിൽനിന്നും ചീറ്റിത്തെറിക്കുന്ന വെള്ളം കണക്കെ.

യഥാസമയം മഴയുണ്ടായിരുന്നതിൽ കിണറുകളിൽ വെള്ളം മേൽപ്പ ടികളിൽ കയ്യെത്താവുന്ന അകലത്തായിരുന്നു. നിലങ്ങൾ തരിശാക്കരു തെന്ന താക്കീതോടെ ആ കിണറുകൾ കർഷകരെ നോക്കി ചിരിച്ചുനിന്നു.

കിണറുകളുടെ താക്കീതുകൾ തിമ്മനെ ബാധിച്ചിരുന്നില്ല. കൈയ ളവ് മണ്ണിലും ഏത് കൃഷി ചെയ്യാനും തിമ്മനറിയാമായിരുന്നു. കൃഷി മാത്രമല്ല അതിനോടോട്ടിനിന്നതും അല്ലാത്തതുമായ പല ജോലിജാല ങ്ങളും ആ ദലിത് യുവാവിന് വശമായിരുന്നു.

"ജല്ലിക്കുട്ടേലിരുന്ന് തെക്കേല മലപ്പവുണ്ടിലേവരേക്കും ഒള്ള പാറാ കല്ല് എളക്കി എട്ത് ചിന്നച്ചിന്ന മലകണക്ക് പാമ്പേരിമേട്ട്ല് കൊണ്ടാന്ന് കുമിച്ച് വെച്ചതും തിമ്മനാണ്. അവനില്ലേല് ആര് കൊണ്ടാരും അത്തരേം കല്ല്. ആ കല്ലുകള് ഇല്ലാർത്തേല് കവുണ്ടര് ഇത്തരേം വെലിയെ മാളിക വീട് കെട്ടുമായിരുന്നാ. അത് കാണുമ്പോള് ഞങ്ങളുക്ക് ബയങ്കര സന്തോസം."

ഊര് ജനങ്ങൾ പലപ്പോഴും തിമ്മന്റെ കഠിനാധ്വാനത്തെ പുകഴ്ത്താ റുണ്ട്. സ്വന്തം ഗ്രാമത്തിന്റെ അതിരുകളും കടന്നു സമീപഗ്രാമവാസിക ളിലും ആ ഹരിജൻ തൊഴിലാളിയുടെ അധ്വാന നൈപുണ്യത്തിന്റെ വിശദ വിവരങ്ങൾ പടർന്നിരുന്നു.

"ആറടി ഒയരത്തില് നിക്കണ ആ ദ്റുഡഗാത്തിരം കണ്ടാല് മൊരട്

പിടിച്ച് നിക്കണ പണിയെല്ലാം ചെടികൊടി മാതിരി തല കുമ്പിടും. അതേ മാതിരി തന്നെ മൊരട്ത്തനം കാട്ണ കാളേനേം മാടിനേം ഇവന്റ്ടുക്കെ വിട്ടാല് അവന്റെ ചാട്ടവാറ് കണ്ടാല് ചാണകം ഇടും. രെണ്ട് നാളിലെ അതുകളെ ഇവൻ മാതിരി സാധുവായ ഗൊണത്തിന് കൊണ്ടുവരും. അത് തിമ്മന്റെ പെരിയ സാമർത്ഥം. ഹോ! ദെയ്വമെ! അത് അന്തകാലം. ഇപ്പോ പാരുങ്കോ! തിമ്മനെപ്പോലെ അതേകണക്കില് അച്ച് മാറാണ്ട് അവന്റെ മകൻ വേമ്പനും.."

തന്റെ അപ്പനെപ്പറ്റി മാലോകര് പറയുന്ന നന്മവാക്കുകള് കേൾക്കു മ്പോൾ വേമ്പന്റെ മനസില് അഭിമാനത്തിന്റെ തേൻതുള്ളികള് കിനി ഞ്ഞിറങ്ങും. സുഖാനുഭൂതിയുടെ ഓർമപ്പെടുത്തലുകള്.

വേമ്പന്റെ ബാല്യത്തില് സമീപത്തെവിടെയും പള്ളിക്കൂടം ഉണ്ടാ യിരുന്നില്ല. മാത്രമല്ല, മകന്റെ വിദ്യാഭ്യാസകാര്യത്തില് തിമ്മൻ താൽപ്പര്യം കാണിച്ചതുമില്ല. പല ഊരുകൾക്കായി ഒരു വിദ്യാലയം മാത്രം. അതും മേൽജാതിക്കാരുടെ ആധിപത്യം ഉറപ്പിച്ചു നിർത്താനുള്ള സ്ഥാപനവു മായിരിക്കും. എന്നാലും മകനെ വിദ്യാലയത്തിലയക്കണമെന്ന ചിന്ത പോലും തിമ്മനുണ്ടായില്ല. വയലേലകളിലെ പഠിപ്പ് മാത്രം മതി തന്റെ മകനെന്ന വിചാരം മാത്രമായിരുന്നു ആ പഠിക്കാത്ത ഹരിജനപണിയാളന്റെ മനസുനിറയെ.

പടിക്കാത്തതിന്റെ ഉൾത്തേങ്ങലുകള് ഇന്നും വേമ്പന്റെ മനസിലുണ്ട്. ശട്ടാംപിള്ള വാധ്യാര്.

ആ ഗ്രാമത്തിലെ ഏക വിദ്യാലയത്തിലെ പ്രധാന അധ്യാപകൻ.

ആ അധ്യാപകന്റെ വിശേഷണങ്ങള് അറിയാത്ത പറയാത്ത രക്ഷ കർത്താക്കള് ആ ഊരിലുണ്ടായിരുന്നില്ല.

"ശട്ടാംപുള്ളെ വാത്തിയാര്! നെറ്റിനെറയെ നാമം പോട്ടിട്ട് കുടുമ വെച്ചിട്ട് പേരൂരിലിരുന്ന് സൈക്കളില് വാത്തിയാര് വരും. എപ്പോളും ഒരു ചൂരല് വടി കയ്യിലൊണ്ടാകും. കാരമടെ ചൂരല്. അവര് അങ്കേയിരുന്ന് വരണത് കണ്ടാല് പസകള് ടവുസരോടെ മൂത്തറം പെയ്യും. അപ്പടി ഒരു ബയം. അവര്ട കയ്യിലൊള്ള ചൂരല് വടികൊണ്ട് കിട്ടിയാല് അൽപ്പ സൊൽപ്പ വേദന അല്ല. ആയുസ്സ് മുഴുക്കെ വേദനിക്കും."

കേട്ടു നിൽക്കുന്നവര് ശരിയെന്നർഥത്തില് തലയാട്ടും.

"വീട്ട് പാടം ചെയ്യാണ്ട് വന്നാല് കൊതിക്കണ വെയിലില് മണല് നെലത്തിട്ട് അതിമ്മേല് മുട്ടുകുത്തി നിക്കാൻ കൽപ്പിക്കും. ആ നിപ്പ് മണി ക്കൂറ് മണിക്കൂറ് കണക്കില്. മുട്ടിമ്മേലിലെ തോലെല്ലാം പോകും. കൊല ന്തകള് നൊണ പറഞ്ഞാല് ടവ്സറ് അഴുപ്പിച്ച് ചന്തീല് ചൂരല് വടികൊണ്ട് പടപടാന്ന് അടിക്കും. ഒടലില് വരവരയായിട്ട് പാട് കെടക്കും."

ഇങ്ങനെയുള്ള പ്രഹരമുറകള് തന്റെ മകൻ അനുഭവിക്കാൻ തന്റെ മനസ്സ് അനുവദിക്കാത്തതുകൊണ്ടാണോ തിമ്മൻ തന്റെ മകൻ വേമ്പനെ വിദ്യാലയത്തിലേക്കയക്കാതിരുന്നത്!!!

എങ്ങനെയോ കഴിഞ്ഞതെല്ലാം കഴിഞ്ഞു.

അനുജത്തിയെങ്കിലും രണ്ടക്ഷരം അഭ്യസിച്ചുകൂടായിരുന്നോ!

വെറുതെ വേമ്പന്റെ ഉൾത്തടം നീറി.

താൻ ജോലി നോക്കുന്ന ജന്മിയുടെ കന്നുകാലികളെ മേയ്ക്കുവാൻ

തിമ്മൻ മകനെ ഏർപ്പെടുത്തി.

"എടാ! മകാനെ! നമ്മ ജാതിജനം! ചക്കിലിയ മക്കളുടെ തലേലെ ഴുത്ത് ഇത് താൻഡാ! ഉരുണ്ട് പെരണ്ട് എണീക്കണം. നമ്മള പടച്ച ആണ്ടവനേ നമ്മൾടേക്ക തലേല് ഇങ്ങനെ വരച്ചേക്കണ്. ഇതില് പടിപ്പും പാപ്പാസും ഒന്നും വേണ്ടെടാ മകനെ!!!"

തന്റെ അച്ഛന്റെ അലംഭാവത്തിൽ തന്റെ വിദ്യാഭ്യാസം തടസപ്പെട്ടു എന്ന കാര്യം വേമ്പൻ തന്റെ മനസിലെ പെരുംചുഴിയായി കൊണ്ടുനട ന്നു. പിന്നീടത് സൗകര്യപൂർവം മറന്നു. തന്റെ പിൻതലമുറയ്ക്ക് വിദ്യാ ഭ്യാസം കണിശമായും നൽകണമെന്ന നിർബന്ധം ആശ്വാസസമ്മാന മായി കണക്കിൽ ചേർത്തു.

കണക്കിന്റെ കാര്യം ആലോചിച്ചപ്പോൾ മറ്റൊരു നേർചിത്രം വേമ്പന്റെ മനസിൽ തെളിഞ്ഞു. രണ്ടക്ഷരം എഴുതാൻ അറിയാത്തതോ പോകട്ടെ രണ്ടുനാല് കണക്കുകൾ കൂട്ടിക്കിഴിക്കാനും അറിയാതായയല്ലോ. എല്ലാറ്റിനും മറ്റുള്ളവരെ ആശ്രയിക്കേണ്ടിയിരിക്കുന്നു.

തന്നെ പ്രഹരിക്കുന്നതിന് പാപ്പാന് വടിയെടുത്തു കൊടുക്കുന്നതും തളയ്ക്കാനായി ചങ്ങല നീട്ടുന്നതും ആന തന്നെയാണെന്ന് പറഞ്ഞു കേട്ടിട്ടുണ്ട്.

വേമ്പൻ ഓർത്തുപോയി.

താനുൾപ്പെടുന്ന ദളിത് സമൂഹം പുരോഗമനപാതയിൽ നടന്നു നീങ്ങാൻ ഇനി എത്രകാലമെടുക്കും. വ്യക്തിഗത പ്രവർത്തനത്തിലൂടെ അത് സാധ്യമാവുകയില്ലായെന്നും വേമ്പൻ മനസിലാക്കി വെച്ചിരുന്നു. ഐക്യദാർഢ്യമുള്ള ഉയിർത്തെഴുന്നേൽപ്പാണാവശ്യം.

വെള്ളക്കാരന്റെ കാലംമുതൽത്തന്നെ പണ്ഡിതന്മാരും ജ്ഞാനികളും പുരോഗമനചിന്തകരും വികസനോപാധികളും അക്ഷരസമ്പാദന പ്രക്രി യകളുമായി കടന്നുവന്നുവെങ്കിലും തന്റെ ഹരിജൻവർഗം ഇന്നും അടി മത്ത വീക്ഷണങ്ങളുമായിത്തന്നെ ജീവിച്ചു പോകുന്നുവെന്ന വിചാരം വേമ്പനിൽ നിരന്തരമായി ഉണ്ടായിപ്പോകുന്നു. തന്റെ ബാല്യകാലം സ്വന്തം അച്ഛൻ കാണിച്ചുതന്ന പൂർവീകപാതയിലൂടെ മാത്രമായിരുന്നുവെന്ന കാര്യവും വേമ്പൻ കാരണമായി കണക്കാക്കി. സ്വന്തജീവിത സംരക്ഷ ണമോ മറ്റു ജോലിയമ്പേഷണമോ ഇല്ലാതാകാനുള്ള കാരണവും ആ തുടർപാതയുടെ ഉദാഹരണമാണെന്ന് വേമ്പൻ മനസിലാക്കിയിരുന്നു.

ഇത്തരം പാദവിന്യാസങ്ങൾ അടയാളച്ചുവടുകളായി തിരിച്ചറിഞ്ഞു പിൻതലമുറക്കാർ സഞ്ചാരമാർഗം മാറ്റിയെടുക്കേണ്ടതായിരുന്നു. തന്റെ സമൂഹത്തിൽ അതുമുണ്ടായില്ല. അടിമത്തവ്യവസ്ഥിതിയിൽത്തന്നെ ചക്കിലിയ വർഗം പുരോഗമനത്തിന്റെ വെളിച്ചക്കുടുകൾ പ്രയോജനപ്പെ ടുത്താനറിയാത്തവിധംതന്നെ ഇരുട്ടിലെ യാത്രകൾ തുടരുന്നു, ഒതു ങ്ങിയും ഒളിച്ചുമുള്ള ജീവിതങ്ങൾ.

ഓർമകളിൽ തികട്ടിവരുന്നതെല്ലാം നഷ്ടങ്ങളുടെ അളവുകൾ മാത്രം.

എല്ലുകൾ പൊടിഞ്ഞുവീണു പണിയെടുക്കുന്ന തിമ്മൻ അതേ കള ത്തിൽത്തന്നെ മകനെയും ഇറക്കിവിട്ടിരിക്കുന്നു.

ജന്മിവീടുകളിൽ ബാക്കിവന്നുകിട്ടുന്ന മൂന്നുനേര ആഹാരവും വിശേ ഷദിവസങ്ങളിൽ മാത്രം ലഭിക്കുന്ന വില കുറഞ്ഞ വസ്ത്രങ്ങളും മാസ ശമ്പളമായോ വർഷശമ്പളമായോ മുതലാളി നിശ്ചയിച്ചുനൽകുന്ന സംഖ്യയും കരാറാക്കിയ അടിമത്തജീവിതം.

ഭാര്യയും മക്കളുമായി കുടുംബത്തോടെ താമസിച്ചു ജോലി ചെയ്യു ന്നവർക്ക് ശമ്പളത്തിന് പകരമായി ധാന്യങ്ങൾ നൽകും.

വേമ്പനും അനുജത്തിയുമടങ്ങുന്ന തിമ്മന്റെ കുടുംബത്തിനു ധാന്യം ലഭിച്ചിരുന്നു.

അനുജത്തി അൽപ്പം മുതീർന്നപ്പോൾ അടുക്കളജോലി അവളെ ഏൽപ്പിക്കുവാൻ തിമ്മൻ തന്റെ മകനോട് പറഞ്ഞു.

തോപ്പിലും തൊടിയിലും വയലേലകളിലും എല്ലുമുറിയെ പണിയെ ടുത്തു വരുന്ന അപ്പനും ചേട്ടനുമായി ഭക്ഷണം പാകംചെയ്തു തുളസി കാത്തിരിക്കാറുണ്ട്. പക്ഷേ, തിമ്മന്റെയും വേമ്പന്റെയും ജോലി നിശ്ചിത സമയത്തിനുള്ളിലൊതുങ്ങാത്തതായിരുന്നു.

കാത്തിരിപ്പിനൊടുവിൽ തുളസി ഉറങ്ങിവീഴും.

ആ ഹരിജൻകോളനിയിലെ ഒട്ടുമിക്ക കുടുംബങ്ങളിലും ഉള്ളവർ തിമ്മന്റെയും വേമ്പന്റെയും തലവിധി ചുമക്കുന്നവരായിരുന്നു.

ജന്മിമാരുടെ വെള്ളക്കടലാസുകളിൽ വിരൽരേഖ പതിച്ചു സ്വന്തം തലവരകൾ വികൃതമാക്കുന്നവർ.

ചെരിപ്പുകുത്തികളും വെള്ളം തേകാനുള്ള ചക്രത്തൊട്ടികൾക്ക് എരു മയുടെയും പശുവിന്റെയും തോലിനാൽ കോരുപാത്രം ഉണ്ടാക്കുന്നവരും ആ ചേരിയിലുണ്ടായിരുന്നു. ശിരസും മുതുകും കുനിഞ്ഞുനിന്നു പരി ശീലിച്ചവർ. മുതലാളിത്തവർഗത്തിന്റെ മുഖങ്ങളിൽ നോക്കാൻ ഇതേ വരെ ശിരസ്സുയർത്താൻ കഴിയാത്തവർ.

മരണവീടുകളിൽ തപ്പട്ടതാളമടിക്കാനും നൃത്തച്ചുവടുകൾ വെക്കാനും ശ്മശാനങ്ങളിൽ കുഴിവെട്ടാനും മരണവിവരം സമീപപ്രദേ ശങ്ങളിലും ദൂരങ്ങളിലും അറിയിക്കാനും ഈ പാവം ദളിത് വിഭാഗീയർ തന്നെ. സ്വന്ത കുടുംബങ്ങളിലെ സുഖദുഃഖങ്ങളിൽപ്പോലും പങ്കെടുക്കാൻ മറന്നുപോയവർ.

ഉത്സവനാളുകളിലും വിശേഷ ദിവസങ്ങളിലും, വീരദൈവങ്ങളായ മധുരവീരനെയും പരട്ടെത്തലച്ചിയമ്മനെയും ദർശിക്കുമ്പോൾ, ആ താൽക്കാലിക ഉന്മേഷവും ആവേശവും ധൈര്യവും തങ്ങളെ തലമുറക ളായി ഒതുക്കി നിർത്തുന്നവരോട് പ്രതികരിക്കാൻ ഉപയോഗപ്പെടുത്ത ണമെന്ന് തോന്നാറുണ്ടെങ്കിലും പ്രായോഗികതയിൽ നടപ്പാക്കാനാകാതെ കുനിഞ്ഞ ശിരസ്സോടെ തന്നെ നടക്കാൻ വിധിക്കപ്പെട്ടവർ.

പറയടിച്ചു പാടി ഉല്ലസിക്കുന്ന ആ കുതൂഹലനിമിഷങ്ങൾ മാത്രം ഈ പാവപ്പെട്ടവർക്ക് സ്വന്തം. വർഷക്കണക്കിന് കഠിനാധ്വാനത്താൽ എല്ലുകൾ മുറിയുന്ന ഈ അശരണർക്ക് ഈ ധാന്യമുഹൂർത്തങ്ങൾ മാത്രം സ്വന്തം.

ഗാംഭീര്യ ഭാവത്തോടെ ഗോത്രദൈവമായി നിലകൊള്ളുന്ന മധുര വീരൻ വേമ്പന്റെ ആകർഷണ കേന്ദ്രമായിരുന്നു.

മധുരവീരന്റെ കഥ തിമ്മൻ ഒരിക്കൽ മകന് പറഞ്ഞു കൊടുക്കുക യുണ്ടായി.

"മകനേ! വേമ്പാ! നമ്മ മധുരവീരൻ സാമി സാധാരണ ആളല്ല. പെരിയ ആള്. ബെലശാലി. ദ്രുഡഗാത്തിരൻ. തിരുമലൈ നായ്ക്കർ മധു രേല് കൊടികുത്തി വാഴുമ്പോ ആ സയിനത്തിന്റെ പടത്തലവൻ ദളപതി ആയിട്ട് നമ്മ മധുരവീരൻ സാമി ദണ്ടാർന്ന്. മധുര വട്ടാരത്തില് സകല മാന തിരുടർകൂട്ടത്തേം ഒഴിച്ച് സാധുജനങ്ങൾക്ക് പാതുകാപ്പ് കൊടുത്ത് നല്ലപേര് വാങ്ങി നാടിനും നാട്ടാർക്കും ഇസ്ടപ്പെട്ട ആളാർന്ന് നമ്മ മധു രവീരൻ സാമി. ഈ സമയത്ത് നമ്മ തിരുമലൈ നായ്ക്കർക്ക് ഒരു പെണ്ണ് മേലെ മോഹണ്ടായി. അന്ത പൊണ്ണ് തിരുമലൈ നായ്ക്കരെ ഇസ്ടപ്പെട്ടില്ല. നമ്മ വീരന് താൻ ഇസ്ടപ്പെട്ടു. വീരനുക്ക് കല്ലാണം കെട്ടി പൊണ്ടാട്ടി ഒണ്ടാ യിട്ടും അന്ത പൊണ്ണ് നമ്മ വീരനുക്ക് രെണ്ടാം പൊണ്ടാട്ടി ആകണോന്ന് ആസപ്പെട്ട്. ഇന്ത വെവരം രാസാവ് അറിഞ്ഞപ്പോ നമ്മ മധുരവീരൻ സാമിക്ക് പെരിയ ദണ്ധന കൊടുത്ത്. അന്ത വീരനുടെ കയ്യും കാലും വെട്ടി മണ്ണിലിട്ട്. അപ്പോ അവിട വന്ന അന്തപൊണ്ണും ആ വീരന്റെപൊണ്ടാട്ടീം ആ മണ്ണില് വീണു മരിച്ചു. അവർട പേരാണ് ബൊമ്മിയമ്മയും വെള്ളയമ്മയും. അങ്ങനെ മൂന്നുപേരും സൊർഗം പൂകി. അങ്ങനെ നമ്മള് നമ്മൾട താഴ്ന്ന ജാതി ജന ത്തിന്റെ ദെയ്വമായിട്ട് മധുരവീരൻ സാമിയെ കോവില് കെട്ടി കുമ്പിടണ്. "

മധുരവീരന്റെ ഈശ്വര സങ്കൽപ്പത്തേക്കാളുപരിയായി ആ കഥാപാ ത്രത്തിന്റെ വീരപരാക്രമങ്ങളും ധൈര്യവും ഒടുവിലൊടുവിലായി ഈ ശോകകഥയും ആ ക്ഷേത്രത്തിൽ പോകുമ്പോഴൊക്കെയും വേമ്പൻ ഓർമിക്കാറുണ്ട്.

ദളിത് വർഗത്തിന്റെ മറ്റൊരു ഗോത്ര ദൈവം പരട്ടെത്തലച്ചിയമ്മ. ഛായയിൽ ഏകദേശം കാളിസ്വരൂപം.

കഴിഞ്ഞ കാലങ്ങളിൽ ഏതോ ഒരു ദളിത് യുവതി പലതരത്തിൽപ്പെട്ട പീഡനങ്ങൾക്കിരയായി ഒടുവിൽ പ്രതികാരദുർഗയായി മാറിയിരിക്കാ മെന്ന അഭ്യൂഹങ്ങളുമുണ്ട്.

എണ്ണതേയ്ക്കാത്ത തലമുടി കാലക്രമേണ ചെമ്പൻ മുടിയാകും. വെയിലിൽ അലയുമ്പോഴും തലച്ചുമടുകളേന്തുമ്പോഴും മുടി കട്ടപിടിച്ചു ചുരുണ്ടുണങ്ങിക്കിടക്കും. ചീപ്പിന് വഴങ്ങാത്ത അത്തരം തലമുടി ചപ്ര ത്തലമുടിയാകും. ചിലപ്പോൾ ജടയായും പരിണമിക്കും. ഇത്തരം നാരീ ജനങ്ങളെ ദളിത്‌വർഗത്തിൽ ധാരാളമായി കാണാറുണ്ട്. അതിലൊരുവ ളാണ് പിൽക്കാലങ്ങളിൽ പരട്ടെത്തലച്ചിയമ്മയായതെന്ന അനുമാനവും മുതിർന്നവരിലുണ്ട്.

തങ്ങളുടെ ജാതിയിൽ പിറന്നു, വളർന്നു, ജീവിച്ചുതീർത്തവർതന്നെ കുലദൈവങ്ങളായി മാറി ശിലകളായി നിൽക്കുന്നതിൽ ഈ താണവർഗ ക്കാർക്ക് അഭിമാനവും അവകാശവും വിശ്വാസവുമുണ്ട്.

"നമ്മ പെറ്റോർകൾ നമ്മളഴ് കുമ്പിടുന്ന ഈ തായും തകപ്പനും ആണ്. നമ്മള രെച്ചിക്കോണവരും അവർ തന്നെ. വരുഷാവരുഷം കൊടി യേറ്റി ഉത്സവം നടത്താനെക്കൊണ്ട് നമ്മ ജനങ്ങളില് കാശുപണം ഇല്ല.

മൂന്ന് വരുഷത്തില് ഒരു നാളെങ്കിലും അന്ത കോയില്കളില് കൊടിയേറ്റി കായ, പഴം, പൂവ്, ചന്ദനം, വെച്ച് പൂജ ശെയ്ത് കൊണ്ടാടണം."

മുതിര്ന്നവരുടെ ചൊല്ലുകള്ക്ക് ചെറുപ്പക്കാരും സ്ത്രീകളും കുഞ്ഞു ങ്ങളും പിന്തുണ നല്കും.

തന്റെ മകനുമായി ജമ്മിനിലങ്ങളില് എല്ല് മുറിയെ പണിയുന്നവനാ ണെങ്കിലും ഗ്രാമത്തിന്റെ ഇത്തരം വിശേഷങ്ങളില് തിമ്മന് സജീവമായി പങ്കെടുക്കാറുണ്ട്.

കുടുംബിനിയില്ലാത്ത വീടാണെങ്കിലും തിമ്മന് തന്റെ രണ്ടു മക്ക ളേയും ശ്രദ്ധയോടെ പരിപാലിച്ചുപോന്നു. രണ്ടാംവിവാഹത്തിന് തയാ റായിരുന്നുവെങ്കില് ഈ ഗ്രാമത്തിലെത്തിയ ഉടനെതന്നെ സാധ്യപ്പെടു ത്താമായിരുന്നു. തിമ്മന് അത് ചെയ്തില്ല. നിയന്ത്രണത്തോടും ദൃഢത യോടും കൃത്യതയോടും ജീവിതം ആരംഭിച്ച തിമ്മനുവേണ്ടി ഈര് ജന ങ്ങള് പറയുമായിരുന്നു:

"ഇനി തിമ്മന് അവനോടെ മക്കളുക്ക് വേണ്ടി താന് ഉയിര് വാഴ്ണത്."

ഇത് കേള്ക്കുമ്പോള് തിമ്മന് പുഞ്ചിരിക്കും. കൃതാര്ഥതയുടെ ചിരി.

"തായ് ഇല്ലാത്തതിന്റെ കൊറവ് മക്കളെ അറിയിക്കാതെ വളര്ത്തണ്. ഇത്രക്കും ഒരുത്തി ഒള്ളപ്പോ തന്നെ വേറൊരുത്തീനെ കല്യാണം കെട്ടണ ജാതീല് പൊറന്നവനാണ്. എന്നാലും തിമ്മന് അത് വേണ്ട. പുരുഷന് ചത്ത ഒടനെ തന്നെ ഇനിയൊരുത്തനെ പുരുഷനാക്കണ ജാതിയാണ് നമ്മള്ട ജാതി. ഇങ്ങനെയൊള്ള കൊലത്തില് ഞാന് ഒന്നിനും കൊറഞ്ഞവനല്ലന്ന് നെഞ്ചും വിരിച്ചു വെച്ച് നടക്കണവന് നമ്മ തിമ്മന്. മേല്ജാതിക്കാരനായി ജെനിച്ചവന്റെ കൂടി ഇല്ലാത്ത നല്ലനല്ല ഗൊണമൊള്ളവന് നമ്മ തിമ്മന്."

സ്വന്തഗ്രാമത്തില്നിന്നും പടര്ന്നു സമീപഗ്രാമങ്ങളില്പ്പോലും തന്റെ പിതാവിന്റെ ഗുണഗണങ്ങള് വര്ണിക്കുമ്പോള് വേമ്പന്റെ ഉള്ക്കണ്ണാടി യില് അഭിമാനത്തിന്റെ ചുട്ടുവെളിച്ചം.

മൂന്ന്

തിമ്മന് ജോലിചെയ്യുന്ന ഊരടിത്തോപ്പിലെ ഗൗണ്ടറുടെ നിലങ്ങ ളില് എല്ലാം തന്നെയും വിളവുകള് നൂറുമേനിയിലായിരുന്നു. അതിന് തിമ്മന്റെ ആത്മാര്ഥതയുള്ള കഠിനാധ്വാനം കാരണവുമായിരുന്നു.

ഈ നിലങ്ങളുടെ പടിഞ്ഞാറ് സമീപഭാഗത്തായി മറ്റൊരാളുടെ വയ ലുകളും അല്പ്പമകലെയായി കിഴക്കുഭാഗത്ത് ഇനിയൊരാളുടെ നില ങ്ങളും ഉണ്ടായിരുന്നു. അവര് രണ്ടുപേരും ഗൗണ്ടറുടെ അകന്ന ബന്ധു ക്കളായിരുന്നു. അവരുടെ നിലങ്ങളിലെ വിളവുകള് തുലോം കുറവായി രുന്നു. ഈ കാരണത്താല് അവര് ഗൗണ്ടറുമായി ബന്ധം സ്ഥാപിക്കു വാന് വിമുഖത കാണിച്ചിരുന്നു. ആവശ്യത്തിനുള്ള ഭൂമി കൈവശമുണ്ടാ യിരുന്നിട്ടുപോലും സാമ്പത്തികഭദ്രത ഇല്ലാതിരുന്നതിനാല് കൂടുതല് പണിയാളുകളെ വെച്ചു പണിയെടുപ്പിക്കാനോ കിണറുകള് ആഴപ്പെടുത്തി ജലസേചനം നടത്തുവാനോ അവര്ക്ക് കഴിഞ്ഞില്ല.

ഇത്തരം കാര്യങ്ങൾ അവർക്ക് ചെയ്യാനാകാതെയിരുന്നുവെങ്കിലും ഗൗണ്ടരോട് പകയും വൈരാഗ്യവും അസൂയയും വളർത്തിയെടുക്കാൻ അവർക്ക് കഴിഞ്ഞു.

തിമ്മന്റെ പിൻബലത്താൽ മണ്ണിൽ അത്ഭുതങ്ങൾ സൃഷ്ടിക്കുന്ന ഗൗണ്ടറെ വകവരുത്തണമെന്നുപോലും ചിലർ പദ്ധതികൾ തയാറാക്കി. രാത്രിയാമങ്ങളിൽ ഊരും കടന്നു സ്വന്തത്തോപ്പുകളിലെത്താൻ ഗൗണ്ടർക്കും അയാളുടെ ആളുകൾക്കും ശ്രമമായിരുന്നു. കുതിരവണ്ടി ഗ്രാമത്തിൽ കടന്നു, നാലഞ്ചാറ് വളവുതിരിവുകൾ കടന്നു, തോപ്പിനു ള്ളിലെ വീട്ടിലെത്തുന്നതുവരെ കുടുംബാംഗങ്ങളുടെ നാഡിമിടിപ്പുകൾ ധൃതഗതിയിലായിരിക്കും.

വൈകിയ നേരങ്ങളിലെ യാത്രകൾ, ഇരുട്ടിലെ സഞ്ചാരങ്ങളൊ ക്കെയും ഗൗണ്ടർ നിരാകരിച്ചിരുന്നു. ഒഴിവാക്കാനാവാത്ത യാത്രകൾക്ക് കനത്ത സുരക്ഷിതത്വവും ഭദ്രപ്പെടുത്തിയിരുന്നു.

തിമ്മൻ അതിൽ മുഖ്യനായിരുന്നു.

തോപ്പിലും തൊഴുത്തിലും കന്നുകാലികളെ പരിപാലിക്കുന്നതു പോലെതന്നെ കുതിരകളെയും തിമ്മൻ ജാഗ്രതയോടെ പരിപാലിച്ചു പോന്നു. കുതിരവണ്ടിയോട്ടത്തിലും തിമ്മൻ മിടുക്കനായിരുന്നു. തിമ്മ നോടിക്കുന്ന കുതിരവണ്ടിയിലാണ് ഗൗണ്ടറെങ്കിൽ വീട്ടുകാർക്ക് ആശ്വാസം.

കുതിരവണ്ടി ഓടിക്കുന്നതിൽ തിമ്മനുള്ള ചാതുര്യത്തെ പുകഴ്ത്തി ഊര് ജനങ്ങൾ പറയാറുണ്ട്:

"നമ്മ തിമ്മൻ വണ്ടി ഓട്ടിയാല് കുതിരകൾക്ക് തന്നെ ഒരാവേസം. അവകള് അമ്പ് കണക്കെ പായും. പേടിച്ചിട്ടാണാ ഇങ്ങനെ കുതിരകളെ ഓടിക്കണതെന്ന് തോന്നിപ്പോം. ഉം... ഉം... നമ്മ തിമ്മന് പേടി അറിയാ മ്പാടില്ലല്ലാ! തിമ്മന്റെ വണ്ടീട പാച്ചില് കണ്ടിട്ട് എതിരികള് എട്ടടി തള്ളി നിക്കണം.. ഇ്ഹാ... അതാണ് കാരണം."

കുതിരവണ്ടി നിയന്ത്രിക്കുന്നതിൽ തിമ്മൻ ഒരത്ഭുതമായിരുന്നു.

"സ്വാമീ! ഞാൻ വണ്ടീല് ഒള്ളപ്പം അവർ ആരും പക്കത്തില് വന്ന് ഒന്നും ചെയ്യാമ്പറ്റൂല്ലാ! ഞാൻ വിടൂല്ലാ. അവമ്മാര് എന്റെ ഉയിര് എടു ത്താലേ എന്തേലും ചെയ്യാമ്പറ്റുള്ളൂ."

തിമ്മൻ ഇത് പറഞ്ഞുകേട്ടപ്പോൾ ഗൗണ്ടറുടെ കണ്ണുകളിൽ ജലം നിറഞ്ഞു. താൻ ആഹാരവും കൂലിയും കൊടുക്കുന്നതിന്റെ നന്ദി സ്വന്തം പ്രാണൻപോലും തിരികെ തന്നു തീർക്കാമെന്ന്. ഗൗണ്ടർക്കും തന്റെ പണിയാളനോട് നന്ദി തോന്നി.

പക്ഷേ... പക്ഷേ... ആ ഹരിജന്റെ കറയില്ലാത്ത അധ്വാനസമ്പത്ത് കവർന്നെടുക്കുന്ന ആ ജന്മിയും ജന്മിവീട്ടുകാരും ഈ താണജാതിക്കാര നോട് കരുണ കാണിക്കുമോ!!! ഇല്ല... ഇല്ല.. ആ കരുണ വെറും പാഴ് വാഗ്ദാനങ്ങളിലും നൽകുന്ന കുറഞ്ഞ കൂലിയിലും മാത്രം ഒതുങ്ങി നിൽക്കും. അവന്റെ വിയർപ്പുമണികൾ കുടിച്ചുതിമിർക്കുന്ന ആ മണ്ണ് തന്റെ നന്ദി അറിയിക്കുമോ!!! ആ വിയർപ്പുതുള്ളികളുടെ ഉടമയുടെ ജീവിതം നൂറ് മേനിയാക്കുമോ!!! ഇല്ല.. ഇല്ല.. പ്രകടനത്തിൽ മണ്ണിനത്

കാണിക്കാനാവില്ല. അവകാശവും ഇല്ല. കുറ്റ് ഉടമസ്ഥനോട് മാത്രം. പക്ഷേ... പക്ഷേ... ആ മൺതരികൾ ഓരോന്നും നിശ്ശബ്ദതയിൽ വിലപിക്കും. വ്യാകുലപ്പെടും. തന്റെ ദാഹം തീർക്കാൻ സ്വന്തം വിയർപ്പുമണികൾ ദാനം നൽകിയ പാവം പണിയാളന്റെ ദയനീയതയിൽ.

ഈ ഹരിജൻ ജനതയുടെ നിലവിളികൾ കാലാകാലങ്ങളിൽ കേട്ടു കേട്ടു മടുത്ത് പരിഹാരമില്ലാത്ത മട്ടിൽ ആകാശവും തലകുമ്പിട്ടു നിൽക്കുന്നു.

പകൽ മുഴുവൻ ഇമകൾ പൂട്ടാതെ പണിയെടുക്കുന്ന തിമ്മന് രാത്രിയിലും മിഴിയടയ്ക്കാനാവുന്നില്ല. രാത്രിയാമങ്ങളിൽ തോപ്പും വയലും രണ്ട് നാല് തവണയെങ്കിലും ചുറ്റിയടിച്ചു വരേണ്ടതായിരിക്കുന്നു. തൊഴുത്തിലെ കന്നുകാലികളെയും നോക്കണം. നായകൾ കുരച്ചാലോ ഓരി യിട്ടാലോ അതും പോയി നോക്കണം. പക്ഷേ! അൽപ്പസ്വൽപ്പ ഉറക്കത്തിലും തിമ്മൻ സുന്ദരസ്വപ്നങ്ങൾ കണ്ടു തൃപ്തിയടയും.

മകരമാസത്തിലെ മരംകോച്ചുന്ന കുളിരിൽ പണിയെടുക്കാൻ തിമ്മന് ഉത്സാഹമാണ്. വെയിലും മഴയും മഞ്ഞും കുളിരും ആ ദൃഢഗാത്രത്തോട് നന്നായി സല്ലാപം പറയും.

ഈ നാളുകളിൽ പേരൂർ പട്ടീശ്വരൻ കോവിലിലെ തേരോട്ടം പൊടി പൊടിക്കും. മുപ്പത് നാൽപ്പത് മൈൽ ദൂരങ്ങളിൽനിന്നും ജനങ്ങളെത്തും.

സമീപപ്രദേശങ്ങളിൽനിന്നും ജനപ്രവാഹം എത്തിയാലും തിമ്മനെ പ്പോലുള്ളവരുടെ സന്തോഷവും സമാശ്വാസവും പണിയെടുക്കുന്ന മണ്ണിൽ പണയം വെക്കേണ്ടതായി വരും.

ഹരിജൻ കോളനിക്കുമടുത്ത് രണ്ടുമൂന്ന് തോപ്പുകൾ താണ്ടിയാൽ തിമ്മൻ ജോലി നോക്കുന്ന തോപ്പിന്റെ കിഴക്ക് ഭാഗത്തെത്താം. മുൾപ്പ ടർപ്പുകളും പൊന്തക്കാടുകളും നിറഞ്ഞു നിൽക്കുന്ന സ്ഥലം.

ചുണ്ടക്കാമുത്തൂരിലുള്ള ഒരാളുടെ വയൽ ആ സ്ഥലത്തുണ്ട്. മഞ്ഞൾ, ചോളം കൃഷി ചെയ്തു വിളവെടുത്തതിനുശേഷം ബാക്കിവന്ന തണ്ടുകളും കമ്പുകളും അവിടെത്തന്നെ കൂട്ടിയിട്ടിരിക്കുന്നു. ഉപയോഗ മില്ലാത്തവയാണത്. ചുണ്ടക്കാമുത്തൂരിൽനിന്നും രണ്ടുമൂന്നുപേർ വന്ന് അവ കൈവണ്ടിയിൽ കയറ്റിക്കൊണ്ടിരുന്നു. വേലിക്കപ്പുറം വാഴത്തോ പ്പിൽ നനച്ചുകൊണ്ടിരുന്ന തിമ്മനെ നോക്കി അതിലൊരാൾ ചോദിച്ചു:

"അല്ലാാ... നിങ്ങാ പേരൂരില് തേരോട്ടം കാണാൻ പോയില്ലേ..."

"അതുക്ക് ഇപ്പ എന്ന ധിറുതി. രാത്തിരി എട്ടു മണിക്ക് പോകും."

"ഞങ്ങാക്കും പോകണം."

"പോയ വർഷോം പോകാമ്പറ്റീല്ലാ..."

"ഓാാ... രാവെല്ലാം വേല ഒണ്ടാകും അല്ലേ..."

തിമ്മൻ ഒന്നും മിണ്ടാതെ വാഴത്തോട്ടം നനച്ചുകൊണ്ടിരുന്നു.

ഋഷഭവാഹനകാഴ്ചകളും രഥയാത്രയും തെപ്പതേരോട്ടവും കരിമ രുന്നുപ്രയോഗവും ഉത്സവസമാപനനാളിലെ ആരൂദ്രാദർശനവും തിമ്മന്റെ മനോമുകുരത്തിൽ വർണരാജികളായി നിന്നു.

അടുത്ത പുലർച്ചയിൽ ഭീതിദമായ ഒരു സംഭവത്തിന്റെ ഭയാനകത യിൽ തെക്കേ തെരുവുകൾ വിറങ്ങലിച്ചു നിന്നു.

പൊന്തക്കാട്ടിൽ ശിരസും കൈകാലുകളും വേറിട്ട നിലയിൽ ഒരു ജഡം കിടന്നിരുന്നു.

ഊരിൽ അധികമാരും അറിയുന്നതിന് മുമ്പെതന്നെ തിമ്മന് വിവരം അറിയാനായി.

ആ പുലർച്ചയിൽ തിമ്മനെ ഏതാനും മണിക്കൂറുകൾ കാണാതായി.

അൽപ്പസമയത്തിനുള്ളിൽ വാർത്ത കാട്ടുതീയായി. ജനപ്രവാഹം പ്രളയമായി.

കൊല ചെയ്യപ്പെട്ടു കിടന്നവൻ സ്ഥലവാസി തന്നെയാണ്. മുരടൻ. ഒറ്റയാനായി ചുറ്റിത്തിരിഞ്ഞ് അന്യായവഴികളിൽ സമ്പാദിച്ച് അസന്മാർഗ്ഗീക ജീവിതം നയിച്ചവൻ. കുടുംബവും ബന്ധുക്കളും ഇല്ല. ഒരു ഇളയ സ ഹോദരി മാത്രം, സുലൂരിൽ താമസിക്കുന്നു.

കാരണങ്ങളില്ലാതെ ഗൗണ്ടർക്ക് എതിരാളിയായവൻ.

പൊലീസുകാർ ഏകദേശം പത്തു മണിയോടെത്തി. പ്രേതപരിശോ ധനയിൽ അംഗ അടയാളങ്ങൾ കുറിച്ചെടുത്തു. മൃതദേഹം കിടന്നതിന്റെ പരിസരങ്ങളിൽ തെളിവുകൾക്കായി അരിച്ചുപെറുക്കി നടന്നു പൊലീ സുകാർ. ഒന്നും കിട്ടാനായില്ല. ഒരുപക്ഷേ, മറ്റെവിടെയെങ്കിലും കൊല ചെയ്തിട്ട് അവിടെ കൊണ്ടിട്ടതായിരിക്കുമോ! പൊലീസ് അങ്ങനെയും ചിന്തിച്ചു നോക്കി.

അടുത്ത ഊഴം ചുറ്റും കൂടിനിന്നവരോടുള്ള വിചാരണ. ജനങ്ങളിൽ ചലനങ്ങളും സ്ഥാനഭ്രംശശ്രമങ്ങളും. ഇൻസ്പെക്ടർ ആരേയും പോകാ നനുവദിച്ചില്ല. പലരോടും വിവരങ്ങളാരാഞ്ഞു, മൃദുവായും കർക്കശത്തി ലും. കൊലചെയ്യപ്പെട്ടവന്റെ വിവരാന്വേഷണത്തിനിടയിൽ അലമുറയിട്ട് കരഞ്ഞുകൊണ്ട് അവന്റെ സഹോദരിയെത്തി. ജ്യേഷ്ഠന്റെ ഛിന്നഭിന്ന മായ ശരീരഭാഗങ്ങൾ നോക്കി അവൾ വാവിട്ടു നിലവിളിച്ചു. ഇൻസ്പെ ക്ടർ അവളോട് വിചാരണ നടത്തി.

"ഏജമാനനേ! എൻ അണ്ണാനെ അന്ത പാവി, മേമ്പുറത്ത് തോട്ടത്ക്കാരൻ കവുണ്ടറ് താൻ, ആളെ വെച്ച് കൊല ചെയ്തിരിക്കും..."

പിച്ചുംപേയും പറയുന്നപോലെ അലമുറയിട്ടു കരഞ്ഞും മൂക്ക് ചീറ്റിയും അവൾ ഇൻസ്പെക്ടറോട് പറഞ്ഞു. ഒരു പൊലീസുകാരൻ അതെല്ലാം കുറിച്ചെടുത്തു. ഇൻസ്പെക്ടർ അൽപ്പസമയം ആലോചന യിൽ മുഴുകിയപ്പോൾ ചുറ്റും കൂടിനിന്നവർ പരസ്പരം മുഖത്തോടു മുഖം നോക്കി പിറുപിറുത്തു. ഗൗണ്ടറോട് കുറുള്ളവരും അല്ലാത്തവരും ആ കൂട്ടത്തിലുണ്ടായിരുന്നു.

ഇൻസ്പെക്ടറും പൊലീസുകാരും ഗൗണ്ടറുടെ തോപ്പിലേക്ക് നട ന്നുനീങ്ങി, കൂടിനിന്നവരിൽ ചിലരും.

മൃതദേഹം പോസ്റ്റ്മോർട്ടത്തിനായി കോയമ്പത്തൂർ ജില്ലാ ആശുപ ത്രിയിലേക്ക് ഒരു ടാക്സിയിൽ അയച്ചു.

ഗൗണ്ടരുടെ തോട്ടം വീട്ടിൽ ഗൗണ്ടരുടെ ഭാര്യയും അവരുടെ രണ്ടു സഹോദരന്മാരും രണ്ട് പണിയാളുകളും തിമ്മനും ഉണ്ടായിരുന്നു.

ഗൗണ്ടർ ഉണ്ടായിരുന്നില്ല.

ഇൻസ്പെക്ടർ വിചാരണ തുടർന്നു.

ബന്ധുവീട്ടിലെ ഒരാവശ്യത്തിനായി ഗൗണ്ടർ കുന്നത്തൂരിലേക്ക് പോയിരിക്കുന്നു. ഈ വീട്ടിലെ ആർക്കും ഈ കൊലയെപ്പറ്റി ഒന്നും അറിഞ്ഞുകൂടാ. അതു മാത്രമല്ല, തങ്ങളുടെ തോപ്പിലും തോട്ടത്തിലുമുള്ള പണിയാളുകൾ ആർക്കുംതന്നെ കൊലയെപ്പറ്റി അറിഞ്ഞുകൂടാ, കേട്ടറിഞ്ഞതുമാത്രം.

ഗൗണ്ടറുടെ ഭാര്യ പതർച്ചയില്ലാതെ പരിഭ്രമമില്ലാതെ വിശദമായി ഇൻസ്പെക്ടറോട് പറഞ്ഞു.

വിവരങ്ങൾ കുറിച്ചെടുത്തതിനുശേഷം, ഗൗണ്ടർ തിരിച്ചെത്തിയാൽ പൊലീസ് സ്റ്റേഷനിൽ ചോദ്യം ചെയ്യലിനായി എത്തണമെന്ന് ശട്ടംകെട്ടി, ഇൻസ്പെക്ടറും പൊലീസുകാരും പുറപ്പെട്ടു.

പൊലീസുകാരെ ഏർപ്പാടാക്കി വീടും തോപ്പും തോട്ടങ്ങളും വയലേലകളും പരിശോധന നടത്താൻ ആരെങ്കിലും തുനിയുമെന്ന് തിമ്മൻ കരുതി. പക്ഷേ, അനിഷ്ട സംഭവങ്ങൾ ഒന്നും നടന്നില്ല.

ഏവരും കടന്നുപോയി. എന്നാലും ഗൗണ്ടറുടെ കുടുംബാംഗങ്ങളിൽ ഭയം വിട്ടകന്നില്ല. കത്തിയും കഠാരയും കൊടുവാളും എന്നിങ്ങനെയുള്ള ആയുധങ്ങൾ ഓരോ ചെറുചാക്കുകളിലാക്കി വീടിന്റെ പല ഭാഗങ്ങളിലും ചോളക്കുഴിയിലും തിമ്മൻ സൂക്ഷിച്ചുവച്ചു.

ഈ കൊലയെപ്പറ്റി പുലർച്ചയിൽത്തന്നെ വിവരമറിഞ്ഞ തിമ്മൻ ഉറക്കത്തിൽനിന്നും ഗൗണ്ടറെ എഴുന്നേൽപ്പിച്ചു കുതിരവണ്ടിയിൽ ആരുമറിയാതെ പോത്തന്നൂർ റെയിൽവേ സ്റ്റേഷനിലെത്തിച്ചു. ഗൗണ്ടർ ഈ റോഡിലേക്ക് തീവണ്ടി കയറിയതിനുശേഷം തിരിച്ചെത്തി കൊല നടന്ന സ്ഥലത്ത് ചുറ്റിപ്പറ്റി നിന്നു.

ഈ കൊലയ്ക്കും ഗൗണ്ടർക്കും യാതൊരുവിധ സംബന്ധവുമില്ലെന്ന് തിമ്മനു നന്നായറിയാം. എന്നാലും നാടുനീളെ ശത്രുക്കൾ ഉള്ളതിനാൽ ഗൗണ്ടറെ തിമ്മൻ മനഃപൂർവം മാറ്റി നിർത്തിയതായിരുന്നു. അതാണുചിതമെന്ന് ഗൗണ്ടർക്കും തോന്നിയിരുന്നു. തിമ്മന്റെ യഥാസമയ തീരുമാനത്തിന് ഗൗണ്ടർ അങ്ങനെ സമ്മതിക്കുകയായിരുന്നു. കുടുംബാംഗങ്ങളും ഒത്താശ നൽകി. ആവശ്യമെന്നാൽ കോയമ്പത്തൂരിലുള്ള കുടുംബവക്കീൽ ഗോപാലകൃഷ്ണയ്യരോടാലോചിച്ചു കോടതി മുഖേനയോ ഉയർന്ന പൊലീസുദ്യോഗസ്ഥർ മുഖാന്തിരമോ ഗൗണ്ടർക്ക് സുരക്ഷിതത്വം ഉറപ്പാക്കാനാവുമെന്ന് കുടുംബാംഗങ്ങളും തീരുമാനമെടുത്തു.

കുന്നത്തൂരിലെ ചെറിയമ്മാവൻ ഗൗണ്ടറെ അവിടെത്തന്നെ പാർപ്പിച്ചു.

ഇതിനിടയിൽ ഹരിജൻകോളനിയിലുള്ള തന്റെ സഹവർഗക്കാരിൽ നിന്നും അപ്പോഴപ്പോഴായി വിവരങ്ങൾ ശേഖരിച്ചുവന്നു തിമ്മൻ.

കാലത്തിന്റെ ഗമനത്തിൽ കൊലനടന്ന സംഭവം തേഞ്ഞുമാഞ്ഞു കൊണ്ടിരുന്നു.

തിമ്മൻ തനിക്കേറെ വിശ്വാസമുള്ള ഒരാൾ മുഖാന്തരം തത്സമയം പെരിയക്കാപ്പാളയത്തിലായിരുന്ന ഗൗണ്ടർക്ക് വിവരം നൽകി.

കൊലചെയ്ത തദ്ദേശവാസികളായ രണ്ടുപേർ കോടതിയിൽ സ്വയം

കീഴടങ്ങി. കൊലചെയ്യപ്പെട്ടവന്റെ വെപ്പാട്ടിയായിരുന്നു ഒന്നാം പ്രതി, അവ ളുടെ സഹോദരൻ മറ്റൊരു പ്രതിയും. കൊലചെയ്യപ്പെട്ടവൻ മറ്റൊരുത്തി യോടുള്ള മമത കാരണം ആദ്യ വെപ്പാട്ടി ചെയ്തതാണ്. മൂക്കുമുട്ടെ ചാരായം കുടിപ്പിച്ച് അവളും സഹോദരനും ചേർന്നു കഴുത്തറുത്തു കൊന്നു. ശിരസും ശരീരവും വേർപെട്ട നിലയിലും പ്രതികാരം തീരാതെ അവന്റെ കൈകാലുകളും മുറിച്ചുമാറ്റി. കഴിയാവുന്നിടത്തോളം തെളിവുകൾ നശി പ്പിച്ച് ഊരടിത്തോപ്പിന്റെ മൂലയിലെ താഴ്വാരത്തിൽ മുൾച്ചെടികളുടെയും പൊന്തക്കാടുകളുടെയും നടുവിൽ രണ്ടുപേരും ചേർന്നു ജഡം വലിച്ചെറിഞ്ഞു.

നാൾതോറും ഭയം വർധിച്ചു വന്നപ്പോൾ കൊലയാളികൾക്ക് നിൽക്ക ക്കള്ളിയില്ലാതെയായി. തേടിപ്പിടിച്ചു പൊലീസെത്തിയാൽ അനുഭവിക്കേ ണ്ടിവരുന്ന പൊലീസ് മർദനം ഓർത്തപ്പോൾ സ്വയം കീഴടങ്ങുന്നതാണ് ഉചിതമെന്ന് തോന്നി.

ഗൗണ്ടരുടെ മേലുള്ള കളങ്കം അങ്ങനെ നീങ്ങിക്കിട്ടിയത് തിമ്മന്റെ സമയോചിത ബുദ്ധിയും ധൈര്യവും കാരണവുമാണ്.

ഗൗണ്ടരും കുടുംബാംഗങ്ങളും തിമ്മനെ ശ്ലാഘിച്ചു.

ഗൗണ്ടറോട് പകയുള്ളവരിൽ ചില മോഷ്ടാക്കളും ഉണ്ടായിരുന്നു. ഗൗണ്ടരുടെ വാഴത്തോട്ടങ്ങളിലും തെങ്ങിൻതോപ്പുകളിലും അവർ കളവും നടത്തുക പതിവായിരുന്നു. പക്ഷേ, പല ഘട്ടങ്ങളിലും അവർ തിമ്മനാൽ പിടിക്കപ്പെട്ടു. അങ്ങനെ ഗൗണ്ടറോടുള്ള പക അവർക്ക് തിമ്മനോടുമുണ്ടായി.

"ഇവൻ ഇങ്ങനെ പെരിയകവുണ്ടരിക്ക് പാടുപെട്ടിട്ട് എന്ന ലാഭം. ഗൗണ്ടറ് അവനുക്കു തോട്ടോം തൊടീം എളുതി വെക്കുമാ..."

"അതു പോകട്ടെ. ഇവൻ ഈ രാത്തിരി മുച്ചൂടും കാവല് കാക്കണ താലെ നമ്മൾക്ക് തന്നെ നസ്ടം. കക്കാൻ പറ്റിണില്ല. കട്ടാല് അവൻ കണ്ടുപിടിക്കും.."

"ഉം... ഉം... അവനെ അങ്ങനെ വിടാൻ പാടില്ല. അവന് നമ്മള് ഒരു പാടം പഠിപ്പിക്കണം.."

രണ്ട് തസ്കരന്മാർ തിമ്മനെ വലയിലാക്കാൻ പദ്ധതികൾ തയ്യാറാക്കി.

പേരൂർ നൊയ്യല് ആറിന്റെ സമീപത്തു കല്ലുകൊണ്ട് ഒരു തടയണ നിർമിച്ചിരുന്നു. അതിന്റെ ചീർപ്പുകൾ തുറക്കാനും അടയ്ക്കാനുമായി വലി യൊരു ഇരുമ്പുചങ്ങലയും ഘടിപ്പിച്ചിട്ടുണ്ടായിരുന്നു. ആ ഇരുമ്പു ചങ്ങല നല്ല ഉറപ്പുള്ളതും കാണാൻ ഭംഗിയേറിയതുമായിരുന്നു.

ഒരു നടുരാത്രിയിൽ ആ രണ്ട് മോഷ്ടാക്കളും പ്രത്യേക ചീർപ്പുകൾ ഉള്ളതായ ആ കല്ലണയിൽപ്പോയി വളരെ ശ്രമപ്പെട്ട് ആ ഇരുമ്പ് ചങ്ങല മുറിച്ചെടുത്ത് തലച്ചുമടായി കൊണ്ടുവന്നു തിമ്മന്റെ ചെറ്റക്കുടിലിന്റെ മറവിൽ സൂക്ഷിച്ചു വെക്കാൻ തുനിഞ്ഞു. ആ പ്രത്യേക നിമിഷത്തിൽ മൂത്രശങ്കയ്ക്കായി പുറത്തെത്തിയ തിമ്മൻ അവരെ കണ്ടു.

തൊണ്ടിയോടെ കളവ് കണ്ടുപിടിക്കപ്പെട്ടതിൽ അവർ രണ്ടുപേരിലും ഭയാശങ്കകൾ അധികരിച്ചുവന്നു.

പലതവണകളിലെ അവരുടെ മോഷണശ്രമം തടുക്കാനായതിന്റെ പകരംവീട്ടല് ഇത്തരത്തിൽ തന്നെ ഒരു തസ്കരനായി ചിത്രീകരിക്കാ

നുള്ള അവരുടെ തന്ത്രം തിമ്മന് മനസിലായി.

തന്റെ ബലിഷ്ഠകരങ്ങളാൽ അവരുടെ രണ്ടുപേരുടേയും കഴുത്തിന് പിടിച്ചു തിമ്മൻ അലറി:

"ടേയ്! തിരുട്ടുപസങ്കളാ... ഇത് ഞാന് ചുമ്മാ വിടുമാറ്റേണ്ടാ... ഈര് ജനങ്ങളെ കൂട്ടി എല്ലാര് മുന്നാലേയും ഞാന് ചൊല്ലുമെടാ..."

"അയ്യോാാ.. അണ്ണാ വിട്ടുടുങ്കോ! ഇനിമേൽ ഇന്തമാതിരി ചെയ്യമാ ട്ടേൻ. ഈര് ജെനങ്ങളെ കൂട്ടി ഞങ്ങാൾക്ക് ദണ്ഡന വാങ്ങി തരല്ലെ! വേണേല് അണ്ണൻ ഞങ്ങാളെ കൊന്നോ..."

മോഷ്ടാക്കൾ രണ്ടുപേരും തിമ്മന്റെ കാൽക്കൽവീണ് കേണപേക്ഷി ച്ചു. കരഞ്ഞുകൊണ്ട് വീണ്ടും വീണ്ടും അപേക്ഷിച്ചു. ഒടുവിൽ...

"ടേയ്! എഴുന്നേൽക്കെടാ നാണംകെട്ട ശവങ്ങളെ... എടാ.. നല്ല തണ്ടും തടീം ഒണ്ടല്ലാ. എന്തെങ്കിലും കൂലിവേല ചെയ്തു പിഴപ്പ് നട ത്തെടാ! ഇങ്ങനെ മറ്റുള്ളോർട മൊതല് കട്ട് പിഴപ്പ് നടത്തണതിനേക്കാളും നല്ലത് കൊളത്തിലാ കെണത്തിലാ പോയി ചാകണതാണ്."

"അണ്ണാ! ഇനി നാങ്ക തിരുടമാട്ടോം."

"ഛീ.. പോടാ. ത്തൂ..."

തിമ്മൻ ശക്തിയായി കാർക്കിച്ചുതുപ്പി. അവർ രണ്ടുപേരും തിമ്മനെ തൊഴുതുകൊണ്ട് കടന്നുപോയി.

തിമ്മൻ കടുത്ത ആലോചനയിൽ മുഴുകി.

ഗൗണ്ടരുടെ തോപ്പിലെ വീട്ടിലെ അകത്തളത്തിൽ ആടിക്കൊണ്ടി രുന്ന ചിത്രഭംഗിയുള്ള ഊഞ്ഞാൽ താങ്ങിനിർത്തിയിരുന്നതു താൽക്കാ ലികമായി ആ ഇരുമ്പുചങ്ങലകളായിരുന്നു.

നാല്

തോപ്പിലും തൊടിയിലും വയലിലും ആത്മാർഥമായ സേവനം തിമ്മനിൽനിന്നും ഉണ്ടായാൽപ്പോലും ദലിത് വിഭാഗത്തിൽ ഉൾപ്പെട്ടവ നെന്ന പരിഗണന മാത്രമെ കിട്ടിയിരുന്നുള്ളൂ. മൺചട്ടിയിലോ അലൂമിനി യപാത്രത്തിലോ ഇട്ടുകൊടുക്കുന്ന ചോറും കറികളും മുറ്റത്തോ മരനിഴ ലിലോ വന്നിരുന്നു ഭക്ഷിക്കണം. തോപ്പിലായാലും വയലിലായാലും ഒന്നു കിൽ കൈക്കുമ്പിളിൽ അല്ലെങ്കിൽ ഏതെങ്കിലും വൃക്ഷത്തിന്റെ ഇലകൾ പറിച്ചുകൊണ്ടുവന്ന് ആഹാരം വാങ്ങണം.

ആരെന്തു പറഞ്ഞാലും മറുവാക്ക് പറയാൻ അനുവാദമില്ലാതെ "ശരി സാമീ.. ശരി സാമീ..." എന്നും പറഞ്ഞു തലയാട്ടി നിൽക്കണം. അധിക സമയവും നിന്നുകൊണ്ടുതന്നെ ജോലിയെടുക്കണം. ശരീരക്ഷീണം മൂലം ഒന്നിരിക്കണമെന്ന് തോന്നിയാൽപ്പോലും മറ്റാരുടേയും കണ്ണിൽപ്പെടാത്ത വണ്ണം ഒതുങ്ങിയിരിക്കണം. വീട്ടിലെ ജോലിയാണെങ്കിൽ തൊഴുത്തിലോ മറ്റോ ചെന്നിരിക്കണം.

ഈ കീഴാളവർഗം തങ്ങളുടെ ചേരിയിലോ കോളനിയിലോ അല്ലാതെ പുറമേയുള്ള തെരുവുകളിൽ നടക്കുമ്പോൾ ചെരിപ്പ് ധരിച്ചാൽ അത്

"പെരുംകുറ്റമായി" കണക്കാക്കപ്പെടും. തോളിൽ മേൽമുണ്ടിട്ടോ തലയിൽ ഉറുമാൽ കെട്ടിയോ നടന്നുകൂടാ. ബന്ധുജനങ്ങളുടെ വീടുകളിലെ വിശേ ഷണങ്ങൾക്കോ ക്ഷേത്രോത്സവങ്ങൾക്കോ അന്യസ്ഥലങ്ങളിലേക്ക് പോകുമ്പോൾ മാത്രമേ നല്ല വസ്ത്രങ്ങളും ധരിക്കുവാൻ സാധിക്കുക യുള്ളൂ. അതിലും ഗ്രാമാതിർത്തി കടക്കുംവരെ മേൽമുണ്ടോ അംഗവ സ്ത്രമോ ഉണ്ടെങ്കിൽ അവ കയ്യിൽ മറച്ചുപിടിച്ചിരിക്കണം.

ഗ്രാമത്തിലെ പൊതുകിണറുകളിൽ നേരിട്ടു വെള്ളം ശേഖരിക്കാൻ പോലും പാവപ്പെട്ട ഈ താണവർഗക്കാർക്കനുവാദമില്ല. അങ്ങനെ അനു വദിച്ചാൽ തന്നെയും ഇവരുടെ കുടമോ ബക്കറ്റോ കിണറ്റിൽ താഴ്ത്തി വെള്ളം കോരിയെടുക്കുവാൻ അനുവദിക്കുകയില്ല. മറ്റുള്ളവർ കോരിയെ ടുക്കുന്ന വെള്ളം അകന്നു നിന്നു തങ്ങളുടെ കുടങ്ങളിലോ പാത്രങ്ങളിലോ വാങ്ങി കൊണ്ടുപോകണം. മറ്റുള്ളവരുടെ പാത്രങ്ങളിൽ തൊട്ടുപോകരുത്. വെള്ളം കിണറിൽനിന്നും വലിച്ചുകേറ്റുവാൻ സഹായിക്കുകയും വേണം.

ദൈവങ്ങളും സംസ്കാരങ്ങളും കടന്നുവരാൻ മടിച്ചുനിൽക്കുന്ന മേൽക്കോയ്മയുടെ ഇരകളായിത്തീരാൻ വിധിക്കപ്പെട്ട കീഴാള വർഗം.

ഒരിറ്റു ജലത്തിനുപോലും തീണ്ടായ്മ കൽപ്പിക്കുമ്പോൾ ഏവർക്കും ആവശ്യമായ ജലം ലഭിക്കുവാൻ നിർമിക്കുന്ന കിണറുകൾക്ക് ഇവർ അത്യന്താപേക്ഷിതരാകുന്ന വിരോധാഭാസവും ഉണ്ട്. അതേ! കിണറു കൾ കുഴിക്കേണ്ടവരും ആഴപ്പെടുത്തേണ്ടവരും ജലത്തിനുപോലും അയിത്തം കൽപ്പിച്ചു കിട്ടുന്ന ഈ താണവർഗക്കാർ തന്നെ. അപകടകര മായ ഈ ജോലിക്കുവേണ്ടി കിണറുകളുടെ ആഴങ്ങളിലേക്ക് കുതിച്ചിറ ങ്ങുന്ന ഇവരെ നോക്കി കൽപ്പനകൾ പുറപ്പെടുവിച്ചുകൊണ്ട് മേൽജാതി ക്കാർ ഉയരത്തിൽ നിൽക്കും. അഗാധങ്ങളിൽനിന്നും ജലം ഉയരങ്ങളി ലെത്തിക്കാൻ ആ അധമജനം ആവശ്യമായിരിക്കുന്നു. എന്നാൽ ഉയര ങ്ങളിലെത്തിയ ജലം തൊടാൻ ഇവർക്കവകാശമില്ല.

എന്തൊരു വിരോധാഭാസം.

കാരണങ്ങളിൽ ശുദ്ധതയില്ല.

പക്ഷേ, വാച്യാർഥത്തിൽ പറഞ്ഞുപിടിപ്പിക്കുന്നതോ കീഴ്‌വർഗക്കാ രന് ശരീരശുദ്ധിയില്ലയെന്നാണ്.

എന്തൊരു വിരോധാഭാസം.

ശരീരശുദ്ധി മാത്രംമതിയോ! മനസിന് വേണ്ട ശുദ്ധി.

മേൽജാതിക്കാരൻ കുഞ്ഞുന്നാളിലേതൊട്ടു മനസുകളിൽ നിറച്ചു വെച്ച അശുദ്ധികളുണ്ട്. അതിലൊന്നാണ് കീഴ്ജാതിക്കാരൻ.

ഹരിജനെ കണ്ടാൽ കണ്ണുകഴുകണം. തങ്ങളെ കണ്ടാൽ അവൻ അകന്നുമാറി നിൽക്കണമെന്ന് കൽപ്പന. തൊടാനിടയായാൽ സ്വയം ദേഹ ശുദ്ധി വരുത്തണം. തങ്ങളുടെ ദേഹത്തോ വസ്ത്രങ്ങളിലോ അവർ തൊട്ടുകൂടാ. കീഴ്ജാതിക്കാരൻ മേൽജാതിക്കാരനെ തൊട്ടാലോ മേൽജാ തിക്കാരൻ കീഴ്ജാതിക്കാരനെ തൊട്ടോലോ ശിക്ഷ കീഴ്ജാതിക്കാരൻ മാത്രം അനുഭവിക്കണം. അവർ തങ്ങളെ കാണുമ്പോൾ ശിരസ്സ് കുനിച്ചു മുതുക് വളച്ച് ഓച്ചാനിച്ചു നിൽക്കണം. അവർ പാടുപെട്ട് ആഴപ്പെടുത്തിയ

കിണറുകളിൽ നിന്നും ജലം പാനം ചെയ്യാം. അവന്റെ വിയർപ്പുമണി
കൾ ചിന്തിയ ഭൂമിയിലെ വിളവുകൾ ഭക്ഷിക്കാം. അവൻ അഴുക്ക്
കളഞ്ഞു ശുദ്ധിയാക്കിത്തരുന്ന വസ്ത്രങ്ങൾ ധരിക്കാം. പക്ഷേ, അവൻ
തങ്ങളുടെ മുന്നിൽ മോടിയായി വസ്ത്രം ധരിച്ചു നടന്നുകൂടാ. വസ്ത്രമി
ല്ലാതായാലും തെറ്റില്ല. ദേഹോപദ്രവമേൽപ്പിക്കാൻ തോതായിരിക്കുമത്.
കാട്ടിലും മേട്ടിലും തോപ്പിലും തൊടിയിലും പണിയെടുക്കുന്നവനെന്തിന്
വസ്ത്രം! നാണം മറയ്ക്കാൻ കോണകം പോരേ! ഇത്തരം ഘടനാവി
ശേഷങ്ങൾ കീഴ്ജാതിസ്ത്രീകളിലാണെങ്കിൽ മേലാളന്മാർക്ക് അതീവ
സന്തോഷം. നിർബന്ധമായും ക്രൂരമായും കീഴ്ജാതി സ്ത്രീകളുമായി
വേട്ടപ്പട്ടികളെപ്പോലെ ലൈംഗികത പുലർത്തുമ്പോൾ ഈ നികൃഷ്ടതയും
തൊട്ടുകൂടായ്മയും തീണ്ടിക്കൂടായ്മയും എവിടെ പോകുന്നു! അയിത്ത
ത്തിന് അവധി കൊടുക്കുന്ന നിമിഷങ്ങൾ അല്ലേ!!

ദളിത്‌വർഗത്തിന്റെ വേദന തുളുമ്പിയ ചോദ്യങ്ങൾ തീപ്പൊരികളായി
മാത്രം അവരുടെ ഉൾത്തടങ്ങളിൽ എരിഞ്ഞുതീരുന്നു. കാലം കണക്കു
കൾകൂട്ടാൻ മുതിരുന്നില്ല. ആ തീരാകഥനമുറകൾ ചാട്ടുളികളായി ഹൃദ
യത്തിൽ തറച്ചുവെച്ചു അവർ പറയുന്നു:

"നമ്മളോട വിതി അപ്പടി"

കലങ്ങിയ കണ്ണുകളോടും പൊട്ടിച്ചിതറിയ ഹൃദയത്തോടും അവര
ങ്ങനെ പറഞ്ഞു സ്വയം സമാധാനം കണ്ടെത്തുന്നു.

മരണവീടുകളിൽ അറിയിപ്പിനും ആകർഷണത്തിനുമായി തപ്പട്ട
ത്താളം അടിക്കേണ്ടതും ഇവർതന്നെ. തങ്ങളുടെ സ്വകാര്യാവശ്യങ്ങളും
സമയവും ഒതുക്കിനിർത്തി ഇവരെത്തുന്നു. മരണവീടുകളിൽനിന്നും
അവർ മനസറിഞ്ഞു നൽകുന്ന കൂലിയും കുറവായിരിക്കും. ചിലപ്പോൾ
അധികമായും കിട്ടും. പക്ഷേ, ഒന്നിനും പ്രതികരിക്കാനാവില്ല. പറയർക്കും
ഈ ജോലി സഹജമാണ്. പറയടിച്ചു പാട്ടുപാടി നൃത്തച്ചുവടുകൾ വെക്ക
ണം. ശവദാഹ സമ്പ്രദായങ്ങൾ അവസാനിക്കുംവരെ നിന്നുകൊടുക്ക
ണം. ചിതയായാലും കുഴിയായാലും അവസാനിക്കുംവരെ ഇവരുണ്ടാ
കും. സ്വന്തവീടുകളിലെ അത്യാവശ്യകാര്യങ്ങൾപോലും ഒതുക്കി
നിർത്താനേ നിർവാഹമുള്ളൂ.

ഗ്രാമാന്തരീക്ഷങ്ങളിലെ ഇത്തരം ചടങ്ങുകൾക്ക് നേതൃത്വം
നൽകാൻ ഇതരജാതിക്കാർക്ക് കഴിയുകയില്ല. അവരത് ചെയ്യുകയുമില്ല.
മരണവീടുകളിൽ വണ്ണാൻ, ക്ഷുരകൻ, ചക്കിലിയൻ, പറയൻ ഏവരും
എത്തിയിരിക്കണം.

പന്തം പിടിക്കാനും പന്തൽ കെട്ടാനും പന്തിഭോജനത്തിനും എല്ലാ
റ്റിനും താണവർഗക്കാർ നിന്നുകൊടുക്കണം. കൊങ്കനാടിന്റെ പാരമ്പര്യാ
ധിഷ്ഠിതാചാരങ്ങളിൽ കീഴ്‌വേലകൾക്കെല്ലാം കീഴ്ജാതിക്കാർ മാത്രം.
കൊങ്കുനാട്ടിലല്ലാതെയും എവിടേയും എങ്ങും സാമ്പ്രദായിക നിയന്ത്ര
ണങ്ങളിൽ നോവും പരിഹാസവും സമം ചേർത്ത ജീവിതാനുഭവങ്ങ
ളാണ് ദളിത്‌വർഗങ്ങൾക്ക്.

കന്നുകാലികൾ ചത്തുമലച്ചാലും അവിടെയും ഹരിജൻ തന്നെ

വേണം. ഉടമസ്ഥർ വിവരം അറിയിക്കുന്നതും ഇവരെത്തന്നെ. തൊഴു
ത്തിലോ പരിസരത്തിലോ ചത്തുകിടക്കുന്ന പശുവിനെയോ കാളയെയോ
അടക്കം ചെയ്യണമെങ്കിൽ കുറഞ്ഞത് എട്ടുപത് പേരെങ്കിലും വേണം.
മുളംകോലുകളിൽ കൈകാലുകൾ വരിഞ്ഞുമുറുക്കി ചുമന്നുകൊണ്ടു വര
ണം. രോഗങ്ങൾ മൂലമായോ വിഷം തീണ്ടിയിട്ടാണോ ചത്തതെന്ന്
മുതിർന്നവർ നിർണയിക്കും. വിഷം തീണ്ടിയതാണെങ്കിൽ ആ ശരീര
ഭാഗം മാത്രം മുറിച്ചുമാറ്റി മറ്റുള്ളഭാഗങ്ങളിലെ മാംസം പങ്കുവെച്ചെടുക്കും.
വിഷാംശമുള്ള ഇറച്ചി കൃത്യമായി മനസിലാക്കാനും ബാക്കിയുള്ളവ പങ്കു
വെക്കാനും മുതിർന്നവർ നിർദേശം നൽകും. വിവരമറിഞ്ഞു കുട്ടികൾ
വീടുകളിൽനിന്നു പാത്രങ്ങളുമായെത്തും. ചത്തമൃഗത്തിന്റെ മാംസം പങ്കു
വെച്ച് തീർന്നാൽ ബാക്കി അവശിഷ്ടങ്ങൾ ദൂരെകൊണ്ടുപോയി മറവ് ചെയ്യും.
അടുത്തയിനവും പ്രധാനപ്പെട്ടതാണ്. ചത്തമൃഗത്തിന്റെ തോല് ശ്രദ്ധ
യോടെ ഉരിച്ചെടുത്ത് ചെരിപ്പ് നിർമിക്കാനും ചക്രങ്ങളിൽ വെള്ളം തേക്കുന്ന
കോരുപാത്രം ഉണ്ടാക്കുവാനും തപ്പട്ടവാദ്യങ്ങൾക്കും ഉപയോഗപ്പെടുത്തും.
ചത്തമൃഗത്തിന്റെ മാംസം അറുത്തെടുക്കാനോ അവ പാചകം ചെയ്തു
ഭക്ഷിക്കാനോ ഈ ഹരിജൻ സമൂഹത്തിന് സങ്കോചമോ അറപ്പോ വെറു
പ്പോയില്ല. നേരം കാലം നോക്കാതുള്ള കഠിനാധ്വാനത്തിനിടയിൽ വീണു
കിട്ടുന്ന ചില അപൂർവാവസരങ്ങളാണ് അവർക്കീ മാംസാഹാരം.

"മാടും എരുമേം ചെത്താ താൻ ഇന്ത കവുണ്ടർമാർ നമ്മ ആളു
കള്ക്ക് ചൊല്ല് വിടണ്. നല്ല ചെമ്മരിയാടും കോലാടും ദീനം വന്ന് കെട
ന്നാല് ഇന്ത കവുണ്ടർമാർ കസാപ്പുകാരന് ചൊല്ലിവിടണ്. അവമ്മാര് വന്ന്
പാതി വെലക്കോ അയിലും കൊറഞ്ഞ വെലക്കോ വാങ്ങീട്ട് പോയി വെട്ടി
മറ്റേ നല്ല എറച്ചീടെ കുടെ ചേർത്ത് വിൽക്കും."

ചക്കിളിയൻ രങ്കൻ പൊന്നിയോട് പറഞ്ഞുകൊണ്ടിരുന്നു.

"നമ്മ ഒടലിന് മാട്ടിറച്ചി ചേരണമാതിരി കവുണ്ടർമാരുടെ ഒടലിന്
ചേരുല്ലാന്ന് പറയണത് നെജമാ ഇല്ലേ ഉരുട്ടുപെരട്ടാ..."

പൊന്നി സംശയം ചോദിച്ചു.

"മുഴു ഉരുട്ടു പെരട്ടു."

"എപ്പടി."

"മാടും എരുമേം തിന്നണത് പുല്ലും പുണ്ണാക്കും താൻ., ചെമ്മരി
യാടും കോലാടും തിന്നണതും അതേ താൻ. പിന്നെ എറച്ചിക്ക് മാത്തിരം
വെത്തിയാസം ഒണ്ടാകുമാ! എല്ലാം ഒരു ഗവുരവം ടാംബീകം."

"അപ്പാ എല്ലാം ഉരുട്ടുപെരട്ടു താൻ..."

"ആമാം പുള്ളേ! ചക്കിലിയനും പറയനും താഴ്ജാതിക്കാരൻ. അവൻ
മാട്ടിറച്ചി തിന്നും. കവുണ്ടറും നായ്ക്കരും ആട്ട്റച്ചി തിന്നും. അവർ മേൽ ജാതി
ക്കാർ. അങ്ങനെ പറഞ്ഞ് പറഞ്ഞ് നമ്മളെയെല്ലാം താഴ്ന്നജാതിക്കാരാക്കി
കാട്ട്ണ്..."

"നാമെല്ലാരും മാട്ടിറച്ചി തിന്നണിതിന്നാലെ വയസായാലും കൂടി പല്ലൊന്നും
വീണുപോകാതെയിരിക്കണ് എന്നും പറയണണ്ടല്ലാ.. ശെരിയാണോ..."

"അതൊന്നും അല്ല പുള്ളേ! നമ്മളെല്ലാം നല്ല പാടുപെട്ട് കസ്ടപ്പെട്ടു

വേല ചെയ്യണതാലെ ഒടല് നല്ലായിരിക്കണ്."

ഹരിജൻകോളനിയിൽനിന്നും ധാരാളംപേര് സമീപപ്രദേശങ്ങളിൽ കൂലിപ്പണിക്കും കെട്ടിടനിർമാണജോലികൾക്കും പോകുന്നുണ്ട്. പുരുഷ ന്മാരെപ്പോലെ സ്ത്രീകളും ജോലിക്ക് പോകുന്നുണ്ട്. കൂടാതെ കുട്ടികളും പോകുന്നുണ്ട്.

കുട്ടികൾ കൂലിവേലയ്ക്ക് പോകുന്നതിലും അധികമായി അവരുടെ മാതാപിതാക്കൾ ജോലി ചെയ്യുന്ന ജന്മിഗൃഹങ്ങളിലെ പശുക്കളെയും ആടുകളെയും മേയ്ക്കുവാനാണ് നിയമിക്കാറ്. പശുക്കളും ആടുകളും ചെനപിടിച്ചു കഴിഞ്ഞാൽ പിന്നെ കുട്ടികളെ മേയ്ക്കുവാൻ അനുവദിക്കാ റില്ല. പ്രസവം കഴിയുംവരെ തൊഴുത്തിൽ കെട്ടി തീറ്റ കൊടുക്കും. മേയ്ച്ചു നടക്കുമ്പോൾ രോഗം വന്ന് കന്നുകാലികൾ ചാകാനിടയായാൽ അതിന്റെ നഷ്ടം ഈ പാവം കുട്ടികളുടെ കൂലിയിൽനിന്നും ഈടാക്കുന്ന ക്രൂരതയും ജന്മിമാർ ചെയ്തുവന്നിരുന്നു.

വാഴത്തോട്ടങ്ങളിൽ വിയർപ്പൊഴുക്കി വളർത്തിയെടുക്കുന്ന വാഴകൾ കുലച്ചാൽ ഒരു കുലപോലും പണിയാളുകൾക്ക് മുതലാളിമാർ നൽകാ റില്ല. കുലച്ചു പഴുത്തു തൂങ്ങിനിൽക്കുന്ന വാഴക്കുലകൾ കണ്ട് അവ രുടെ കുട്ടികൾ വായിൽ വെള്ളമൂറി നിൽക്കാറുണ്ട്.

തിമ്മന്റെ കടുത്ത പ്രയത്നത്താൽ തടിച്ചു കൊഴുത്ത് കുലച്ചു നിൽക്കുന്ന വാഴക്കുലകളെ വേമ്പനും കൊതിയോടെ നോക്കി നിൽക്കാറുണ്ട്.

തിമ്മന്റെ പരിപാലനത്തിൽ മിനുമിനുത്ത് നിന്നു പ്രസവിച്ചു പാൽചു രത്തുന്ന പശുക്കളെയും എരുമകളെയും കാണുമ്പോൾ തന്റെ മക്കൾക്ക് വേണ്ടി ഒരുതുള്ളി പാൽ കറന്നെടുക്കാൻ സാധിക്കുന്നില്ലല്ലോയെന്ന് ആ പിതാവിന്റെ ഹൃദയവും വേദനിക്കാറുണ്ട്.

അടയാളപ്പെടുത്താനാവാതെ ഇന്നും പ്രാന്തവൽക്കരിക്കപ്പെട്ടു നിൽക്കുന്ന താനുൾപ്പെടുന്ന കീഴാളവർഗത്തിന്റെ തീവ്രരയെഴുതിയ ശിര സ്സുകൾ ഉയർത്തിപ്പിടിക്കുവാൻ കാലം കരുണ കാണിക്കുമോ!!!

അഞ്ച്

വയലുകളിൽ കളപറിക്കുവാനും കൊയ്ത്തുകാലങ്ങളിൽ കൊ യ്യാനും ഹരിജൻ കോളനിയിൽനിന്നും ധാരാളംപേര് പോകാറുണ്ട്. തോപ്പുകളിലും തോട്ടങ്ങളിലും ദിവസക്കൂലിക്ക് പോകുന്നവരാണെങ്കിലും തങ്ങൾ നിരന്തര തൊഴിലാളികളാണെന്ന വിചാരങ്ങളിൽ തികച്ചും ആത്മാർഥമായിത്തന്നെ ജോലി ചെയ്യാറുണ്ട്.

"കൊത്തിപ്പെറുക്കുന്ന കോഴികള് പോലെ അന്നന്നത്തെ അന്നത്തിന് മാത്തിരം കിട്ടണ കാശില് മിച്ചം വെക്കാമ്പറ്റോ..."

ഹരിജൻ ആത്മഗതം ചെയ്യും.

"പുള്ളകുട്ടികള് പശിയോടെ ഇരിക്കുമ്പം അവർട വയറ് നെറച്ച് ഞങ്ങാ അപ്പനും അമ്മേം കഞ്ഞിവെള്ളം കുടിച്ചു കെടക്കും..."

കുടിലുകൾ തോറുമുള്ള യഥാതഥ ദിനചര്യയാണിത്.

കന്നുകാലികളെ വളർത്തി അവറ്റകളിൽനിന്നും കിട്ടുന്ന ചുരുങ്ങിയ വരുമാനം അനുഭവിക്കാനും എല്ലാവർക്കും സാധിക്കുകയില്ല.

രങ്കന്റെ മകൾ തോപ്പിലും വയലിലും ജോലിക്ക് പോകുമെങ്കിലും ജോലി കഴിഞ്ഞുവരുമ്പോൾ പുൽമേടുകളിൽ പോയി ചുമക്കാവുന്ന ഭാരത്തിൽ പുല്ലറുത്ത് തലച്ചുമടായി കൊണ്ടുവരും. പൊന്നി ഒരു എരുമയെ വളർത്തുന്നുണ്ട്. ജോലിയില്ലാത്ത സമയത്തിൽ അവളതിനെ ദൂരങ്ങളിൽ മേയ്ക്കാനും കൊണ്ടുപോകും.

പൊന്നിയുടെ ഭർത്താവ് തൂണാൻ കൂലിവേലക്കാരനാണ്. എന്ത് ജോലി കിട്ടിയാലും പോകും. കിഴക്ക് വയലുകളിൽ അവന് നിരന്തര മായി ജോലി കിട്ടും. കൂടാതെ തെലുങ്കുപാളയത്തിലും വേടപ്പട്ടിയിലും അവനെ വിളിച്ചുകൊണ്ടു പോകാറുണ്ട്.

ചേരിയിൽ കിഴക്കേമൂലയിലുള്ള കുടിൽ തൂണാന്റേതാണ്. അടുത്തുള്ള തോപ്പിന്റെ വേലിയോട് ചേർന്ന് വടക്ക് ഭാഗത്തായി അവൻ ഒരു ചെറിയ തൊഴുത്തും കെട്ടിയിട്ടുണ്ട്. അതിലാണ് പൊന്നിയുടെ എരുമ. എരുമയെ പരിപാലിക്കുന്നത് പൊന്നി തന്നെയാണ്. സമയം കിട്ടുമ്പോ ഴൊക്കെ കൊണ്ടുവരുന്ന പുല്ല് തൊഴുത്തിൽ നിറഞ്ഞു കിടക്കും. അരി വെക്കുമ്പോഴൊക്കെയും കഞ്ഞിവെള്ളവും തൊഴുത്തിൽ ഊറ്റിവെച്ചിട്ടുണ്ടാകും.

കോഴികളെ വളർത്തിവിറ്റ് ആ പണംകൊണ്ട് ഒരു ആടിനെ വാങ്ങി. ഒടുവിൽ ആടിനെ വിറ്റു എരുമക്കുട്ടിയെ വാങ്ങി.

തൂണാൻ ഭാര്യയെ ഇങ്ങനെ പരിഹസിച്ചും പറയാറുണ്ട്.

എരുമയെ പരിപാലിക്കുന്നതിൽ പൊന്നിയുടെ ശുഷ്കാന്തി കാണുമ്പോൾ അവളുടെ അയൽവീട്ടു സ്നേഹിതകൾ സുബ്ബിയും ചെന്നിയും അവരുടെ ഭർത്താക്കന്മാരോടും പശുവിനെയോ എരുമയെയോ വാങ്ങി വരാൻ പറയാറുണ്ട്.

തോട്ടങ്ങളിലും തോപ്പുകളിലും കന്നുകാലികൾ വിൽപ്പനയ്ക്കെത്തിയാൽ അവറ്റകളെ വാങ്ങി ചന്തയിൽ കൊണ്ടുപോയി വിൽപ്പന നടത്താനും ഹരിജൻ കോളനിയിൽനിന്നും ആളുകൾ പോകാറുണ്ട്. ഈ തൊഴിലിൽ ചിലപ്പോൾ ലാഭവും മറ്റു ചിലപ്പോൾ കനത്ത നഷ്ടവും സംഭവിക്കും. എന്നാലും ഈ ദല്ലാൾപണി അവർക്കിഷ്ടമായിരുന്നു. ഈ നിഷ്കളങ്കരായവരുടെ രൂപവും വേഷവും കണ്ടും അവർ കൊണ്ടുവന്നിട്ടുള്ള കന്നുകാലികൾ മോഷണവസ്തുക്കളാണന്ന ഭാവം കാണിച്ചും വിലകുറച്ചു വാങ്ങുന്ന ക്രൂരന്മാരും ഉണ്ടായിരുന്നു. അങ്ങനെയും ഇവർ വഞ്ചിക്കപ്പെടുന്നു. പൊള്ളാച്ചി, തുടിയല്ലൂർ ചന്തകളിൽ കാൽനടയായി പോയി വരുന്നതു തന്നെ മിച്ചം.

ഇത്തരമൊരു സന്ദർഭത്തിൽ മാസാൻ ഒരു എരുമക്കുട്ടിയുമായി ചന്തയിൽ പോയി.

"ഇന്ത എരുമക്കിടാവിന്റെ തായ് ചത്ത് പോയി. മറ്റ എരുമകളും പാൽ കൊടുക്കാതെ ഇരിക്കണ്. വിക്കാൻ വേണ്ടി കൊണ്ടുവന്നതാണ് സാമീ..."
മാസാൻ ഭവ്യതയോടെ പറഞ്ഞു.

"ഛീ പോടാ. ഈ ചാവാലീനെ എവടന്ന് കിട്ടിയെടാ... ഇതിനെ എവി

ടേങ്കിലും തള്ളിവാടന് നെനക്ക് പണം തന്ന് വിട്ടാ..."

പരിഹാസം പലരിൽനിന്നും കേട്ടുമടുത്തപ്പോൾ ഒരു തീരുമാന ത്തിന്റെ വാശിയോടെ മാസാൻ എരുമക്കുട്ടിയെ സ്വന്തം കുടിലിലേക്ക് തന്നെ തിരിച്ചുകൊണ്ടുവന്നു.

ഇന്ന് അതിനെ തടിച്ചുകൊഴുത്ത് കറവയുള്ള ഒന്നാന്തരം എരുമ യാക്കിയിരിക്കുന്നു സുബ്ബി.

പുല്ല് വളർന്നു നിൽക്കുന്ന സ്ഥലം കണ്ടുപിടിച്ച് ഒരു തലച്ചുമടെടു ത്തുവന്ന് എരുമയ്ക്ക് കൊടുത്താലേ സുബ്ബിക്ക് അന്നം തൊണ്ടയിൽ നിന്നും ഇറങ്ങുകയുള്ളൂ.

ഹരിജനപ്പെണ്ണുങ്ങൾ കറവകന്നുകാലികളെ വളർത്തുന്നതിൽ മേലാ ളർ പെണ്ണുങ്ങൾക്കും ദേശ്യവും അസൂയയുമുണ്ടായി.

"ഓാ... ഇപ്പ ഇവലുമാരും പാലും തൈരും മോരും ഉപയോഗിക്കാൻ തൊടങ്ങിയിരിക്കണ്. പാല്ക്കാരന് കൊടുത്ത് പണവും സമ്ബാദിക്കണ്..."

"ങാ... ങാ.. ഇപ്പ നമ്മട തൊഴുത്തിലേക്ക് പിള്ളേരെ വിടാനും മടി ക്കണ്.."

അവരുടെ അസൂയയ്ക്ക് അതിരുകളില്ലാതായി.

"ഏതോ നമ്മട തോട്ടത്തിലും തോപ്പിലും ജോലി ചെയ്യുന്ന ഇവറ്റ കൾക്ക് നമ്മള് മനസ്സ് വെച്ചു കട്ടൻകാപ്പി കൊടുക്കാറുണ്ടല്ലാ. ഇനി ഇവമ്മാര് പാലൊഴിച്ച കാപ്പിവേണമെന്ന് പറയും."

"ഉം.. ഉം. ഇവമ്മാര് ചായക്കടല് പോയി "സാമീ ടീയിപ്പോയണ്ടാ" എന്ന് തെലുങ്കില് പറഞ്ഞാല് അവർക്കും പാലൊഴിച്ച ചായയാണ് കൊടു ക്കണത്.."

"ങാാ.. ങാ. പക്ഷേല് എല്ലാവർക്കും കൊടുക്കണ തമ്ബ്ലറില് കൊടു ക്കൂലാ. അവമ്മാർക്ക് വെച്ചിട്ടുള്ള തനി തമ്ബ്ലറിലേ ചായ കൊടുക്കൂള്ളൂ."

ഗൗണ്ടർപെണ്ണുങ്ങൾ അങ്ങനെ സമാശ്വാസം കണ്ടെത്തി. സംസാരം നിർത്തി.

ഈ പ്രദേശങ്ങളിലെ ചായക്കടകളിൽ തങ്ങൾക്കീവിധം ലഭിക്കുന്ന ല്ലോയെന്നതിൽ ആ പാവം ദലിത് ജനത തൃപ്തിയടഞ്ഞു. മറ്റുചില പ്രദേ ശങ്ങളിൽ ഇത്തരക്കാർക്ക് ചായക്കടകളിൽ പ്രവേശിക്കാനോ ചായ ചോദിച്ചു വാങ്ങാനോ അനുവാദമില്ലായിരുന്നു.

സ്വന്തം ചേരികളിൽ മാത്രമേ ഇവർക്ക് തല നിവർത്തി നടക്കാനാ കുമായിരുന്നുള്ളൂ. ചേരി അതിർത്തി കഴിഞ്ഞാൽ തല കുമ്ബിട്ടും ഭയഭ ക്തിയോടും മാത്രമേ നടക്കാനാവുകയുള്ളൂ. മറ്റു ജാതിക്കാർ താമസി ക്കുന്ന സ്ഥലങ്ങളിൽ ഇവർ ഒതുങ്ങിയൊതുങ്ങി നടന്നുപോകണം. അവി ടങ്ങളിൽ ഇരിക്കാനോ, നിന്നു സംസാരിക്കാനോ പാടുള്ളതല്ല. ഓരം ചേർന്നു നടന്നുപോയാലും ഏതെങ്കിലും മേൽജാതിക്കാരെ കണ്ടാൽ താണുവണങ്ങി നിൽക്കണം. തോട്ടങ്ങളിലും തോപ്പിലും ജോലി ചെയ്യുന്ന സമയത്ത് ജമ്മിയെത്തിയാൽ ജമ്മി തോപ്പിനുള്ളിൽ എത്തിയെന്നറിയിച്ചു "രേ! കവുടുസേൻലു ഒച്ചേരു" എന്ന് തെലുങ്കിൽ വിളിച്ചുകൂവും. അപ്പോൾ എല്ലാവരും ഒന്നിച്ചു നിന്നു ശിരസും മുതുകും കുനിച്ചു ബഹുമാനം കാണിക്കും.

ഈ സ്വഭാവം ഹരിജൻ കോളനിയിലെ ഏവരുടേയും രക്തത്തിൽ അലിഞ്ഞു ചേർന്നിരുന്നു.

വിശപ്പാറ്റുന്ന സമയത്താണെങ്കിൽപ്പോലും ഭക്ഷണപദാർഥങ്ങൾ നീക്കിവെച്ചു ജന്മിയെ കണ്ടാൽ കുടുംബത്തോടെ ഓടിവന്ന് ഓച്ഛാനിച്ചു നിൽക്കും.

"സ്വമി... സ്വമീ... എന്തിനാ സാമി കാല് നൊന്ത് ഇവട വന്നെ. പറഞ്ഞാല് ഞങ്ങാ അങ്ങാട്ട് വരുമല്ലാ..."

സ്വന്ത കഷ്ടനഷ്ടങ്ങൾ സ്വയം സഹിച്ചു തീർത്താലും ഞങ്ങൾ ജോലി ചെയ്യുന്ന നിലങ്ങളിലെ ഭൂവുടമകളെ ഇവർ തള്ളിപറയാറില്ല. സ്വയം പഴിചാരി സമാധാനിക്കും.

ചെന്തോട്ടത്തിൽ മാട് മേയ്ക്കുന്ന ചെന്നിയുടെ മകന് പത്തു പന്ത്രണ്ട് വയസുണ്ടാകും. പാമ്പേരിയുടെ താഴ്വാരത്തിൽ മേഞ്ഞുകൊണ്ടിരുന്ന ആ പശുവിനെ തിരിച്ചുകൊണ്ടുവരുവാൻ കുറ്റിയിൽനിന്നും കയറഴിച്ചു. ഏതോ പ്രാണി കടിച്ചതിനാലാവണം പശുമിരണ്ട് നെട്ടോട്ടമോടി. മുറു കെപ്പിടിച്ച കയറുമായി പയ്യനും പിറകെ. ചെന്തോട്ടത്തിന്റെ മൂലയിലുള്ള കിണറ്റിന്റെ വക്കത്തെത്തിയപ്പോൾ പശുവിന്റെ മുൻകാലിലൊന്ന് മൺത്തിട്ടും തകർത്തു കിണറ്റിലേക്ക് ചരിഞ്ഞു. പശുവിനെ മുകളിലേക്ക് കയറ്റാനുള്ള തത്രപ്പാടിൽ പയ്യൻ കയ്യിലുള്ള കയറിനറ്റം മുറുകെ പിടിച്ചു വലിച്ചുവെങ്കിലും ഞൊടിയിടയിൽ പശു പയ്യിനേയും വലിച്ചുകൊണ്ട് കിണറ്റിലേക്ക് വീണു.

സംഭവം ആരും അറിഞ്ഞില്ല. ആർക്കും രക്ഷിക്കാനായില്ല. ആഴമുള്ള ആ കിണറിൽ രണ്ടു പിണങ്ങൾ. പശുവും പയ്യനും.

ഓരോരോ ജോലികൾക്കുപോയി വൈകിയെത്തിയ ഹരിജൻ കോളനി നിവാസികൾ വിവരമറിഞ്ഞു ഞെട്ടി.

രാത്രി മുഴുവൻ ആ പാവങ്ങൾ കിണറ്റിൻ കരയിൽ കാവലിരുന്നു.

അടുത്ത പകലിൽ പേരൂർ പൊലീസ്സ്റ്റേഷനിൽനിന്നും പൊലീസെത്തി. മണിക്കൂറുകൾ കഴിഞ്ഞപ്പോൾ അഗ്നിശമനസേനാംഗങ്ങളുമെത്തി. ഉച്ചകഴിഞ്ഞു പയ്യന്റെ ജഡവും പശുവിന്റെ ചത്ത ഉടലും പുറത്തെടുത്തു.

ചെന്തോട്ടത്തിന്റെ ഉടമസ്ഥൻ ചെട്ടിയാർ എല്ലാ ചെലവുകളും വഹിച്ചു.

കരഞ്ഞു വീങ്ങിയ കണ്ണുകളുമായി പാവം ചെന്നി മുറ്റത്തിരുന്നു.

"പാവം ചെന്നിപ്പയ്യൻ. അവനുക്ക് ഇപ്പടി ഒരു സാവാ! ഇനി അന്ത ചെന്നിപ്പുള്ള എന്ത് ചെയ്യും..."

"ഓാ.. പോനത് പോനത് താൻ. അന്ത മകരാശൻ ചെട്ടിയാർ എല്ലാ സഹായോം ചെയ്തു..."

"എല്ലാ കാരിയങ്ങൾക്കും ചെട്ടിയാർ ഒതവിയായി നിന്നു. ഇനി നസ്ത ഈട് കൊടുക്കാമ്പറ്റോ... കൊടുത്താലും പോന ഉയിര് തിരിച്ചു വരുമാ..."

ഊര് ജനങ്ങൾ പറഞ്ഞു.

ചെന്നിക്ക് ചെന്തോട്ടത്തിൽ തന്നെ ചെട്ടിയാർ ജോലി കൊടുത്തു. അവിടെയുള്ള കന്നുകാലികളെ പരിപാലിക്കുവാൻ ചെന്നിയെ നിയമിച്ചു.

ചെന്നിയുടെ മകന് സംഭവിച്ച ഈ അത്യാഹിതം തിമ്മനെ ഉലച്ചു. നാലഞ്ചുനാൾ തികച്ചും മൗനിയായി. അയാൾ തന്റെ ഭൂതകാല സംഭവ ങ്ങളിൽ കൂപ്പുകുത്തി. കഴിഞ്ഞകാല ദുരന്തങ്ങൾ അയാളെ വ്യാകുലനാ ക്കി. ആ ചെറ്റക്കുടിലിലെ മൺചുമരുകളിൽ അടർന്നുവീഴാറായ ചുണ്ണാമ്പ് അടയാളങ്ങൾ അയാളുടെ ഓർമകളിലും തെളിഞ്ഞു. തന്റെ മക്കൾ. അവരെ വളർത്തിയെടുക്കാൻ താൻപെട്ടപാട്. ഇപ്പോൾപ്പോലും മക്കൾ ഒരു നിലയിലായില്ല. തനിക്കെന്തെങ്കിലും ദുരന്തം സംഭവിച്ചാൽ മക്കളുടെ ഗതി!!! അത്യാഹിതങ്ങളുടെ തുടർച്ചയിൽ പെരുമാനല്ലൂരിൽനിന്നും ഇവി ടേക്ക് വരേണ്ടതായി വന്നു. ചെന്നിയുടെ മകന്റെ ദുർമരണം പോലെ ഇനിയുമെത്ര കാണേണ്ടതായി വരും. അപ്പോഴൊക്കെയും മനസ്സ് ചോർച്ച അനുഭവിക്കണമല്ലോ.

ഗ്രാമത്തിന്റെ ഇതരഭാഗങ്ങളിൽ കാണാനാവാത്ത ഈ ശോകം എന്തേ ഹരിജൻ കോളനിയിൽ മാത്രമുണ്ടാകുന്നു!

ആദികാലങ്ങളിൽ ഗ്രാമത്തിന്റെ തെക്കേമൂലയിൽ മാത്രം ഒരു കുടി ലുണ്ടായി. കാലക്രമേണ അത് പത്ത് പതിനഞ്ചായി. കാലത്തിന്റെ കുതി ച്ചോട്ടത്തിൽ കുടിലുകളുടെ നിരയും അധികമായി. നൂറും നൂറിന് മേലെയും പ്രായമുള്ളവർ ചേരിയിലുണ്ട്.

"പാട്പെടാതെ ഇരുന്നവർ ആരും ഇവിടില്ല. എല്ലാരും നല്ലാ പാട്പെട്ടു. രാവ് പകല് നോക്കാതെ പാടുപെട്ടു. പക്ഷേല്.. പക്ഷേല്.. എന്ത മുന്നേ റ്റവും ഇല്ലാതെ പോയവരും ഉണ്ട്. ദീനം വന്ന് കസ്ടപ്പെട്ടു പോയവരും ഉണ്ട്. നോവും വെച്ച് ഇപ്പളും പാടുപെടണവരും നമ്മള്ടെ എടേല് ഉണ്ട്."

മുതിർന്നവരുടെ പഴംപാട്ടുകൾ തിമ്മൻ കേട്ടിരിക്കും. അവരെ സാന്ത്വ നപ്പെടുത്തുകയും ചെയ്യും.

പക്ഷേ... പക്ഷേ....

ചളുങ്ങിയ അലുമിനിയ തട്ടുകളുമായി ഇതരസമൂഹക്കാർ വസി ക്കുന്ന തെരുവുകളിൽ പോയി ആഹാരം ചോദിച്ചു വാങ്ങുന്ന തന്റെ ജാതി ക്കാരെ കാണുമ്പോൾ തിമ്മന്റെ മനസ്സ് നീറും. ജോലി ചെയ്യാനാവാതെ ഒരുനേരത്തെ വിശപ്പടക്കുവാൻ കയ്യേന്തി നിൽക്കാൻ വിധിക്കപ്പെട്ടവർ.

മകൻ വേമ്പനെ തന്നോടൊപ്പം തന്റെ ജീവിതമാർഗംതന്നെ പരിശീ ലിപ്പിച്ചതിൽ അയാൾ തന്നെത്തന്നെ ശപിച്ചിട്ടുമുണ്ട്. മറ്റേതെങ്കിലും തൊഴി ലിൽ സംബന്ധപ്പെടുത്തിയിരുന്നുവെങ്കിൽ നന്നായിരുന്നുവെന്ന് കാലം കടന്ന ചിന്തയും തിമ്മനിൽ മുളച്ചുപൊന്തും.

കൂർത്ത മൂർത്ത ശരം കണക്കെ ഓർമകൾ സിരാമണ്ഡലത്തിൽ പായുമ്പോൾ തിമ്മൻ ഉറക്കം വിട്ടെഴുന്നേൽക്കും.

ഇല്ല... ഇല്ല.. അടുത്ത ചിങ്ങം പിറന്നാൽ വേമ്പനെ മറ്റൊരു തൊഴി ലിൽ ഏർപ്പെടുത്തണം. പാവം വേമ്പൻ തന്നോട് അനുസരണക്കേട് കാണിക്കാതെ താൻ ചൂണ്ടിയ മാർഗത്തിലൂടെ നടക്കുന്നു. ഈ തോപ്പി ലെയും തൊടിയിലെയും വയലിലെയും ജീവിതം തന്നോടൊപ്പം മണ്ണടി യട്ടെ. അടുത്ത തലമുറയിലേക്ക് പകർത്തി വിടരുത്.

തന്നേയുമല്ല. ചിന്തിച്ചു നോക്കിയാൽ ഉത്തരം കിട്ടാതെ സമസ്യ!!

തന്റെ അടുത്ത തലമുറയെ തന്നോടൊപ്പം തന്നെ നിർത്തണമെന്ന നിർബന്ധം പാടുള്ളതാണോ! ആ അവകാശം തനിക്കുണ്ടോ! അത് മകന്റെ വ്യക്തിത്വത്തിന് നേർക്കുള്ള തന്റെ ചരട് പിടുത്തമല്ലേ! ജനിപ്പിച്ചു എന്ന ഒറ്റക്കാരണത്താൽ ഇത്തരം അവകാശങ്ങൾ മകന്റെ നേരെ എറിഞ്ഞുപിടിപ്പിക്കുവാൻ പാടുള്ളതാണോ!

വയ്യ... വയ്യ... മകനുമായി നേരിൽ സംസാരിക്കണം. പിതാവും പുത്രനുമായല്ല, സമൂഹത്തിലെ രണ്ട് വ്യക്തികൾ എന്ന നിലയിൽ.

അതിന് പറ്റിയ ഇടം ചേരിയിലെ തന്റെ സ്വന്തം കുടിൽ തന്നെ.

സ്നേഹം മരിക്കാത്ത ആ കുടിലിൽ അടുത്ത പകലിൽ മകനോട് സംസാരിക്കേണ്ട വിഷയം ഓർത്തുകൊണ്ട് തിമ്മൻ മയങ്ങി.

<h2 style="text-align:center">ആറ്</h2>

തന്നെ അരികിൽ വിളിച്ചിരുത്തി അന്ന് അപ്പൻ പറഞ്ഞുതന്ന കാര്യങ്ങൾ ഇന്നും വേമ്പന്റെ മനസിൽ ഓരോമന തഴമ്പായി കിടക്കുന്നു. കാലങ്ങൾക്ക് മായിച്ചു കളയാനാവാത്തവിധം കിടക്കുന്നു.

അന്നപ്പൻ പറഞ്ഞ കാര്യങ്ങൾ പ്രായോഗിക തലങ്ങളിൽ പ്രകടിപ്പിക്കാനാവാത്തതിൽ മനസ്സ് ചോർച്ചയും അതിന്മേൽ പതിഞ്ഞു കിടക്കുന്നു.

പക്ഷേ... പക്ഷേ... തന്നെയും അനുജത്തിയേയും മറന്നുവെച്ച മാതിരി അപ്പൻ കടന്നുപോയ സംഭവം ഓർമിക്കാൻ ഇന്നും ത്രാണിയില്ല.

മനസിന്റെ അകംഭിത്തികളിൽ ഇന്നും ചോര പൊടിയുന്നു.

ഗൗണ്ടരുടെ തോപ്പിൽ ഒത്തൊരു കാളക്കുറ്റനുണ്ട്. മാട്ടുപൊങ്കൽ നാളുകളിൽ അവന്റെ കൊമ്പുകൾ ചീവി മിനുസപ്പെടുത്തി വർണം പുശി നിർത്തും. ചീറിപ്പായുന്ന സ്വഭാവക്കാരനായതിനാൽ ആ കാളക്കുറ്റനെ പരിപാലിക്കുന്നതും ഇടം മാറ്റി കെട്ടുന്നതും തീറ്റകൊടുക്കുന്നതും തിമ്മൻ മാത്രമാണ്. മറ്റാരും അതിന്റെ അരികിൽപ്പോലും പോവുകയില്ല.

ഈ വിവരം ഗൗണ്ടർക്കും നന്നായറിയാവുന്നതുമൂലം അതിനോടിട പഴകാൻ അനുവദിക്കാറുമില്ല ആരേയും.

"ചന്തേല് കൊണ്ടോയി കിട്ടണ വെലയ്ക്ക് വിറ്റിട്ട് വരാം.."

പലരും ഗൗണ്ടരോട് പറയാറുണ്ട്.

"ഉം... ഉം. വേണ്ടാം.. അത് തൊഴുത്തില് വന്ത പിന്നാലെയാണ് മറ്റ ഉരുപ്പടിയെല്ലാം വന്ത് ചേർന്തത്."

ഗൗണ്ടരുടെ ഭാര്യ കട്ടായമായി പറഞ്ഞു.

മാനം കറുത്തിരുണ്ട് കാർമേഘങ്ങൾ വീണ്ടുംവീണ്ടും കൂടിക്കൂടി വന്നു. അയ്യാമലയുടെ ചരിവിൽ ദിഗന്തം മുഴങ്ങുമാറുച്ചത്തിൽ ഒരിടിവെട്ടി. മലയോരങ്ങളിൽ ആടുമാടുകളെ മേയ്ച്ചുകൊണ്ടിരുന്നവർ തിരിച്ചുവരാനൊരുങ്ങി.

മഴ ഉടനെ പെയ്തിറങ്ങും. വീണ്ടും ഒരിടിവെട്ടി.

ഗൗണ്ടരുടെ തോപ്പിന്റെ തെക്കേ മൂലയിൽ കെട്ടിയിട്ടിരുന്ന കാളക്കുറ്റൻ ഇടിയുടെ ശബ്ദത്തിൽ മിരണ്ട് കയറും പൊട്ടിച്ച് വീട്ടുമുറ്റത്തെത്തി.

വെള്ളത്തൊട്ടിക്കരികിൽ നിന്നിരുന്ന മകനെയും മകളെയും കണ്ടപ്പോൾ ഗൗണ്ടറുടെ ഭാര്യയുടെ നെഞ്ചിൽ തീകത്തി. കാളയുടെ രൗദ്രഭാവം കണ്ട പ്പോൾ അവർ "അയ്യോ" എന്നലറി.

വരമ്പ് വെട്ടി നിരത്തിയിരുന്ന തിമ്മൻ മമ്മട്ടി എറിഞ്ഞുംവെച്ച് ഓടി വന്നു.

"സ്വമീ.. സ്വമീ! ഭയപ്പെടല്ലെ. അവിടത്തന്നെ നിന്നോ..."

ഒരു വേപ്പിന്റെ ചില്ല ഒടിച്ചെടുത്ത് തിമ്മൻ കാളയോടടുത്തു. ആ കാളക്കൂറ്റന്റെ മുഖത്തെ ബീഭത്സത അയാളേയും അൽപ്പം ഭയപ്പെടുത്തി.

വരമ്പിനരികിലൂടെ കുത്തിയൊലിച്ചു പോകുന്ന വെള്ളത്തിന്റെ ശബ്ദം കാളക്കൂറ്റൻ ശ്രദ്ധിച്ചു. അതിനുശേഷം കിഴക്കോട്ട് തിരിഞ്ഞു നാലഞ്ചാറ ടിവെച്ചു. വെള്ളത്തൊട്ടിക്കരികിലെത്തി. കടുത്ത ഭയത്തിൽ കൈകൾ നീട്ടി കുട്ടികളുടെ "അമ്മാാാ... അമ്മാാാ" എന്നുള്ള നിലവിളിയും ഗൗണ്ട റുടെ ഭാര്യയുടെ 'അയ്യോാാാ' എന്നലർച്ചയും അവിടമാകെ അലയടിച്ചു.

"കണ്ണ്.. കണ്ണ്.. നിങ്ങളെ ഒന്നും ചെയ്യൂലാ.. അവട തന്നെ നില്ല് സാമീ..."

വിളിച്ചുപറഞ്ഞുംകൊണ്ട് തിമ്മൻ കാളയുടെയും കുട്ടികളുടെയും ഇടയിൽ പാഞ്ഞുകയറി കാളക്കഴുത്തിലെ കയറിൽ പിടുത്തമിട്ടു.

അപ്പോഴാണയാൾ അത് ശ്രദ്ധിച്ചത്, കാളയുടെ മൂക്കുകയർ മു റിഞ്ഞു കിടക്കുന്നു.

ആ കയർ കിട്ടിയാൽ അതുകൊണ്ട് മൂക്കുകയർ വരിഞ്ഞുമുറുക്കാം എന്ന ആലോചയിൽ കാളയുടെ കഴുത്തിൽ തടവി. "ബാ... ബാ.. ബാ.." എന്നുള്ള പതിവ് ശബ്ദം പുറപ്പെടുവിച്ചുകൊണ്ട് തിമ്മൻ കാളയോടടുത്തു.

അന്നുവരെ കാണാത്ത ചുവപ്പിന്റെ രൗദ്രത കാളക്കൂറ്റന്റെ കണ്ണുക ളിൽ തെളിഞ്ഞു.

മുൻകാൽ കുളമ്പുകൾ മണ്ണിലുരസി തെറിപ്പിച്ചു. മൂക്കിൽനിന്നും സീൽക്കാരത്തോടെ കാറ്റ് പുറത്തുവന്നുകൊണ്ടിരുന്നു.

കാളക്കൂറ്റന്റെ സ്വഭാവഗുണത്തിലെ അന്നത്തെ തൃപ്തിക്കേട് തിമ്മൻ മനസിലാക്കി.

കാളയോട് അൽപ്പംകൂടി അടുത്തുനിന്നു വാത്സല്യത്തോടെ അതിന്റെ മുതുകിൽ സ്പർശിക്കാൻ തുനിഞ്ഞപ്പോൾ ശിരസ്സ് കുലുക്കി കാള വിസമ്മതം പ്രകടിപ്പിച്ചു.

"ഇന്ന് നെണക്ക് എന്ത് പറ്റി! ചുമ്മാ നില്ല്. നാന് നെന്നെ ഒന്നുംചെ യ്യൂലാ...'

എന്നും പറഞ്ഞുകൊണ്ട് തിമ്മൻ കാളയുടെ മുഖം അടച്ചു പിടി ക്കാൻ കരങ്ങൾ നീട്ടി.

"ശ്ശോ... അപ്പോൾ.. അപ്പോൾ.."

വെറിയോടെ രൂക്ഷമായി നോക്കി, തല അൽപ്പം കുനിച്ചു. പിൻകാ ലുകൾ കുടഞ്ഞ് ആ കാളക്കൂറ്റൻ കുട്ടികളുടെ നേർക്കടുത്തു.

ഇമവെട്ടും നേരത്തിൽ തിമ്മൻ ഒരു മുരട്ടു ധൈര്യത്തിൽ ഇരുകര ങ്ങളാലും കാളയുടെ കൊമ്പുകളിൽ പിടുത്തമിട്ടു.

ഞൊടിയിൽ കാള ആക്രോശമായി തലകുടഞ്ഞു കൊമ്പ് കുലുക്കി തിമ്മനെ ഇടിച്ചു താഴത്തിട്ടു.

കുട്ടികളും ഗൗണ്ടരുടെ ഭാര്യയും ശബ്ദിക്കാനാവാതെ വായ പിളർന്നു നോക്കി നിൽക്കെ, രൗദ്രഭാവത്തിൽ കാള തിമ്മനോടടുത്തു.

മലർന്ന് വീണു കണ്ണുകൾ തുറിച്ചു വായ പിളർന്നു തിമ്മൻ കാളയെ നോക്കുന്ന അതേ ഞൊടിയിൽ... കാളയുടെ കൂർത്ത കൊമ്പുകൾ തിമ്മന്റെ വയറ്റിൽ താഴ്ന്നിറങ്ങി!!!

"അയ്യോ... അയ്യോ... സാമീ..."

തിമ്മന്റെ അടിത്തൊണ്ടയിൽനിന്നുള്ള രോദനം!!!

വയറ്റിൽനിന്നും കുടൽമാല പുറത്തേക്ക് വന്നിരിക്കുന്നു. കടുംചോര ചീറ്റിത്തെറിക്കുന്നു.

ആ മണ്ണ് നനഞ്ഞിരിക്കുന്നു. തിമ്മന്റെ ചോരയിൽ.

അയാളുടെ വിയർപ്പു മണികൾ ധാരധാരയായി വീണ അതേ മണ്ണിൽ ഇന്നയാളുടെ ചോരത്തുള്ളികൾ ധാരധാരയായി വീഴുന്നു. ആ കൈകാലുകൾ പിടഞ്ഞുപിടഞ്ഞ് ആ മണ്ണ് തട്ടിത്തെറിപ്പിച്ചുകൊണ്ടിരുന്നു. ആ മണ്ണിനെ താലോലിച്ച കൈകാലുകൾ.

തിമ്മന്റെ ദീനസ്വരം നേർത്ത് നേർത്ത് വരുന്നു. കണ്ണുകൾ ഇരുട്ടി ത്തുടങ്ങുന്നു.

ആ കാളക്കൂറ്റൻ തിമ്മന്റെ ചോരപുരണ്ട ശരീരത്തിലേക്ക് തന്നെ ഉറ്റുനോക്കുന്നു. ആ രൗദ്രഭാവം കുറേശ്ശെയായി മാഞ്ഞുപോകുന്നതോ ടൊപ്പം സാവധാനം പിൻനടത്തം തുടർന്നു.

കുട്ടികൾ പാഞ്ഞുവന്നു ഗൗണ്ടരുടെ ഭാര്യയുടെ കൈകൾ കവർന്നു കെട്ടിപ്പിടിച്ചു ഭീതിയോടെ നിൽക്കുന്നു. ഗൗണ്ടരുടെ ഭാര്യക്ക് തലചുറ്റല നുഭവപ്പെട്ട് നിന്ന അതേയിടത്തിൽത്തന്നെ കുത്തിയിരിക്കുന്നു. കുട്ടികളും അമ്മയോടൊപ്പമായിരുന്നു. കുട്ടികളും അമ്മയും അലറിക്കരഞ്ഞു.

നടവരമ്പിലൂടെ നടന്നുപോയവർ ശബ്ദംകേട്ടു തിമ്മന്റെ ചോരവീണു കുതിർന്ന ആ മണ്ണിലേക്ക് കടന്നുവന്നു.

രംഗം കണ്ടവർ സ്തബ്ധരായി നിന്നു.

വിവരമറിഞ്ഞു തുണാനും രക്ഷനും കൊടുങ്കാറ്റുപോലെ പാഞ്ഞെ ത്തിയപ്പോൾ മേപ്പുറത്തോട്ടത്ത് ഗൗണ്ടർ വന്നു തിമ്മന്റെ വയറിന് ചുറ്റും ഈറൻ തുണി ചുറ്റുകയായിരുന്നു.

പക്ഷേ.. പക്ഷേ.. തിമ്മന്റെ ജീവൻ ആ ശരീരത്തോട് യാത്ര പറയാ നൊരുങ്ങുകയായിരുന്നു.

ബോധോദയം വന്ന മട്ടിൽ ഗൗണ്ടരുടെ ഭാര്യ പെട്ടെന്നെഴുന്നേറ്റുപോയി ഒരു മൊന്തയിൽ വെള്ളം കൊണ്ടുവന്നു തിമ്മന്റെ വായിൽ സാവധാനം ഒഴിച്ചു.

പക്ഷേ! ആ ജലം കടവായിലൂടെ പുറത്തേക്കൊലിച്ചു.

"അയ്യയ്യോ.... ഇപ്പടി പോയിട്ടിയേ! തിമ്മാ... തിമ്മാാ. എടാ തിമ്മാാാ.."

കണ്ണീരിന്റെയും വേദനയുടെയും അന്തരീക്ഷത്തിൽ ആ പരിസര മാകെ നിറഞ്ഞു നിന്നപ്പോൾ തെക്കേ കാട്ടിലെ വേലപ്പാടുകളിൽ ചെമ്മണ്ണു നിറഞ്ഞ ശരീരവുമായി വേമ്പൻ വാവിട്ടു നിലവിളിച്ചു കൊണ്ട്

പാഞ്ഞുവന്നു.

മകനെനോക്കി രണ്ടു വാക്കുകൾ പറയാൻ കാത്തുനിൽക്കാതെ തിമ്മന്റെ പ്രാണൻ യാത്ര പറഞ്ഞുകഴിഞ്ഞിരുന്നു.

ഗൗണ്ടരുടെ മക്കളെ രക്ഷിച്ച തിമ്മൻ സ്വന്തം മക്കളെ രക്ഷിക്കാൻ കാത്തുനിന്നില്ല.

വേമ്പന്റെ പിന്നിലെത്തിയ തുളസി തിമ്മന്റെ ചോരയിൽ കുളിച്ച ശരീരത്തിലേക്ക് പിടഞ്ഞുവീഴാനൊരുങ്ങിയപ്പോൾ ആരൊക്കെയോ അവളെ പിടിച്ചെഴുന്നേൽപ്പിച്ചു.

അപ്പന്റെ കാൽച്ചുവട്ടിലിരുന്നു വേമ്പനും തുളസിയും അലറിക്കര ഞ്ഞപ്പോൾ ആ കാളക്കൂറ്റനുപോലും കരച്ചിൽ വന്നിട്ടുണ്ടാകും.

നിലത്ത് വിരിഞ്ഞു വിടർന്നു കിടന്നിരുന്ന തിമ്മന്റെ കൈവെള്ളക ളിൽ രക്തമാംസങ്ങളോടൊട്ടി നിൽക്കുന്ന മണ്ണിന്റെ കറുത്ത തഴമ്പുകൾ.

ജീവൻ മാത്രം ആ ശരീരത്തോടൊട്ടി നിന്നില്ല.

ഹരിജൻ കോളനിയിലെ നിവാസികൾ മുഴുവൻപേരും ഗൗണ്ടരുടെ ഭൂമിയിൽ നിറഞ്ഞുനിന്നു.

പട്ടണത്തിൽനിന്ന് അപ്പോൾ മാത്രമെത്തിയ ഗൗണ്ടർ അവരോടെ ല്ലാവരോടുമായി ചോദിച്ചു?

"ഇപ്പടി ഒരു ദുരന്തം നടന്നു പോയി. ഇനി എന്ത് ചെയ്യലാം.!!"

"അവൻ നമ്മള വിട്ടുപോയി. അവന്റെ മകനും മകൾക്കും ആദരവ് ഒരുത്തരുമില്ല. ഉങ്ക നെലത്തില് കാത്ത് കെടന്നവന്റെ കുടുംബത്തിന് ഇനി നീങ്കതാൻ ആദരവ് കൊടുക്കണം സാമീ..."

ഏവരും വേദനയോടെ പറഞ്ഞു.

"പൊലീസ് അത് ഇത് എന്ന് എവിടേം പോകണ്ട. അവനെ എടുത്ത് കൊണ്ടുപോയി ആകവേണ്ടിയ കാര്യങ്ങള് ചെയ്യ്. ബാക്കി കാര്യങ്ങള് ഞാന് നോക്കിക്കൊള്ളാം..."

തിമ്മന്റെ ശവസംസ്കാരത്തിനുള്ള എല്ലാ ചെലവുകളും അധിക മായും ഗൗണ്ടർ ഹരിജൻകോളനിയിലെ മൂപ്പനെ ഏൽപ്പിച്ചു.

അന്നും അടുത്തനാളും അതിനടുത്തനാളും ഹരിജൻ കോളനിയിലെ നിവാസികൾ ഏവർക്കും സമൃദ്ധമായ തീറ്റയും കുടിയും ഗൗണ്ടരുടെ തോട്ടത്തിൽ ഒരുക്കിയിരുന്നു.

ശ്മശാനത്തിൽ തിമ്മന്റെ ചിതയുടെ പുകയോടൊപ്പം വേമ്പന്റെ വേദ നയുടെ പുകച്ചുരുളുകളും ഉയർന്നു.

തുളസിയെ പൊന്നിയും ചെന്നിയും താങ്ങിപ്പിടിച്ചു നടത്തി.

"ഏടൊത്ത് നേമത്താ ഉണ്ടേ മ്മുരാ...! നേമത്താ ഉണ്ടേമു..."

നമ്മുടെ ജനം എവിടെയായാലും അവിടൊക്കെ നമ്മളുണ്ടാകുമെന്ന ആശ്വാസവചനങ്ങൾ തെലുങ്ക് മൊഴിയിൽത്തന്നെ പൊന്നിയും ചെന്നിയും തുളസിയെ ധരിപ്പിച്ചു.

വേമ്പനും തുളസിക്കും തായും തന്തയുമായിരുന്ന തിമ്മൻ തന്റെ നെടുംപ്രയാണത്തിലൊതുങ്ങി.

അയാളുടെ എല്ലാ ഉത്തരവാദിത്വങ്ങളും സ്വയം ഏറ്റെടുക്കാൻ വിധി

ക്കപ്പെട്ടവനെന്നനിലയിൽ ഗൗണ്ടറുടെ നിലങ്ങളിലും തോപ്പുകളിലും തോട്ടങ്ങളിലും സ്ഥിരം പണിയാളനായി വേമ്പൻ.

തിമ്മന്റെ വിയർപ്പുതുള്ളികൾ വീണു കുതിർന്ന ആ മണ്ണിൽ വേമ്പ ന്റെയും വിയർപ്പുമണികൾ വീണുതുടങ്ങി.

അനുജത്തിയെ വളർത്തിയെടുത്ത് വിവാഹം ചെയ്തയക്കുന്നതു വരെ തന്റെ വിശ്രമം പ്രാന്തവൽക്കരിക്കപ്പെടുത്തുവാൻ വേമ്പൻ തീരു മാനമെടുത്തു. തന്റെ ബന്ധുക്കൾ ഇന്നുമുതൽ ഹരിജൻകോളനി നിവാ സികൾ മാത്രം.

കോളനി നിവാസികൾ ഗൗണ്ടറെ, വേമ്പന്റെയും തുളസിയുടെയും സംരക്ഷകനായി, കണ്ടുതുടങ്ങി.

നിലം ഉഴുതുമറിക്കാൻ നുകത്തിൽ പൂട്ടിയ ഇരുകാളകളെയും കാണു മ്പോൾ അവ താനും തന്റെ പിതാവുമാണോയെന്ന് വേമ്പൻ ഓർത്ത് പോകാറുണ്ട്. പിതാവില്ലാത്തതിനാൽ ഒരുപക്ഷേ, ആസ്ഥാനത്തേക്ക് തന്റെ അനുജത്തി വന്നുചേരുമോ!!

ഇല്ല... ഇല്ല... അവൾ വേണ്ട... അവൾ വരാൻ താൻ അനുവദിക്കുക യില്ല. അവൾ വളരണം. രാജകുമാരിയെപ്പോലെ വളരണം. ഒരല്ലലും അറി യിക്കാതെ അവളെ വളർത്തണം. ഈ പരിതഃസ്ഥിതിയിൽനിന്നും തനിക്ക് മാറ്റമുണ്ടാകാനിടയില്ല. അവസാന നാളുകളിൽ തന്റെ പിതാവും തന്റെ മാറ്റത്തിനായി പരിശ്രമിച്ചിരുന്നു. ആഗ്രഹിച്ചിരുന്നു. പക്ഷേ!! പക്ഷേ! ഒന്നും നടന്നില്ല. ഒന്നും നടത്താനായില്ല.

പിതാവിനെപ്പോലെ തനിക്കും അടിമപ്പണി.

പക്ഷേ! തന്റെ അടുത്ത തലമുറയെ ഈ കുരുതിക്കളത്തിൽ കുരുതി കൊടുക്കാനാവില്ല.

വംശപരമ്പരയിൽ താൻ പിതാവിനെ അനുസരിച്ചു. പക്ഷേ, തന്റെ വരുംതലമുറയെ അന്ധമായി അനുസരിപ്പിക്കരുത്.

ഒരു നെടുംനിശ്വാസം വേമ്പനിൽ നിന്നുമുതിർന്നു.

ഇ്ഹാ! ഒരുപക്ഷേ, തന്റെ അടുത്ത തലമുറ തന്റെ വഴി പിന്തുടരുക യില്ല. അവർ അവരുടെ ശോഭനപാത സ്വയം വെട്ടിത്തെളിച്ചിരിക്കും.

മുതുക് കുനിച്ച് ഭൂമിയെ നോക്കി പണിയെടുക്കുന്ന തങ്ങളുടെ വർഗ ത്തിന് നിവർന്നുനിന്ന് ആകാശത്തെ ഉറ്റുനോക്കാനും അവകാശം നേടി യെടുക്കണം.

ഗൗണ്ടറുടെ മണ്ണ് പൊന്നാക്കുന്നതിൽ തീവ്രയത്നം ആത്മാർഥമായി നിരന്തരം നൽകുന്നുവെങ്കിലും താനുൾപ്പെടുന്ന ദളിത് ജനത്തിന്റെ മുന്നേ റ്റവും സദാ വേമ്പനിൽ അലയടിച്ചിരുന്നു.

തോപ്പുകളിലും തോട്ടങ്ങളിലും മരങ്ങളുടെ തണലും തണുപ്പും വയ ലേലകളിലെ പച്ചപ്പും നീരോട്ടങ്ങളിലെ കുളിർമയുള്ള ആരവങ്ങളും വേമ്പന് തന്റെ പിതാവിനെ ഓർമപ്പെടുത്തലുകളായിരുന്നു.

പകലെല്ലാം വേമ്പനെ ഊരിലൊരിടത്തും കാണാനാകില്ല.

പകലധ്വാനം കഴിഞ്ഞു ചേരിജനം വൈകിയ രാത്രികളിൽ വിശ്രമി ക്കാനൊരുങ്ങുമ്പോഴായിരിക്കും വേമ്പന്റെ ചേരിയിലേക്കുള്ള യാത്രയിൽ

അവന്റെ കാലൊച്ചകൾ കേൾക്കുന്നത്.

"ഇപ്പുടതാ ഒച്ചേവാ!"

ഇപ്പോഴാണോ വരുന്നത്.

"പാവം! പൊവ്വ്! പ്പൊവ്വൂരാ! ആ... പിളകായ കൂടു മണ്ടി പെട്ടി ക്കിനി ഉണ്ടു.."

വിശ്രമിക്കാനൊരുങ്ങുന്നവർ വേമ്പനെ കാണുമ്പോൾ എഴുന്നേറ്റ് വന്നു ചോദിക്കും.

"ആ പാവം കുട്ടി ഭക്ഷണം തയാറാക്കി വെച്ചിരിക്കും. വേഗം പോ..."

"ആവ്വണ്ടാ... പൊവ്വേണു. നേണ്ടു പണി എച്ചണ്ടാ."

"ഞാ! ഞാ! ഞാന് പോണ്... വേറെ സൊൽപ്പം ജോലീം ഒണ്ട്."

വേമ്പൻ പറഞ്ഞുകൊണ്ട് നടന്നുനീങ്ങും.

അണ്ണനുവേണ്ടി തുളസി കാത്തിരിക്കും.

തനിക്കുവേണ്ടി വിശപ്പോടെ കാത്തിരിക്കരുതെന്ന് വേമ്പൻ പറയാ രുണ്ടെങ്കിലും അവൾ ജ്യേഷ്ഠൻ ഭക്ഷണം കഴിച്ചതിനുശേഷം മാത്രമെ ഭക്ഷിക്കാറുള്ളൂ. അവന് അലുമിനിയത്തട്ടിൽ ആഹാരം വിളമ്പി അവൻ ഭക്ഷിക്കുന്നതും നോക്കിയിരിക്കും, തുളസി.

തിമ്മനെപ്പോലെതന്നെ രാത്രികാലങ്ങളിൽ തോപ്പിലും തോട്ടത്തിലും വയലിലും കാവൽ നോക്കാനും വേമ്പൻ പോയിരുന്നു. പക്ഷേ ചേരി ജനങ്ങളുടെ നിർബന്ധത്തിലും അവർ ഗൗണ്ടറെ വിവരം ധരിപ്പിച്ചതിന്റെ പേരിലും വേമ്പനിപ്പോൾ ആ ജോലിക്കായി അധികം പോകാറില്ല.

തുളസി കുടിലിൽ തനിച്ചാണ്!

കാവൽജോലി തിമ്മൻ സ്വയമേറ്റെടുത്തതാണെന്ന കാരണം പറഞ്ഞു ഗൗണ്ടറും തലയൂരി.

വേമ്പന്റെയും തുളസിയുടെയും സദ് ജീവിചതര്യകളിൽ ചേരി ജന ങ്ങൾക്കും ശുഷ്കാന്തിയുണ്ടായിരുന്നു. അവരും അവരുടേതായ അഭി പ്രായങ്ങൾ പറയാൻ മറന്നില്ല.

"അപ്പൻകാരൻ പറപറന്ന് വേല ചെയ്ത് എന്ത് നേടി. ശാകറ വയസാ അവനുക്ക്..."

"ഇന്ത മണ്ണില് നമ്മ ജനങ്ങളോടെ വെയർപ്പു നീരാണ് ഓടണത്. ഉണ്ട ചോറ് മുച്ചൂടും വെയർപ്പായി മണ്ണില് വീഴണ്. ഇപ്പ എന്തായി! തിമ്മ നെപ്പോലെ ആൾടെ ചോരേം വീഴണ്. അങ്ങനെ മണ്ണ് ചെമ്മണ്ണാകണ്.."

പറഞ്ഞാലും പറഞ്ഞാലും തീരാത്ത പാവപ്പെട്ടവരുടെ പരാതികളും പരിഭവങ്ങളും.

"എന്നപ്പാ ശ്ശെയറത്. ഇന്ന് ഒരു തിമ്മൻ ചെത്താ നാളേക്ക് ഒരു ശുപ്പൻ ചാകും. അവനവൻ കുടുംബത്തുക്ക് പോച്ച്. നമ്മ ജാതീലെ എവൻ ചത്താലും മേലെ ഒള്ളവർക്ക് എന്ന ചേതം. പക്ഷേല് ഒരു കാരി യത്തില് ഒരുമ ഉണ്ട്. മേലെ ഒള്ളവൻ ചത്താലും കീഴെ ഉള്ളവൻ ചത്താലും ഒടനെ ഒള്ളപേര് പോയി ചവം എന്ന പേര് വരും."

ഏവരും കുലുങ്ങിച്ചിരിച്ചു.

"മണ്ണില് വേല ചെയ്യാൻ മമ്മട്ടി എടുക്കുന്നവൻതന്നെ ചുടുകാട്ടില്

കുഴിവെട്ടാനും മമ്മട്ടി എടുക്കണം..."

"അത് മാത്തറോമല്ല. ഈര് ചുടുകാട്ടിലും നമ്മ ജാതി ജനങ്ങളുക്ക് എടം കെടയാല്. എല്ലാ ജാതികാരങ്കളേയും ചത്തതിന് പൊറകെ ഒരേ എടത്തില് കുഴിച്ചിടണ്."

"പിന്നെ നമ്മളുക്ക് ചുടുകാട് എവിടക്കെടക്കണ്..."

"ഞാമ്പറയാം കേട്ടുക്കോ..."

ഏവരും ജിജ്ഞാസയോടെ ആ വയോധികനെ നോക്കി.

"ഈരുക്ക് വടക്ക് പടിഞ്ഞാറീന്ന് കെഴക്കോട്ട് പോകണ കനാലൊണ്ടല്ലാ ആ കനാല് ചുണ്ടക്കാമുത്തൂര് കൊളത്തില് പോയി ചേരും. രാമച്ചെട്ടിപ്പാളയത്തുക്കും കവുണ്ടനൂരുക്കും നടുവില് ഒരു തോപ്പും പൊന്തക്കാടുകളും ഒണ്ട്. ഇന്ത തോപ്പിലെ നടുവിലത്തെ വഴിയായി വേടച്ചിപ്പള്ളം വടക്കേ പോകണ്. ഇന്ത പള്ളം വടക്കേപോയി ആ കനാലിലും ചേരണ്. അതിന്ന് തെക്കേ ഭാഗത്ത് ഓരത്തിലായി രാമച്ചെട്ടിപ്പാളയത്ത് ആളുകളുക്ക് ചുടുകാട്. ഈ ചുടുക്കാട്ട്ല് മറ്റ് ജാതിക്കാരിക്ക് എടം ഒണ്ട്. പക്ഷേല്.. നമ്മ ജാതി ജനങ്ങളുക്ക് എടം ഇല്ല.."

"അപ്പോ നമ്മളുക്ക് എവിട!"

വീണ്ടും ജിജ്ഞാസ.

"ഒണ്ട്... ഒണ്ട്.. അന്ത കനാലിനെ ഒട്ടി കെഴക്കേ പോയാല് ചെക്കാന്തോട്ടം മരുതമലത്തോട്ടത്തിന്റെ മൂല വരും. ആ മൂലയോടൊട്ടി കനാലിന്റെ വടക്കേഭാഗത്ത് മേലെയായി നമ്മ ജാതിജനങ്ങളുക്ക് ചുടുകാട് വിട്ടിട്ടുണ്ട്. പക്ഷേല് അങ്കെപോയി പൊണം എരിക്കണ്ണതും പൊണം മറവ് ചെയ്യണതും കസ്ടം..."

"പിന്നെന്തിന് മൂപ്പാ അത് നമ്മള് വാങ്ങി...!"

"എല്ലാം മേല്ജാതി ആളുകൾടെ ഉരുട്ടു പെരട്ടു. നമ്മൾട മൂത്ത ആള്കള് കുനിഞ്ഞുനിന്നു, കുനിഞ്ഞുനിന്നു, മേല്ജാതി ആളുകള് പറേണതു കേട്ടിട്ട് തലയാട്ടി, തലയാട്ടി വാങ്ങീത്."

"ങാ... ങാ.. എല്ലാം നമ്മൾട തലവിതി."

വയോധികനായ ആ മൂപ്പൻ ഒരു ദീർഘശ്വാസമയച്ചു ചുറ്റുംകൂടിയിരുന്നവരില് നോട്ടമയച്ചു.

"മേല്ജാതി ആളുകൾടെ തോപ്പിലും കട്ടിലും മേട്ടിലും നമ്മ താഴ്ജാതി ജനം വേല ചെയ്യണത് പോരാതെ അവർട ചുടുകാട്ടിലും വേല എടുക്കണ്. മമ്മട്ടീം കടപ്പാരയും കൊണ്ടുപോയി കുഴിവെട്ടണം. ആ കുഴീല് ആത്തിയം വീഴണത് താഴ്ജാതിക്കാരായ നമ്മൾട വെയർപ്പ് നീര്. പിന്നെ പൊണം. കുഴീല് എറക്കണത് നമ്മള്. സൊന്തബന്തം വന്ന് മണ്ണ് അള്ളിയിട്ടു പോകും. പിന്നെ കുഴിയില് മേല്ജാതി മനുഷേന് കെടക്കുമ്പോ മണ്ണിട്ടു മൂടണത് കീഴ്ജാതി മനുഷേന്. അപ്പ ജാതി വെത്തിയാസം കണ്ണില് കാണുലാ. പക്ഷേല് അതേ കീഴ്ജാതിജനം കണ്ണ് മൂടിയാല് ഈ മണ്ണില് എടമില്ല. മണ്ണിലും മേല് ജാതീം കീഴ് ജാതീം ഒണ്ടാ...! മണ്ണ് ഈ ഒലകത്തില് സൊന്തമായത്, പൊതുവായത്."

"ങേ! മണ്ണിനും ജാതിവ്യത്യാസമോ!"

ഏഴ്

"**ഉം**.. ഉം എങ്ങനെ അവന് അവള് കൂടെ തൊടർപ്പു ഉണ്ടായോ... അറിയുലാ.. ഇപ്പ ഏഴെട്ടു മാസം വയറ്റില്... കഴുത്തില് താലികെട്ടി നമ്മ ഊരുക്കേ കൂട്ടിക്കൊണ്ടു വന്നു."

"പെരിയനായ്ക്കൻ പാളയത്തില് സമീപത്ത് ഊരില് തോപ്പും തോട്ടോം നെലങ്ങളും ഒരുപാടുള്ള നായ്ക്കർ കുടുംബത്തിലെ പൊണ്ണ്. ഇവൻ നമ്മജാതി പയ്യൻ. നായ്ക്കർ നെലത്തില് വേല ചെയ്ത നമ്മ കീഴ്ജാതി പയ്യൻ എങ്ങനെ ആ പൊണ്ണിനെ താലികെട്ടി കൊണ്ടാംന്. കേക്കുമ്പഴേ ബയം തോന്നണ്..."

"അയ്യയ്യോ... സങ്കതി ഇങ്ങനെയാ! പുരുഷനും പൊണ്ടാട്ടീം നമ്മ ഊരില് പാർക്കാൻ ആര് വീട് കൊടുത്ത്..."

"ഉം... ആര് കൊടുക്കാൻ.. നമ്മ രെങ്കന്റെ പേരപ്പുള്ള.. സെവപ്പീ. അന്ത പയ്യനുക്ക് ഇവങ്കളുക്കും എന്തോ ദൂരത്ത് സൊന്തം പറയണ്."

ഹരിജൻ കോളനിയിലെ "തിണ്ണവാർത്തകള്" പൊടിപ്പും തൊങ്ങലുമായി ആ ഗ്രാമം മുഴുവൻ പടന്നു കയറി.

നാച്ചിപ്പൻ എന്ന ഇരുപത്തഞ്ചുകാരൻ ബാല്യത്തില്ത്തന്നെ മാതാപിതാക്കള് നഷ്ടപ്പെട്ടവനാണ്. അവന്റെ വല്യച്ഛന്റെ മകളാണ് സെവപ്പി. നാച്ചീപ്പൻ മനസറിഞ്ഞു സംസാരിക്കുന്നതും സെവപ്പിയോടാണ്. നാലഞ്ച് വർഷങ്ങളായി നാച്ചീപ്പൻ പെരിയ നായ്ക്കൻ പാളയത്തിനുസമീപം ഒരു ജന്മിയുടെ ഭൂമിയില് ജോലി ചെയ്തിരുന്നതായും സെവപ്പിക്കറിയാമായിരുന്നു. എപ്പോഴെങ്കിലുമൊരിക്കല് സെവപ്പിയെ കാണാൻ വരാറുണ്ടായിരുന്നു നാച്ചീപ്പൻ.

എപ്പോഴും ഏകനായെത്താറുള്ള നാച്ചീപ്പൻ ഇപ്പോഴിതാ പെൺതുണയോടൊപ്പം വന്നിരിക്കുന്നു.

പെണ്ണാണെങ്കിലോ ഗർഭിണിക്കോലത്തിലും.

ഒതുങ്ങിയ പ്രദേശത്തുള്ള ഹരിജനചേരിയായതിനാല് ഇവരുടെ വരവ് അധികമാരും അറിയാനിടയില്ലെന്നു കരുതിയതാണ്. പക്ഷേ... പക്ഷേ.. വന്നതിന്റെ അടുത്തദിവസം തന്നെ ഊരില് പാതിപേർക്കും വിവരം ലഭിച്ചു. ഇപ്പോഴിതാ പെട്രോമാക്സ് വെളിച്ചത്തില് ഊര് പഞ്ചായത്തില് വിഷയം സംവദിക്കപ്പെടുന്നു.

"ഇന്ത കാരിയത്തെ കോയില് മൈതാനത്തിലെ വെച്ച് പത്ത് പേര് മുന്നിലെ വെച്ച് ഞായം കേക്കണംന്ന് ഇല്ല. നിങ്ങ മൂന്ന് നാല് പേരും പയ്യനേം പൊണ്ണിനേം വിളിച്ചു ചോയ്ച്ചാ പോരേ!!!"

ഊര് മൂപ്പൻ ഒരു ചോദ്യം കൂടിയിരുന്നവരിലേക്കായെറിഞ്ഞു. കോവില് മേടയില് അദ്ദേഹത്തോടൊപ്പം നാലഞ്ച് മുതിർന്നവരുമുണ്ടായിരുന്നു.

"നമ്മ ഊരില് ഇപ്പടി ഒരു സങ്കതി നടന്നിട്ടും നമ്മള് ഒരു തീരുമാനേം എടുക്കാതിരുന്നാല് നാളെപ്പിറ്റേന്ന് പെണ്ണിന്റെ ആള്ക്കാര് വന്ന് "ഹേയ്! നിങ്ങട നാട്ടില് നാല് പെരുംപുള്ളികള് ഇല്ലയാ! നിങ്ങട ഊര് പയ്യൻ ഞങ്ങട നാട്ടില് വന്ന ഞങ്ങട നല്ല പെണ്ണിനെ മോശമാക്കി കയ്യേ

പ്പിടിച്ചു ഇവട കൊണ്ടന്നേക്കണ്. നിങ്ങ ആരേലും ഞങ്ങളെ വെവരം അറിയക്കണ്ടതല്ലേ. അതല്ലേ ഞായം. ഞങ്ങളങ്ങനെ ചെയ്താല് നിങ്ങ സമ്മതിക്കുമാ! കിട്ടീത് ലാഭോന്ന് കരുതി മുണ്ടാണ്ടിരിക്കണ് അല്ലേ! വെവരമൊള്ള മുതിര്‍ന്നവര്‍ ആരും തന്നെ നിങ്ങട ഊരില് ഇല്ല അല്ലേ..." ഇങ്ങനെ അവമ്മാര് വന്ന് ചോയ്ച്ചാല് നമ്മ എന്ത് ചെയ്യും. നടുറോട്ടില് കക്കൂസിന് പോയവനെപ്പോലെ തലകുമ്പിട്ടിരിക്കണം. അതിനാലെ ഇതിന് ഒരു തീരുമാനം ഇപ്പ എടുക്കണം..."

ഊര് മണിയകാരന്‍ കട്ടായമായി പറഞ്ഞു.

"അയ്യന്‍ പറഞ്ഞതു വാസ്തവം താന്‍."

മണിയകാരന്റെ വാക്കുകള്‍ സദസ്സ് അനുകൂലിച്ചു.

സെവപ്പിയുടെ പാര്‍പ്പിടത്തിലേക്ക് രണ്ടുപേരെയയച്ചു നാച്ചീപ്പനെയും അവന്‍ കൂടെ കൊണ്ടുവന്നു താമസിപ്പിക്കുന്ന പെണ്ണിനേയും സഭയിലേ ക്കെത്തിച്ചപ്പോള്‍ മണി ഒമ്പത് കഴിഞ്ഞിരുന്നു.

മൈതാനത്തിലും തെരുവോരങ്ങളിലും കൂടി നിന്ന പുരുഷന്മാരും സ്ത്രീകളും സഭയുടെ മധ്യത്തില്‍ നില്‍ക്കുന്ന നാച്ചീപ്പനെയും പെണ്ണി നെയും ദയനീയമായി നോക്കി.

മനസിലും വയറ്റിലും ഭാരം താങ്ങിനിന്ന ആ പെണ്ണ് ഭയപ്പാടോടെ ചുറ്റും നോക്കി.

മിന്നാമിനുങ്ങുകളുടെ തീവെളിച്ചം പോലെ സഭയിലുണ്ടായിരുന്ന പലരുടെയും ചുണ്ടുകളിലെരിയുന്ന ബീഡിത്തുണ്ടുകള്‍ പോലും തന്നോട് ചോദ്യങ്ങള്‍ ചോദിക്കുമോയെന്ന് ആ പെണ്ണ് ഭയപ്പെട്ടു.

"ങ്... ങ്... ങ്..."

മൂപ്പന്‍ സ്വരം കനപ്പിച്ചു.

"നെന്റെ പേരെന്ത്?"

....ഉത്തരമില്ല...

അല്‍പ്പം വിറയലോടെ അവള്‍ നിലം നോക്കി നിന്നു.

"ചോയിച്ചത് കേട്ടില്ലേ... പേര്?"

അല്‍പ്പം കര്‍ക്കശ ശബ്ദം.

ചേലത്തലപ്പുകൊണ്ട് മുഖം തുടച്ച് അവള്‍ വിതുമ്പലോടെ പറഞ്ഞു.

"രാ... ജ... ല... ക്ഷ്മി"

"ഉം... പേരില് എന്ത കൊറവും ഇല്ല..."

പുനര്‍ശബ്ദത്തിന്റെ കാര്‍ക്കശ്യത്തിനും കുറവില്ല.

സഭയില്‍ പരിഹാസ പിറുപിറുക്കലുകള്‍.

"ഉം... നീ ഇവന്റെ കൂട സൊന്ത ഇസ്ടത്തില് വന്നതാണാ! ഇല്ലേ ഇന്ത പയ്യനോടെ നെര്‍ബന്തത്തില് വന്നതാ! എന്തായാലും ബയപ്പെടാതെ സത്തിയം ചൊല്ല്."

അവള്‍ക്ക് വിതുമ്പലടക്കാനായില്ല.

"കരയല്ലെ പുള്ളെ. ഒള്ളത് ചൊല്ല്..."

ഇപ്പോള്‍ മൂപ്പന്റെ ശബ്ദത്തില്‍ കര്‍ക്കശമില്ല.

"ചൊല്ല് പുള്ളെ! ഒന്നോടെ ഇസ്ടത്തില് വന്നതല്ലെ..."

മൂപ്പനോടൊപ്പമിരുന്നവരിൽ രണ്ടുപേർ ഒരുമിച്ചു ചോദിച്ചു.

ചേലത്തലപ്പുകൾകൊണ്ട് കണ്ണും മൂക്കും തുടച്ച് അവൾ "അതെ" എന്നർഥത്തിൽ തല കുലുക്കി.

അവൾ തലകുമ്പിട്ടു നിന്നു.

"അതേന്ന് പറേണോ ഇല്ലേന്ന് പറേണ. തല ആട്ടിട്ട് കാരിയമില്ല. വാ തൊറന്ന് പറ. ഇവന്റെ നെർബന്തത്തില് വന്നാ ഇല്ലേ നെന്റെ സൊന്ത ഇസ്ടത്തില് വന്നാ..."

മൂപ്പന്റെ കൂടെയുള്ളവർ ചോദിച്ചു.

"ഇഷ്ടപ്പെട്ടു.... തന്നെ... വന്നതാണ് ഞാന്..."

"ഉം... ഉം... ശെരി... ശെരി... നല്ലത്."

ഈ അഭിപ്രായത്തോട് മണിയകാരൻ പ്രതിവചിച്ചു. അയാൾ നാച്ചീപ്പനോട്.

"എനി നെന്നോട് ചെല കാര്യങ്ങള് ചോദിക്കാനൊണ്ട്. ഒന്നും ഒളിച്ചുവെക്കാണ്ട് പറ...."

"പറയാം..."

നാച്ചീപ്പൻ ഭവ്യതയോടെ പറഞ്ഞു.

"ഉം.. ശെരി.. ശെരി." എങ്ങനെയോ നീ ഈ പെണ്ണിനെ സ്നേഹിച്ചു. ഇപ്പോ ഗർഭിണിയുമാക്കി. ഏതോ ഒരു ധൈര്യത്തിലെ താലിയും കെട്ടി നമ്മൾട ഊരിലേക്ക് കൂട്ടിക്കൊണ്ട് വന്നു. നിങ്ങള് വേറെ എവിടേങ്കിലും പോയിരുന്നെങ്കില് ഞങ്ങളുക്ക് ഒരു തൊന്തരവും ഇല്ല. നിങ്ങള് ഇവിടെ വന്നതുകൊണ്ട് ഞങ്ങൾടെയൊക്കെ ഒറക്കം കളഞ്ഞു ഞായം ചോദിക്കണ്. നീ ഇവളെ കൂട്ടിക്കൊണ്ട് വരുമ്പം സൊർണ്ണോം കിർണ്ണോം പണമോ കാശോ കൂടെ എടുത്തിട്ട് വന്നാ. നാളെപ്പിറ്റേന്ന് ഇവൾട ആൾക്കാര് ഞങ്ങൾട പെണ്ണിനെ സൊർണ്ണോം പണോമായിട്ട് കടത്തീട്ട് വന്നെന്ന് പൊലീസ് കേസായാല് ഞങ്ങള് എല്ലാവരും പൊലീസ് സ്റ്റേഷനും കോടതീം കേറി എറങ്ങണം. ഉം. എല്ലാം തെളിച്ചു പറ.."

നാച്ചീപ്പൻ കൂടിയിരുന്ന ഏവരേയും വീക്ഷിച്ചുകൊണ്ട് ഇരുകരങ്ങളും കൂപ്പി ദൃഢതയോടെ പറഞ്ഞു:

"സൊർണ്ണോം പണോം ഒന്നും ഇല്ലയാ... (അവളെ ചൂണ്ടി) ഇവള് ഉടുത്ത ഈ ചേലയോടെ കൂട്ട്ട്ടപന്നയ്യാ..."

അവന്റെ വാക്കുകളിൽ ആത്മാർഥതയുടെ വിതുമ്പലുകളും ഉണ്ടായിരുന്നു.

കൂട്ടത്തിൽ മുതിർന്ന ആൾ അൽപ്പം കർക്കശസ്വരത്തിൽ രാജലക്ഷ്മിയോട് ചോദിച്ചു:

"ഇവൻ പറേണത് നെജമാണോ പുള്ളേ..."

അവൾ പതർച്ചയോടെ, വിതുമ്പലോടെ തേങ്ങി. അൽപ്പം ഇടവേളയ്ക്കുശേഷം.

"നെജം. അയ്യാ..."

"ഉം... ശെരി.. ശെരി! അതൊക്കെ പോകട്ടെ. നീ ഇവളെ അവസാനം വരെ കൈവിടാൻ പാടില്ല. അതാണ് മുഖ്യം."

മണിയകാരൻ കൂടിയിരുന്ന എവരുടേയും പ്രതിനിധിയായി ഗാംഭീ ര്യത്തോടെ പറഞ്ഞു. ഏവരും ശരിയെന്നർഥത്തിൽ പ്രതികരിച്ചു.

നാച്ചീപ്പൻ കൂടിയിരുന്ന ഏവരുടേയും കലങ്ങിയ കണ്ണുകളോടെ നോക്കി അൽപ്പം ഇടവേളയ്ക്കു ശേഷം:

"അയ്യാ.. എന്റെ ഉയിരുള്ളവരെ ഞാനിവളെ കൈവിടൂല്ല..."

നാച്ചീപ്പൻ തികഞ്ഞ ആത്മാർഥതയോടെ പറഞ്ഞു നിർത്തി. രാജ ലക്ഷ്മിയും കൈകൂപ്പി.

"ഉം... ശെരി... നെന്റേം അവൾടേം തലേലെഴുത്ത് ഇതാണെന്ന് കൂട്ടിക്കോ? ഉം.. അവളേം വിളിച്ചോണ്ട് വീട്ടുക്ക് പോ..."

മൂപ്പൻ അധികാരസ്വരത്തിൽ ആജ്ഞാപിച്ചു.

നിറകണ്ണുകളോടെ നാച്ചീപ്പൻ ചുറ്റും കൂടിയിരുന്ന ഏവരേയും നോക്കി ആ മണ്ണിൽ സാഷ്ടാംഗം വീണ് എഴുന്നേറ്റ് പിൻവാങ്ങി, കുനിഞ്ഞ ശിരസുമായി രാജലക്ഷ്മി അവന്റെ പിന്നാലെയും.

ജാതിനിർണയം നോക്കാതെ ഒത്തുചേർന്ന ആ ആണിനെയും പെണ്ണിനെയും ആ സദസിലെ ഏവരും മനസുകൊണ്ട് അനുഗ്രഹിച്ചു.

അന്നു രാത്രി നാച്ചീപ്പന് ഉറക്കം വന്നില്ല.

രാജലക്ഷ്മിയുടെ ഉറക്കം അവളുടെ ചിന്തകൾ അപഹരിച്ചു.

സാമ്പത്തികശേഷിയുള്ള കുടുംബത്തിൽ പിറന്ന് അത്യാവശ്യം ആഡംബരജീവിതം നയിച്ച താൻ ഈ ചേരിജനങ്ങളുടെയിടയിൽ ഒരു ചെറ്റക്കുടിലിൽ താമസിക്കുന്നു.

കഴിഞ്ഞ രണ്ടുമൂന്നു മാസങ്ങളായി എവിടെയോ എങ്ങനെയോ അല ഞ്ഞുതിരിഞ്ഞു ഇവിടെത്തിയതിനിടയിൽ എത്രയെത്ര കാരമുള്ളുകൾ ഹൃദയത്തിൽ തറഞ്ഞുകയറി. ഇനിയും ബാക്കിയായ മുള്ളുകൾ തന്നെ നോവിക്കാൻ കാത്തിരിക്കുന്നു.

എല്ലാറ്റിനും കാര്യവും കാരണവും തന്റെ മനസ്സ്.

ഒരുവർഷത്തിനു മുൻപ് തന്റെ കരിമ്പാലയിൽ ജോലിക്ക് ചേർന്ന നാച്ചീപ്പൻ.

അയാളുടെ ചുറുചുറുക്കും കറുത്തതെങ്കിലും വശീകര ലാവണ്യ മുഖവും തന്റെ മനസിന്റെ ഉൾത്തടങ്ങളിൽ ചലനങ്ങളുണ്ടാക്കിയപ്പോൾ ഏതോ ഒരനർഘ നിമിഷത്തിൽ താൻ അയാളിൽ അനുരക്തയായി. ആ അനുരാഗത്തിന്റെ മായാമിഴികളിൽ അയാൾ കീഴ്ജാതിക്കാരനാണെന്നോ തന്റെ വീട്ടിലെ ജോലിക്കാരനാണെന്നോ നിർധനനാണെന്നോ തോന്നിയില്ല.

മനസും മനസും പങ്കുവെച്ച് ആത്മാർഥതയുള്ള സ്നേഹവായ്പു കൾക്കിടയിൽ ഒരു ദുർബലനിമിഷത്തിൽ തന്റെ ശരീരവും അയാളോ ടൊപ്പം പങ്കുവെച്ചു.

താനിപ്പോൾ എട്ടുമാസം ഗർഭിണി.

സാമ്പ്രദായിക നിയന്ത്രണങ്ങൾ വലിച്ചെറിഞ്ഞു, ഇഷ്ടപ്പെട്ട പുരുഷ നോടൊപ്പം കഴിഞ്ഞകാല ജീവിതത്തോടുബന്ധിക്കുന്ന സർവതും ഉപേ ക്ഷിച്ച് ഇറങ്ങിവന്നിരിക്കുന്നു.

വയറിന്റെ ഭാരത്തിന് അടയാളമായി, അംഗീകാരമായി ഉത്തരവാദ

പ്പെട്ട ആളിൽനിന്നും താലിയും വാങ്ങി അണിഞ്ഞിരിക്കുന്നു.

ഇനി ബാക്കി വന്ന ജീവിതം!!!

ചിന്തകളുടെ ഭാരക്കൂടുതൽ കൊണ്ടാവാം അവൾ തളർന്നുറങ്ങി.

ഒരാഴ്ച കടന്നുപോയി.

ഒരു സായംകാലം ഒരു പൊലീസ്‌വാൻ ഹരിജൻകോളനിയിൽ പ്രവേശിച്ച് സെവപ്പിയുടെ കുടിലിന് സമീപം നിന്നു. ഒരു പൊലീസുകാ രൻ ഇറങ്ങിവന്ന് "നാച്ചീ.. നാച്ചീ" എന്ന് അധികാരധനിയിൽ വിളിച്ചു.

പുറത്തേക്കു കടന്നുവന്ന നാച്ചീപ്പന്റെ കഴുത്തിന് കുത്തിപ്പിടിച്ചു പൊലീസുകാരൻ അയാളുടെ കരണത്ത് ആഞ്ഞടിച്ചു. അടിയുടെ ആഘാതം താങ്ങാനാവാതെ അയാൾ വീഴാൻ ഭാവിച്ചപ്പോൾ...

സംഹാരരുദ്രയെപ്പോലെ അഴിഞ്ഞുലഞ്ഞ തലമുടിയുമായി രാജ ലക്ഷ്മി കുടിലിൽനിന്നും പാഞ്ഞെത്തി അലറിവിളിച്ചു.

"എന്തിനവരെ അടിക്കണ. ഞാൻ സൊന്ത ഇഷ്ടത്തില് കൂടെ വന്ന താണ്. എന്നെപ്പിടിച്ചുകൊണ്ടു വന്നതല്ല. പ്രായം തെകെഞ്ഞ ആളാണ് ഞാൻ. അവരെ അടിക്കാൻ നിങ്ങളുക്ക് ആര് അധികാരം തന്ന്...."

പൊലീസുകാരന്റെ മുന്നിൽനിന്ന് അവൾ ആക്രോശിച്ചപ്പോൾ വാനിൽനിന്നും ഇൻസ്പെക്ടർ ഇറങ്ങിവന്നു.

"ഒരു വിചാരണയുടെ പേരിൽ വന്നതാണ് ഞങ്ങൾ...."

ഇൻസ്പെക്ടർ അൽപ്പം പതറിയെങ്കിലും വാക്കുകളിൽ കർക്കശവും മേലാള അധികാരധനിയും ഉണ്ടായിരുന്നു.

രാജലക്ഷ്മിയുടെ വാക്കുകളിൽ ധാർഷ്ട്യവും ധൈര്യവും ഭർത്താ വിനോടുള്ള സ്നേഹവും ഊര് ജനങ്ങളിൽ ഈ പാവം പെണ്ണിനോട് ബഹുമാനവും തോന്നിച്ചു.

രാജലക്ഷ്മിയുടെ മനസ്സ് കലുഷിതമായി. ആ ഉൾക്കനത്തിന്റെ ഭാര ക്കൂടുതലിൽ അവളുടെ കണ്ണുകളിൽ നീർധാര ധാരയായി ഒഴുകി.

അവളിൽ ഭയത്തിന്റെ തീനാളങ്ങൾ പടർന്നുകയറി. ആ രാത്രിയിലും ഉറക്കം അവളിൽനിന്നും അകന്നുനിന്നു.

നാച്ചീപ്പന്റെ നെഞ്ചിൽ അള്ളിപ്പിടിച്ചുകൊണ്ട് കിടന്നപ്പോൾ അവൾ പറഞ്ഞു:

"ഈ... ഈ എടവും നമ്മളുക്ക് നിരന്തരമല്ല. പെട്ടെന്ന് ഇവിടന്നും പോകണം..."

"ഉം... ഉം... അത് പറ്റൂലാ.. നെന്റെ ദേഹം ഇങ്ങനെ ഒള്ള സ്ഥിതീല് ഈ വീടും വിട്ട് എവിടേം പോകാൻ പാടില്ല. ഞാൻ വേലക്ക് പോണ നേരങ്ങളില് നെന്നെ നോക്കാൻ എന്റെ അക്ക ഒണ്ട്. ഒരുവാരം പത്ത് നാളില് പക്കത്തിലൊള്ള ആശുപത്രീല് പോകാം. എന്റെ ഉയിര് പണയം വെച്ചാലും നെന്നെ ഞാൻ രെച്ചിക്കും. നീ ഭയപ്പെടാണ്ട് കെടന്നൊറങ്ങ്."

നാച്ചീപ്പന്റെ സ്നേഹം തുളുമ്പുന്ന വാക്കുകളിൽ അവളുടെ നെഞ്ചിലെ തീനാമ്പുകൾ കെട്ടടങ്ങി.

ആന്തൂരില് ഇന്ന് ചന്തദിവസം. ചന്തയിൽനിന്നും അരിയും പരിപ്പും മുളകും വീട്ടുപയോഗസാധനങ്ങളുമായി സെവപ്പി തിരിച്ചെത്തി.

അവൾ അന്ധാളിച്ചുപോയി.

നാച്ചീപ്പന്റെ കുടിലിൻ കതക് പാടെ മലർന്നുതുറന്ന് കിടക്കുന്നു. വീട്ടിനുള്ളിലും പരിസരത്തും നാച്ചീപ്പനെയും രാജലക്ഷ്മിയെയും കാണുന്നില്ല.

സെവപ്പി മാറത്തടിച്ചു നിലവിളിച്ചു.

അയൽവാസികളിൽനിന്നും അവൾക്ക് വിവരം ലഭിച്ചു–

അന്നത്തെ മധ്യാഹ്ന ഉച്ചിവെയിലിൽ ജോലി തീർത്ത് വീട്ടിലെത്തി രാജലക്ഷ്മിയോടൊപ്പമുണ്ടായിരുന്ന നാച്ചീപ്പനെയും ഇനിയും ഒരു മാസ ത്തിൽ ഈ ഭൂമി കാണാൻ ഒരുങ്ങുന്ന കുഞ്ഞിനേയും വയറ്റിൽ ചുമന്നി രിക്കുന്ന രാജലക്ഷ്മിയെയും എവിടെനിന്നോ പാഞ്ഞെത്തിയ കാറിൽ ബലാൽക്കാരമായി നാലഞ്ചുപേർ വലിച്ചിഴച്ചു കയറ്റി, എങ്ങോട്ടോ ആ കാർ അസുരവേഗത്തിൽ പാഞ്ഞുപോയി.

പെരിയ നായ്ക്കൻ പൊലീസ് സ്റ്റേഷനിൽ ഒരു പരാതി കിടപ്പുണ്ടാ യിരുന്നു. രാജലക്ഷ്മിയുടെ അപ്പന്റെ പരാതി.

ഇരുപത്തഞ്ചുപവൻ ആഭരണത്തോടും പതിനായിരം രൂപയോടും തന്റെ മകളെ ഒരു ഹരിജൻ യുവാവ് കടത്തിക്കൊണ്ടുപോയിരിക്കുന്നു.

നാച്ചീപ്പന്റെ പാർപ്പിടം കണ്ടുപിടിച്ച പൊലീസുകാരിൽ നിന്നും ലഭിച്ച വിവരമനുസരിച്ചു ലാജലക്ഷ്മിയുടെ ധനാഢ്യനായ അപ്പൻ നിയോഗിച്ച വാടക ഗുണ്ടകളാണ് കാറിലെത്തിയവർ.

കൊല്ലും കൊലയും ശീലമാക്കിയ വാടകഗുണ്ടകൾ.

അടുത്ത ഒമ്പതാം ദിവസം പെരിയ നായ്ക്കൻ പാളയത്തിനടുത്തുള്ള വിജനപ്രദേശത്തെ ഒരാൽവൃക്ഷത്തിന്റെ കൊമ്പിൽ നാച്ചീപ്പൻ തൂങ്ങിനിന്നു.

പൂർണ ഗർഭിണിയായ രാജലക്ഷ്മിയെ കൃത്രിമ മാർഗത്തിലൂടെ പ്രസവിച്ചെടുപ്പിച്ചു.

പൊക്കിൾക്കൊടി മുറിഞ്ഞപ്പോൾ ആ പിഞ്ചുകുഞ്ഞിനും മുത്തശ്ശൻ തന്നെ വധശിക്ഷ നൽകിയിരിക്കുന്നു.

പൊന്തക്കാടിന്റെ ഈർപ്പമുള്ള മണ്ണിൽ ആ ഇളംശരീരം മരവിച്ചു കിടന്നു.

രാജലക്ഷ്മിയുടെ മിഴികളിൽ ഇനിയും ചുരത്താൻ നീർക്കണങ്ങൾ ഇല്ല. അവളുടെ ഹൃദയഭിത്തികളിൽ തീക്കല്ലുകൾ ഉരസിയുരസി പൊള്ളി വീർത്തപാടുകൾ വിറങ്ങലിച്ചു കിടന്നു.

അവളുടെ കണ്ണുകളിൽ രക്തക്കല്ലുകൾ ഉരസിയുരസി പൊടിഞ്ഞു തീർത്ത രക്തഛവി പടർന്നു കിടന്നു.

ആൽമരക്കൊമ്പിൽ തൂങ്ങിയാടാൻ വിധിക്കപ്പെട്ട നാച്ചീപ്പനും പൊന്ത ക്കാടിന്റെ ഈർപ്പമുള്ള മണ്ണിൽ വിറങ്ങലിച്ചു കിടക്കാൻ കൽപ്പന കിട്ടിയ കുഞ്ഞും തീർത്തും പേർത്തും അവളുടെ മനസിൽ നിരന്തരം ഊഞ്ഞാലാടി.

പിതാവിന്റെ കൊട്ടാരസമാനമായ വീട്ടിൽ രാജലക്ഷ്മി തടവുകാരി യായിരുന്നു.

ഇനി ഏത് നിമിഷത്തിലും എവനോ ഒരുത്തൻ തന്റെ കഴുത്തിൽ താലി ചാർത്താം, ഉച്ഛിഷ്ടം ഭക്ഷിക്കാനായി!

തന്റെ കുടുംബം സാമ്പ്രദായികാനുഷ്ഠാനങ്ങളിൽ സാമ്പത്തിക

മേൽക്കോയ്മകളിൽ നഷ്ടപ്പെടുന്നതെന്തും തീർത്തും തിരിച്ചുപിടിക്കാനുള്ള കുതന്ത്രങ്ങളിൽ ഉച്ചസ്ഥായിയിലുള്ളതാണെന്നു രാജലക്ഷ്മിക്കറിയാം.

കുടുംബപാരമ്പര്യത്തിന്റെ വികലസംരക്ഷണതയിൽ പാവപ്പെട്ട എത്രയെത്ര ജന്മങ്ങൾ തോപ്പിലും തോട്ടങ്ങളിലും പൊന്തക്കാടുകളിലും രക്തമാംസങ്ങളോടെ ബലിയർപ്പിക്കപ്പെടുന്നു.

അസ്ഥികൾ പൂക്കുന്ന മണ്ണിൽ നിരന്തര ബലികൾ!!!!

എട്ട്

"**കീ**ഴ്ജാതിക്കാരൻ പയ്യനെ മനസില് പുടിച്ച് അവനെയേ കല്യാണം കെട്ടിയതിന് അവളോടെ അപ്പൻകാരൻ ആളെവെച്ച് പയ്യനെ അടിച്ചുകൊന്ന് മരത്തില് കെട്ടിത്തൂക്കി. ഇത്തറ രോഷക്കാരൻ സൊന്ത മകളെ അടിച്ചുകൊന്ന് മരത്തില് തൂക്കിയില്ലല്ലാ. ഇത് എന്ന ഞായം..."

"ഉ്ഹാ... ഉ്ഹാ ഇപ്പടി തരം നോക്കാണ്ട് ജാതി വിട്ടു കല്യാണം കെട്ടണവരിക്ക് ഒരു പേടിയും വരാനാണ് ഇങ്ങനെയൊക്കെ മേല് ജാതി ക്കാര് ചെയ്യണത്..."

'ജാതിവിട്ട് ജാതിവിട്ട് കല്യാണം ചെയ്താല് ഗവർമെണ്ട് ആദരവും കൊടുക്കും പണ്ണോം കൊടുക്കുന്ന് ദാംദും അടിക്കണ്. ഇപ്പ ഇവര് ചെയ്തതു അങ്ങനെത്തെ കല്യാണം അല്ലേ!! പയ്യനെ കൊന്നും കെട്ടിത്തൂക്കി. ഈ ഗവർമെണ്ടും പൊലീസും ഒന്നും ചെയ്തില്ലല്ലാ. ഇത് എന്ന ഗവർമേണ്ട്!!!"

"മേല്ജാതിക്കാരി പെണ്ണിനെ കീഴ്ജാതിക്കാരൻ പയ്യൻ കല്യാണം കെട്ടാൻ പാടില്ല. അത് പെരിയ കുറ്റം. പയ്യനെ കൊന്ന് കളയും. പക്ഷേ ല്... പക്ഷേല്.. കീഴ്ജാതി പെണ്ണിനെ മേല്ജാതിക്കാരൻ പൊണ്ടാട്ടീം പുള്ളാകളും ഒള്ളവനും കൂടെ, വെപ്പാട്ടിയായിട്ടു വെക്കണുണ്ടല്ലാ... കൂടെ കെടക്കുമ്പം മേല്ജാതീം കീഴ്ജാതീം ഒന്നുമില്ലേ..."

"അവനൊക്കെ ചൂല് കൊണ്ടടിക്കണം..."

"വെറും ചൂലല്ല. തീട്ടത്തില് മുക്കിയ ചൂല് കൊണ്ടടിക്കണം..."

അനുജന്റെ വേർപാടില് വിലാപങ്ങൾ ഇനിയും കരഞ്ഞു തീർത്തി ട്ടില്ലാത്ത സെവപ്പിയോട് ദലിത്യുവതികൾ പറഞ്ഞുകൊണ്ടിരുന്നു. അവ രങ്ങനെ പറയാനും കാരണമുണ്ടായിരുന്നു.

ചില മാസങ്ങൾക്കുമുമ്പ് സെവപ്പിയുടെ സമീപകുടിലിൽ രുക്കുമണി ഒറ്റയ്ക്കിരിക്കുമ്പോൾ ഊരിലെ ഗൗണ്ടർ പ്രമാണി മപ്പണ്ണൻ അവളെ പീഡിപ്പിക്കാനൊരുങ്ങി. സെവപ്പി തക്കസമയത്തെത്തി.

"ഞങ്ങടെ ചക്കിലിയവളവില് വന്ന് നിങ്ങാ ഇങ്ങനെ ചീത്തക്കാരിയ ത്തിന് വരണല്ലാ. ഞങ്ങട ആൾക്കാര് നിങ്ങടവിട വന്ന് ചീത്തക്കാരിയം ചെയ്താല് വെറുതെ വിടുവാ..."

ഗൗണ്ടർ മപ്പണ്ണൻ തലകുമ്പിട്ടു നിന്നു.

"നാണോം മാനോം ഇല്ലാണ്ട് ഇങ്ങന പെണ്ണിനെ പുടിക്കാൻ അല യണല്ലാ. നെനക്ക് പൊണ്ടാട്ടീം കല്യാണപ്രായത്തില് മകളും ഇല്ലേ... മകളെപ്പോയി പുടിശനിയാനേ!!!"

സെവപ്പി അലറിത്തെറിച്ചു.

മേൽവസ്ത്രം തലവഴി പുതച്ചു മപ്പണ്ണൻ ഇളിഭ്യനായി സ്ഥലം കാലി യാക്കി.

"ങും! വാണ്ടു! നീലുപോസേനു എടാൻലെ ഒച്ചി കുന്തിക്കിനി ഉണ്ട ത്താണ്ടു വേല ഉണ്ടി! ഈ പിളകായ വാണ്ടു മുട്ടുച്ചേല ഏതാനു മൊച്ചേ നിക്കി ഒച്ചുണ്ടു വേല ഉണ്ടി അട്ലാനു നെനച്ചുകിനി... രോക്കൻനേ പടു ചികിനി സുസിൻനി ഉണ്ടുണ്ടു."

"കട്ടിട്ടു വെന്ന് ഒളിച്ചിരിക്കണമാതിരി പെണ്ണ് കുളിക്കിണ മറപ്പൊരേല് നോക്കിയിരുന്നവനല്ലേ ആ ശപ്പൻ,, ഇല്ലേ അവൻ ഇവിട കക്കാൻ വന്ന വനാണാ!"

പൊന്നി തെലുങ്കിൽ ഇങ്ങനെ ചോദിച്ചപ്പോൾ സെവപ്പി അവളെ തുറി ച്ചുനോക്കി.

"ഛീ പോടീ! അവൻ രുക്കുമണിയെ പുടിക്കാൻ വന്നവനാണ്. കക്കാ നൊന്നും വന്നവനല്ല. നാന് വന്ന് ശത്തം ഇട്ടില്ലേല് അവൻ അവളെ ചീത്താക്കീട്ട് പോയിട്ടുണ്ടാകും..."

"ഉം.. ഇനി അവൻ വരട്ടെ. ചട്ടകം അടുപ്പില് വെച്ച് ചുട് വെക്കണം."

ചെന്നി കോപത്തോടെ കാറിത്തുപ്പി.

ദളിത് പെൺവർഗത്തിന് ഇത്തരത്തിൽ പലപ്പോഴും നേരിടുന്ന ആക്രമണ ങ്ങളിൽ ആ ചേരിജനങ്ങൾ ദുഃഖിതരായിരുന്നു.

അതേസമയം ധനസമ്പാദനത്തിനായി അപ്പോഴപ്പോഴായി അന്യരോ ടൊപ്പം കിടക്ക പങ്കിടുന്നവരായി ചിലരും ചേരിയിലുണ്ടായിരുന്നു.

ഹരിജൻ കോളനിയുടെ കിഴക്കുഭാഗത്ത് നിവാസികളായ ചെട്ടിയാർ സമൂഹത്തിലെ ചിലർക്ക് കോളനി താമസക്കാരായ യുവതികളോട് കാമ നോട്ടങ്ങളുണ്ടായിരുന്നു.

സൈക്കിളുകളിൽ പുടവകളും ജാക്കറ്റ് തുണികളും കൊണ്ടുവന്നു ചേരിയിൽ വിൽക്കുന്നവരുണ്ട്. കൂടാതെ പലിശക്ക് പണം കൊടുക്കാ നെത്തുന്നവരുമുണ്ട്.

അൽപ്പസ്വൽപ്പം ആനുകൂല്യങ്ങൾക്കായി ഇവരിൽ ചിലർക്ക് രഹ സ്യമായി സ്വന്തശരീരങ്ങൾ വിൽക്കുന്നവരും ചേരിയിലുണ്ട്.

ആകസ്മികമായി ആരെങ്കിലും ഇതറിയാനിടയായി,

"ഇട്ല ചേചേവേ... ഇതെന്താ മച്ചിതു കാതു.."

"ഛേ! ഛേ! ഇത് നല്ലതല്ല. ചെയ്യരുത്.."

എന്ന് പറഞ്ഞാൽ,

"നാനോ കുട്ടി അട്ലെലല്ലാലേതു! ആ മൊഖവാണ്ടുതാ ഇക്കൈടെ ഒച്ചി മാട്ടാടികിനി ഉണ്ടി..."

"അയ്യോ! ഞാനല്ല ഞാനല്ല! ആ ഏഭ്യനാണ് ഇവിട വന്ന് എന്നോട് സംസാരിക്കണത്." ഇങ്ങനെ കള്ളം പറഞ്ഞു നടന്നു നീങ്ങുന്നവരുമുണ്ട്.

അവിഹിതഗർഭങ്ങളുടെ ഉത്തരവാദികളെ തേടിയലയുന്ന യുവതി കളും ചേരിയിൽ അപ്പോഴപ്പോഴായി കാണാനാകുന്നു. ഉദരം കനപ്പിച്ച അപമാനത്തിനും അപഹാസ്യത്തിനും കാരണക്കാരനെ കാണാതെയു

മാകുന്നു. കണ്ടുമുട്ടിയാൽത്തന്നെ അഞ്ഞൂറോ ആയിരമോ നൽകി ഡോക്ടറെയോ നഴ്സിനെയോ ഏർപ്പാടാക്കി ഉദരത്തിന്റെ കനം ഒഴിപ്പി ക്കാനും നിർബന്ധപ്പെടുത്തുന്നു. അതുമല്ലെങ്കിൽ ഉത്തരവാദി താനല്ലായെന്ന് പേരില്ലാത്ത ദൈവങ്ങളുടെ പേരുവരെ ചൊല്ലി ആണയിട്ടു തടി തപ്പുന്നു.

ഗ്രാമവാസികളുടെ വാക്കിലും നോക്കിലും മുനയൊടിഞ്ഞ മാനാഭി മാനത്തെ സംരക്ഷിക്കുവാൻ ഉദരം വീർത്ത യുവതികളുടെ ആത്മഹൂ തികളും അപൂർവമല്ല. ആത്മഹത്യകൾക്കായി അരളിക്കായകളും എരി ക്കിൻപാലും തേടിയലയുന്നവരെ ആ സംരംഭത്തിൽനിന്നും പിൻതിരി പ്പിച്ചവരും ചേരിയിലുണ്ട്.

നിരപരാധികളും നിസ്സഹായരുമായ ഇത്തരം പെൺജന്മങ്ങളെ പഠി പ്പില്ലെങ്കിലും വിശാലമനസുകളുടെ ഉടമകളായി, സ്വമേധയാ സ്വീകരി ക്കാനൊരുങ്ങുന്ന ആൺദൈവങ്ങളും ചേരിയിലുണ്ടായിരുന്നു.

ഇതിൽനിന്നെല്ലാം വ്യത്യസ്തമായി, വിഭിന്നമായി ചിന്തിക്കുന്ന പഠി ച്ചകള്ളികളും ചേരിയിലുണ്ടായിരുന്നു. അപ്പോഴപ്പോഴായി പ്രാപിക്കാനെ ത്തുന്നവരെ കബളിപ്പിച്ചു തെറ്റിദ്ധരിക്കപ്പെട്ട വ്യാജഗർഭത്തിന്റെ പേരിൽ, പണം പിടുങ്ങുന്ന ചിലരും ഉണ്ടായിരുന്നു.

എട്ടരവർഷങ്ങളിലെ ദാമ്പത്യത്തിൽ ആറ് സന്താനങ്ങളെ നൽകി അകാലമരണത്തിൽ വേർപെട്ട തന്റെ ഭർത്താവിനെയോർത്തു സുബ്ബി ഇപ്പോഴും കണ്ണീരൊഴുക്കും. അടുത്ത രണ്ടുവർഷത്തിനുള്ളിൽ മറ്റൊരാളുടെ താലിയും സുബ്ബിയുടെ കഴുത്തിൽ വീണു. ആ ബന്ധവും ദീർഘിച്ചില്ല. നാല് അവകാശികളെ വിട്ടുംവെച്ച് അയാളും മരണത്തിന് കീഴടങ്ങി. പത്ത് മക്കളേയും ഒറ്റയ്ക്ക് പരിപാലിക്കാൻ കഴിയാതെ വന്നപ്പോൾ തന്നോട് താൽപ്പര്യം കാണിച്ച ഒരാളുമായി സുബ്ബി ബന്ധം തുടർന്നു. അയാൾക്കു വേണ്ടിയും രണ്ടുതവണ ഗർഭിണിവേഷം കെട്ടി. സുലൂരിൽ നിന്നുമെത്തിയ ഒരുത്തി അയാളെ തട്ടിക്കൊണ്ടുപോകാൻ അധികം താമസം നേരിട്ടില്ല.

പുരുഷവർഗത്തോടുള്ള നീരസവും വെറുപ്പും സുബ്ബിയുടെ മന സിന്റെ ഭിത്തികൾ നേർരേഖയായി കിടന്നു.

മക്കൾ വളർന്നു വലുതായി താന്താങ്ങളുടെ ഇഷ്ടപ്രകാരം വിവാഹം കഴിച്ചും അല്ലാതെയും വേർപിരിഞ്ഞു പോകുന്നത് സുബ്ബി മൗനിയായി നോക്കിനിന്നു.

തന്നോടു താൽപ്പര്യം കാണിക്കുന്ന പേരക്കുട്ടികളോടും മക്കളോടു മൊത്, ഈ സമൂഹച്ചങ്ങലയിലെ കണ്ണികളിൽ താനുമുൾപ്പെടുന്നുവെന്ന, അവകാശവാദത്തോടും ധാർഷ്യത്തോടും സുബ്ബി ജീവിക്കുന്നു.

അനുജൻ വധിക്കപ്പെട്ടു മരച്ചില്ലയിൽ തൂങ്ങിയാടുന്ന ദൃശ്യം സെവ പ്പിയുടെ മനസിൽനിന്നും മാഞ്ഞുപോകുന്നില്ല. മേൽജാതിക്കാരിയാണെ ങ്കിലും നാച്ചീപ്പന് യോജിച്ച പെണ്ണായിരുന്നു രാജലക്ഷ്മി. അവളെയും സെവപ്പിക്ക് മറക്കാനായില്ല.

സുബ്ബിയും ചെന്നിയും പൊന്നിയുമൊക്കെ ചില സമയങ്ങളിൽ സെവ പ്പിയുടെ തിണ്ണയിൽ കൂടാറുണ്ട്.

ഇന്നത്തെ അവരുടെ കൂടിക്കാഴ്ച ശ്രദ്ധിച്ചുകൊണ്ട് എതിർവശത്തെ

തെരുവിന്റെ മൂലയിൽ കാളാച്ചി മരത്തണലിൽ ഓവൻ ചക്കിളിയൻ ചെരി പ്പുതയ്ച്ചുകൊണ്ടിരുന്നു. തത്സമയം പഴയ ചെരിപ്പുകൾ നന്നാക്കിക്കൊ ടുക്കുന്ന ജോലി മാത്രമേ ഓവനുള്ളൂ. കൃഷി നടക്കുന്ന കാലങ്ങളിൽ കിണറുകളിൽ നിന്നും വെള്ളം കോരുന്ന തോൽസഞ്ചികളും ഓവൻ ശരിപ്പെടുത്തികൊടുക്കാറുണ്ട്. എല്ലാ സ്ഥലങ്ങളിലും കൃഷിയിറക്കു മ്പോൾ ഓവൻ ഓടിനടന്നു ജോലി ചെയ്യേണ്ടതായി വരും. പാകപ്പെടു ത്തിയെടുത്ത എരുമത്തോലിലും പശുത്തോലിലും ഓവൻചക്കിളിയന്റെ കരവിരുതിൽ നിർമിക്കുന്ന കോരുസഞ്ചികൾ സ്വന്ത ഊരിലും സമീപ പ്രദേശങ്ങളിലും പ്രസിദ്ധമാണ്. ഒരു കോരുസഞ്ചിക്ക് ഇത്രപണം എന്ന കണക്കല്ല, ഇത്ര വല്ലം ധാന്യം എന്ന കണക്കാണ്. കരാർ വ്യവസ്ഥ യിൽ ചെയ്യുന്ന ഈ ജോലിയിൽ ആ വർഷത്തിൽ കോരുസഞ്ചികൾക്ക് കേടുപാടുകൾ സംഭവിക്കാനിടയായാൽ അവ പ്രതിഫലമില്ലാതെ നന്നാക്കിക്കൊടുക്കാനും ഓവൻ ബാധ്യസ്ഥനാണ്.

തുടിയല്ലൂരിനടുത്തുള്ള വെള്ളക്കിണറ് എന്ന സ്ഥലമാണ് ഓവന്റെ സ്വന്തഗ്രാമം. വർഷങ്ങൾക്കുമുമ്പെ ഇവിടെ കുടിയേറിപ്പാർത്തതാണ്. ബന്ധുജനങ്ങളുടെ ആവശ്യങ്ങൾക്കും വിശേഷങ്ങൾക്കും മുടക്കം വരു ത്താതെ ഓവൻ ഇന്നും വെള്ളക്കിണറ് ഗ്രാമത്തിൽ പോയി വരാറുണ്ട്.

തിമ്മന്റെ മകൻ വേമ്പന് തന്റെ ഗ്രാമത്തിൽനിന്നും പെണ്ണിനെ തെര ഞ്ഞെടുക്കണമെന്ന് ഓവൻ പലപ്പോഴും ചിന്തിക്കാറുണ്ട്.

തിമ്മനും ഓവനും ഏകദേശം സമപ്രായക്കാർ. ഓവന് ഒരു വയസ ധികം. വേമ്പൻ ഓവനെ "പെരിയപ്പാ" എന്ന് വിളിക്കുന്നു. തിമ്മന്റെയും ഓവന്റെയും കുടുംബങ്ങൾ വളരെയേറെ രമ്യതയിലായിരുന്നു. ഓവന്റെ ഭാര്യ കറുപ്പാൾ വിശാലമനസ്കയും ഗുണവതിയുമായിരുന്നു.

"ജീവിച്ചു തീരാതെതന്നെ തിമ്മൻ പെട്ടെന്നു പോയി. മക്കളുമാരിക്ക് കല്ലാണം കെട്ടി കാണണോംന്ന് പെരുത്ത് ആസപ്പെട്ടു. നെലത്തിൽ അവൻ വെട്ടിവെച്ച മമ്മട്ടീട ഈറം ഒണങ്ങണതിന് മുമ്പേതന്നെ അവൻ പോയി..."

ഓവൻ വല്ലാതെ സങ്കടപ്പെട്ടു. ഓർമച്ചെപ്പുകൾ തുറന്നപ്പോൾ അയാ ളുടെ കണ്ണുകളിൽ ജലം നിറഞ്ഞു. നീർത്തുള്ളികളോടെതന്നെ അയാൾ ആകാശത്തെ നോക്കി. സായംകാലത്തിന്റെ വരവറിയിച്ചുകൊണ്ട് ആകാശം നിന്നു. വെള്ളത്തുണികൾ ഉണക്കാനിട്ടതുപോലെ വെൺ മേഘങ്ങൾ പാറിക്കിടന്നു.

ഓവൻ തിമ്മന്റെ മകൾ തുളസിയെ ഓർത്തു. തന്റെ ഭാര്യ കറു പ്പാൾ അവളെ സ്വന്തം മകളെപ്പോലെയാണ് കരുതുന്നത്.

കറുപ്പാൾ കഴുത്തിലണിഞ്ഞിരുന്ന ചെമ്പഴത്തിന്റെ മാല കണ്ടപ്പോൾ തുളസി ചോദിച്ചു:

"താനെ എനിക്ക് ഇച്ചേവാ... പെത്തമ്മാ..."

"അതെനക്ക് തരുമാ പെരിയമ്മാ! എനക്ക് പെരുത്തിഷ്ടമാണ്."

തുളസി കുഞ്ഞായിരുന്നപ്പോൾ ചോദിച്ചതാണ്.

ചുവപ്പുനിറത്തിലെ ആ പവിഴമാല എണ്ണക്കറുപ്പുള്ള കറുപ്പാളുടെ കഴുത്തിന് അഴകായിരുന്നു. ചേരിപ്പെണ്ണുങ്ങൾ കറുപ്പാളെ പ്രകീർത്തി

ക്കാറുമുണ്ട്.

"ചെമ്മണ്ണില് ഉരുണ്ടുപെരണ്ട് പാട്പെടണ നമ്മജാതി പെണ്ണുങ്ങളുക്ക് ബകവാന് തന്ന ബാക്കിയമാണ് ഇന്ത പവിളം. ചെമ്പവിളം. ഇല്ലേല് സൊര്ണോം കിര്ണോം ഇട്ട് നമ്മപോലെ ഏഴകളുക് നടക്കാന് സാധിക്കോ!!"

പാവം ഹരിജൻ പെണ്ണുങ്ങൾ തങ്ങളുടെ സ്വർണാഭരണമോഹങ്ങൾ ഇങ്ങനെ പറഞ്ഞു തീർക്കും.

"ദെനവും ശോറ് കിട്ടാതെ പെടാപ്പാട്! പിന്നയല്ലേ സൊർണ്ണോം വെള്ളീം..."

"ഏതോ കല്ലാണോം വിശേഷ്ഷോം വരുമ്പോ കടോം വലോം വാങ്ങി തുണിമണിയോ സൊർണോം വെള്ളീം ഒക്കെ വാങ്ങും. പിന്നെ കടം അടച്ചു തീർക്കാന് പെടാപാട്. പൊന്ന് വെക്കറ എടത്തില് പുവ് വെക്കറ മാതിരി ഇന്ത പവിളം നമ്മളുക്ക്..."

"ഞാ.. ഞാ.. ചെമപ്പുനെറത്തിലെ പവിളം."

'ചെമ്പവിളത്തെ അങ്ങനെ സാമാന്നിയമായിട്ട് കരുതാൻ പാടില്ല. നമ്മട പരട്ടെത്തലച്ചിതായ് നെറ്റിയിലെ കുങ്കുമപൊട്ടു. നമ്മ മധുരവീരൻ നെറ്റിയിലെ കുങ്കുമപ്പൊട്ടു. എല്ലാം നമ്മ ഒടലില് ഓടണ ചോരേട നെറം. ചെമപ്പ്. അതന്നെ. ചെമ്പവിളം..'

ഈ പാവപ്പെട്ട ദലിത് പെണ്ണുങ്ങളുടെ കണ്ണീർക്കനവുകളുടെ തീക്കാറ്റ് ആ പരിസരമാകെ പരന്നപ്പോൾ ഓവൻ ഒരു കാര്യം ഗാഢമായി ചിന്തിക്കുകയായിരുന്നു.

"വേമ്പനേം കൂട്ടിട്ട് വെള്ളക്കെണറ് ഊരില് പോയി പെണ്ണ് കാണണം."

<h1 align="center">ഒൻപത്</h1>

ഒരു പിതാവിന്റെ സ്ഥാനത്തുനിന്നും തനിക്ക് വിവാഹാലോചന നടത്തിയതിൽ ഓവനോട് വേമ്പന് ബഹുമാനവും ആദരവും ഉണ്ടായിരുന്നു. പ്രത്യേകിച്ചും തന്റെയച്ഛൻ തിമ്മന്റെ വേർപാടിനുശേഷം.

സ്വീകരിക്കാനും തിരസ്കരിക്കാനും സാധിക്കാത്ത അവസ്ഥയിൽ വേമ്പൻ അൽപ്പം കുഴങ്ങി.

കാരണം,

തനിക്ക് വിവാഹം ഉടനെ വേണമെന്നില്ല.

സഹോദരി തുളസിയുടെ വിവാഹം ആഘോഷമായിത്തന്നെ നടത്തണം.

തിമ്മന് മകളായും വേമ്പന് സഹോദരിയായും തുളസി അറിയപ്പെടുന്നുവെങ്കിലും അവൾ ഈ കുടുംബത്തിൽ ചേർന്നവളല്ല.

ഒരു ദുരന്ത സംഭവത്തിന്റെ അടയാളമായി തിമ്മൻ തുളസിയെ ദത്തെടുക്കുകയായിരുന്നു.

ഈ കിഴക്ക് ദേശത്തേക്ക് പ്രാണരക്ഷാർഥം പെരുമാനല്ലൂരിൽനിന്നും അർധരാത്രിയിൽ പലായനം ചെയ്തപ്പോൾ ലഭിച്ച അമൂല്യസമ്പത്താണ് തുളസി.

പ്ലേഗും അതിസാരവും താണ്ഡവമാടി മനുഷ്യജീവിതങ്ങളെ വിഴുങ്ങി നിന്നപ്പോൾ ഓടി രക്ഷപ്പെടുവാൻ ഒരുങ്ങിനിന്ന കൂട്ടത്തിൽ ഒരു നാലുവ യസുകാരിയും രോഗം വന്ന് അവശനായ അവളുടെ അച്ഛനും ഉണ്ടായി രുന്നു. ജീവിതം വഹിച്ചുകൊണ്ടുള്ള ആ പാച്ചിലിനിടയിൽ രോഗിയായ ആ അച്ഛൻ കുഴഞ്ഞുവീണു. ജീവന്മരണപോരാട്ടത്തിനിടയിൽ ആർക്കും തിരിഞ്ഞു നോക്കാനായില്ല. സാന്ത്വനപ്പെടുത്താനായില്ല.

പക്ഷേ! പക്ഷേ! ഒരാൾ മാത്രം നിന്നു. അത് തിമ്മനായിരുന്നു. അവ ശനായ ആ രോഗിയെ അയാൾ വാരിയെടുത്തു മടിയിൽ കിടത്തി. ശ്വാസ ഗതി വേഗത്തിലായപ്പോൾ തിമ്മൻ ആ നെഞ്ച് തടവിക്കൊടുത്തു. ചാക്കു സഞ്ചിയിലെ തിരിമൊന്തയിൽനിന്നും വെള്ളമെടുത്ത് അയാളുടെ വായി ലൊഴിച്ചുകൊടുത്തു. അൽപ്പം ആശ്വാസം കിട്ടിയപ്പോൾ അയാൾ കണ്ണു കൾ മിഴിച്ചു തിമ്മനെ നോക്കി. ആ കണ്ണുകളിൽ നീർമണികൾ. സംഭവി ക്കുന്നതെന്തെന്നറിയാതെ മിഴിച്ചുനോക്കി നിന്ന ആ നാലുവയസുകാരി യുടെ കൈപിടിച്ച് അയാൾ തിമ്മന്റെ കൈകളിൽ ഏൽപ്പിച്ചു.

തിമ്മൻ മിഴിച്ചുപോയി. ആ ദൃഢഗാത്രന്റെ മനസിലെ ദൃഢത ആ മുഖത്ത് തെളിഞ്ഞു. അയാൾ തന്റെ മകനിലേക്ക് നോട്ടമയച്ചു.

ആ എട്ടുവയസുകാരൻ പകച്ചു നിന്നപ്പോൾ,

"മകാനേ! എനി ഇവള് നെനക്ക് തങ്കച്ചിതാൻ..."

വേമ്പന്റെ ഉൾത്തടത്തിൽ അന്നത്തെ ആ സംഭവവും അന്നുമുതൽ തനിക്ക് ലഭിച്ച സഹോദരിയെയും പച്ചകുത്തി കിടന്നു.

ഓവനെപ്പോലെ ഒന്നുരണ്ടുപേർക്ക് മാത്രമേ ആ സത്യം അറിയാ മായിരുന്നുള്ളൂ.

ആ കോളനിയിലും മറ്റു സമീപ പ്രദേശങ്ങളിലുള്ളവരിലും തുളസി തിമ്മന്റെ സ്വന്തം മകളും വേമ്പന്റെ സഹോദരിയുമാണ്.

തന്നിലും ഒരു കുടുംബനാഥന്റെ ഉത്തരവാദിത്വം ഉണ്ടെന്ന ഓർമ തുളസിയെ കാണുമ്പോൾ വേമ്പനിലുണ്ട്.

തിമ്മനെ സ്വന്തപിതാവായും വേമ്പനെ സ്വന്തസഹോദരനായും കരു തിപ്പോന്ന അന്നത്തെ ആ നാലുവയസുകാരി ഇന്നു യുവത്വം പ്രാപിച്ചി രിക്കുന്നു.

അവളെ ഭർതൃമതിയാക്കി നല്ല നിലയിൽ ഒരു കുടുംബിനിയാക്കി കാണണമെന്ന നിത്യനിശ്ചയം വേമ്പന്റെ മനസിന്റെ അടിത്തളത്തിൽ തഴമ്പായി കിടന്നു.

ഈ സന്ദർഭത്തിലാണ് തന്റെ നന്മയെ കരുതി തനിക്ക് വിവാഹാ ലോചനയുമായി ഓവൻ കടന്നുവന്നത്. വേണ്ടാ.. തനിക്കിപ്പോൾ വിവാഹം വേണ്ടാ. പക്ഷേ! പിതൃസഹോദരന് തുല്യമുള്ള ഓവനെയും നിരാകരിച്ചുകൂടാ.

"പെരിയപ്പാ! എനക്ക് കല്യാണം പൊറകെ നോക്കാം. തൊളസിക്ക് ഒരു നല്ല മാപ്പളേനെ നോക്ക്..." വേമ്പൻ ഓവനോട് പറഞ്ഞു.

"ഇവളോടെ വയസുള്ളവർക്ക് കല്യാണം കഴിഞ്ഞ് കുട്ടികളും ആയി.." വേമ്പൻ കൂട്ടിച്ചേർത്തു

ജന്മിയുടെ തോപ്പുകളിലും വയലുകളിലും അധ്വാനിക്കുന്നതു മാത്ര

മായി ജീവിതം തള്ളിനീക്കിയ താൻ അനുജത്തിയുടെ ഭാവിയെപ്പറ്റി ചിന്തി
ക്കാതിരുന്നതിൽ വേമ്പന് കുണ്ഠിതം തോന്നി.

വേമ്പൻ പറഞ്ഞത് കേട്ടപ്പോൾ ഓവനും അത് ശരിയാണെന്ന്
തോന്നി. തന്നെയുമല്ല, തുളസിയുടെ കാര്യം തന്റെ ഭാര്യ കറുപ്പാളും
പറഞ്ഞിട്ടുള്ളതും അയാളോർത്തു.

"ആ പണിയെ നേനു സൂസിക്കിനേനു..."

ഉ്ഹാ! ആ കാര്യം ഞാൻ നോക്കിക്കൊള്ളാമെന്നു തെലുങ്കിൽ
പറഞ്ഞ് ഓവൻ നടന്നു നീങ്ങി.

പക്ഷേ! പക്ഷേ! ഇവരുടെയെല്ലാം കണക്കുകളെയും കരുതലുക
ളെയും വഴിതെറ്റിച്ചുകൊണ്ട് തുളസിയുടെ മനസ്സ് മറ്റൊരു പാതയിൽ
നടന്നുകൊണ്ടിരുന്നു.

കഴിഞ്ഞ മധുരവീരൻ ഉത്സവം കാണാനെത്തിയ ചുണ്ടക്കാമു
ത്തൂർകാരൻ നന്ദവേലു അവളുടെ മനസിലെ മധുരവീരനായി കഴിഞ്ഞി
രുന്നു. നന്ദവേലു കുശവസമുദായത്തിലുള്ളവൻ.

തുളസിയുടെ ജാതിസമുദായത്തിൽനിന്നും വേറിട്ടുള്ളവൻ. കുശവ
ജാതി. ചട്ടിയും കലവും മണ്ണിൽ വാർത്തെടുക്കുന്നവർ. പക്ഷേ! നന്ദവേലു
ആ കുലത്തൊഴിൽ ചെയ്യുന്നില്ല. പീലമേടിൽ ഒരു വർക്ക്ഷോപ്പിൽ
ജോലിക്ക് പോകുന്നു. മാതാപിതാക്കൾ മാത്രം കുലത്തൊഴിൽ ചെയ്യുന്നു.

ചുണ്ടക്കാമുത്തൂരിന്റെ വടക്കുകിഴക്ക് അതിർത്തിയുടെ സമീപ
ത്തായി വായ്ക്കാപാളയം എന്നൊരു കുഗ്രാമം. ദളിത് സമുദായക്കാർ കൂട്ടം
ചേർന്നു താമസിക്കുന്ന സ്ഥലം. ഗ്രാമത്തിനടുത്ത കുളത്തടി വയലുക
ളിലും ഇഷ്ടികച്ചൂളകളിലും അവിടെയുള്ളവർ ജോലിക്ക് പൊയ്ക്കൊണ്ടിരുന്നു.

അവരോടൊപ്പം തുളസിയും കൂലിപ്പണിക്ക് പോയിരുന്നു, വേമ്പന്റെ
അനുവാദത്തോടെ.

"കുടിലില് ഒറ്റയ്ക്കിരുന്ന് എന്ത് ചെയ്യാൻ പോണ്. പാവം അണ്ണന്
ഒത്താശയായി ഞാനും വേലക്ക് പോകാം..."

വേമ്പൻ അവളെ തടുത്തില്ല.

ഇഷ്ടികച്ചൂള വെച്ച് നടത്തുന്ന നായ്ക്കരുടെ മകൻ സ്ത്രീകൾക്ക്
മാത്രം ദിവസക്കൂലിക്കുപകരം മാസശമ്പളം നൽകാമെന്ന് വ്യാമോഹി
പ്പിക്കാറുണ്ട്. പക്ഷേ, പെണ്ണുങ്ങൾ അവന്റെ ചുളയിൽ പണിക്ക് പോകാൻ
ഇഷ്ടപ്പെടാറില്ല. കാരണം, അവന്റെ കാമവെറി പലർക്കും അനുഭവപ്പെട്ടതാണ്.

കരിമ്പുതോട്ടങ്ങളിലും വയലേലകളിലും മാത്രമേ തുളസി പോകാ
റുള്ളൂ.

വായ്ക്കാപാളയത്തിന്റെ തെക്കുകിഴക്ക് മൂലയിലുള്ള മാരിയമ്മൻ
കോവിലിൽ ഉത്സവം മൂന്നു വർഷത്തിൽ ഒരിക്കൽ മാത്രമേ ആഘോഷി
ക്കാറുള്ളൂ. കുശവജാതിയിൽപ്പെട്ടവരുടെ കുലദൈവക്ഷേത്രമാണത്.
അഗ്നിനടത്തവും തീച്ചട്ടിയേന്തലും കൂടാതെ നൂറു മേനിയുടെ വിളവെടുപ്പിനായി.
മുളപ്പിച്ചെടുത്ത ധാന്യകലശം തലയിലേന്തിയ, വഴിപാടുകളും നടക്കും.

കുശവകുടുംബങ്ങൾ വരിപ്പണം ചെലുത്തിയും അന്യമതസ്ഥരിൽ
നിന്നും അന്യജാതിസമുദായങ്ങളിൽനിന്നും സംഭാവന പിരിച്ചും ഉത്സവം

മോടിയായി നടത്തും. ഊർജനങ്ങളും സമീപപ്രദേശങ്ങളിലും ഉള്ള നാനാ ജനങ്ങൾ പങ്കെടുക്കുന്ന ഉത്സവത്തിൽ കുശവവർഗക്കാർ മാത്രമേ ക്ഷേത്ര പൂജകൾ നടത്താറുള്ളൂ.

നന്ദവേലുവിന്റെ പിതാവ് പഴനിമുത്തുവിന് ഉത്സവനാളുകൾ കടുത്ത തിരക്ക് ദിനങ്ങളായിരിക്കും. പഴനി മുത്തുവിന്റെ മൺബൊമ്മകൾ പ്രസി ദ്ധമാണ്. മൺശിൽപ്പങ്ങളുടെ നിർമാണത്തിൽ മറ്റാരെക്കാളും അയാളുടെ കരവിരുത് അധികശതമാനത്തിലാണ്. വഴിപാടു ശിൽപ്പങ്ങൾക്കും പഴനി മുത്തുവാണ് ചാതുര്യക്കാരൻ. കുട്ടികളുടെ രൂപങ്ങൾ, കന്നുകാലികളുടെ രൂപങ്ങൾ, രോഗശാന്തിക്കായുള്ള വഴിപാടുകൾക്ക് കണ്ണ്, മൂക്ക്, കൈകാ ലുകൾ എന്നിവകൾക്കും ആവശ്യക്കാർ പഴനിമുത്തുവിനെ സമീപിച്ചു മുൻപണം നൽകിപ്പോകും.

ഇവയ്ക്കും പുറമെ ചില പ്രത്യേക രോഗവിധികൾക്കായും കുശവ സമുദായത്തിലെ ചിലരെ ജനങ്ങൾ സമീപിക്കാറുണ്ട്.

ശരീരത്തിൽ അവിടവിടെയായി തടിച്ചുവീർത്തു പ്രത്യേകമായി മുതു കിൽ പടർന്നുകിടക്കുന്ന "അക്കി" എന്ന രോഗത്തിന് ചെമ്മണ്ണ് നന്നായി കുഴച്ച് ചന്ദനംപോലെയാക്കി രോഗമുള്ള ഭാഗങ്ങളിൽ തടവി പേന പോലെയാക്കിയ ചെറിയ കമ്പിൽ മാരിയമ്മനെ മനസിൽ ധ്യാനിച്ചു മന്ത്രം ചൊല്ലി, എഴുതിപ്പിടിപ്പിച്ചാൽ രോഗം മാറുമെന്ന വിശ്വാസം ജനങ്ങൾക്കി ടയിലുണ്ട്.

ചെന്നിയുടെ പേരക്കുട്ടിക്ക് മുതുകിൽ അക്കി വന്നു വളരെ ശ്രമപ്പെ ട്ടുകൊണ്ടിരുന്നു.

"കൊസവവളവില് കൊഴന്തയെ കൂട്ടിട്ട് പോ... പളനിമുത്ത് നോക്കീട്ട് എളുതിത്തരും. കൊളന്തക്ക് മൂന്ന് നാളില് ഗൊണമാകും..."

ഊരിലെ മുതിർന്നവർ ചെന്നിയോട് പറഞ്ഞു. സുബ്ബിയും ആ അഭി പ്രായം തന്നെ പറഞ്ഞു.

ആർക്കും എന്തുപകാരവും ചെയ്യാൻ മടിക്കാത്ത ചെന്നിക്കുവേണ്ടി അവളുടെ പേരക്കുട്ടിയെയും കൂട്ടി തുളസിയാണ് പഴനിമുത്തുവിന്റെ വീട്ടി ലേക്ക് പോയത്.

മൺരൂപങ്ങൾ നിർമിക്കാൻ വീട്ടുമുറ്റത്തെ മൂലയിൽ മണ്ണ് കുഴച്ചു പാകപ്പെടുത്തിക്കൊണ്ടിരുന്ന പഴനിമുത്തു തുളസിയെയും ബാലിക യെയും കണ്ടപ്പോൾ തന്റെ ജോലിക്ക് തടസമുണ്ടാകുമല്ലോയെന്ന് ഓർത്തുപോയി.

"ഇപ്പോ വേല അതികം ഒണ്ട്. വടക്കേല് പോയി നോക്ക്. അവിടേം അക്കിക്ക് എഴുതണവര് ഒണ്ട്..."

"വേല തീരണവരെ ഞങ്ങള് കാത്ത് നിൽക്കാം. ഇവിടേന്ന് തന്നെ എഴുതി തന്നാ മതി സാമീ! പാവം കൊഴന്തെ മുതുക് എരിയണെന്ന് പറേന്ന്..."തുളസി ഭവ്യതയോടെ പഴനിമുത്തിവിനോട് പറഞ്ഞു.

അയാൾ തുളസിയെ ഉറ്റുവനോക്കി. അവളുടെ ലക്ഷണമൊത്ത മുഖവും വളർച്ചമുറ്റിയ വാക്കുകളും അയാളെ ആകർഷിച്ചു.

തൊട്ടിയിൽനിന്നും വെള്ളമെടുത്ത് കൈകാലുകൾ കഴുകി തുടച്ച്

പഴനിമുത്തു ബാലികയുടെ മുതുക് സസൂക്ഷ്മം വീക്ഷിച്ചു.

ഈ സമയത്തവിടെ സൈക്കിളിലെത്തിയ നന്ദവേലു സൈക്കിൾ മരത്തണലിൽ നിർത്തി വന്നു.

"എന്ന അക്കിയാ! എഴുതാൻ വന്നതാണാ.." അവൾ തുളസിയോട് ചോദിച്ചു.

"ആമാം..." തുളസി നന്ദവേലുവിന്റെ മുഖത്തേക്കുനോക്കി പറഞ്ഞു.

"ഉം.... ഉം... ശെരി."

നന്ദവേലു വീട്ടിനുള്ളിലേക്ക് പോയി.

പോക്കുവെയിലിൽ ചുണ്ണാമ്പുനിറമേഘങ്ങൾ അലഞ്ഞു തിരിഞ്ഞു നടന്നു.

പഴനിമുത്തു ദീർഘനേരം ബാലികയുടെ മുതുക് പരിശോധിച്ചു. ഒടു വിൽ,

"പുള്ളേ! ഇങ്കെ വന്ന് പടിഞ്ഞാറോട്ട് തിരിഞ്ഞു നിൽക്ക്..."

തുളസി ബാലികയെ പടിഞ്ഞാറ് ദിശയിലേക്ക് തിരിച്ചു നിർത്തി.

കുഴച്ചു പാകപ്പെടുത്തിയ മണ്ണ് കുറച്ചെടുത്ത് ഒരു ചിരട്ടയിൽ വെച്ചു. വീണ്ടും പഴനിമുത്തു കൈവിരലാൽ കുഴച്ചു ചന്ദനക്കൂട്ടുമാതിരിയാക്കി യെടുത്ത് ബാലികയുടെ മുതുകിൽ തേച്ചുപിടിപ്പിച്ചു. ഒരു നേരിയ കമ്പെ ടുത്ത് വിരലുകൊണ്ട് കൂർപ്പിച്ചെടുത്ത തന്റെ മൂക്കിന് നേരെ ഉയർത്തി പ്പിടിച്ചു കണ്ണുകൾ ഇറുകെയടച്ചു ധ്യാനിച്ച് ബാലികയുടെ മുതുകിൽ മൺകുഴമ്പിൽ എന്തോയെഴുതി കമ്പ് വീണ്ടും മൂക്കിന് നേരെ ഉയർത്തി പ്പിടിച്ചു ധ്യാനിച്ചു ചിരട്ടയിലെ മണ്ണിൽ കുത്തിനിർത്തി.

"ഉം.. കൊറച്ച് മുമ്പെ കൊണ്ടരാരുന്നു. ഉം... സാരമില്ല. ഇതുപോലെ നാളേം എഴുതണം. മൂന്നാം നാളിൽ കോഴീടെ ചോരേലും എഴുതണം. അപ്പോ എല്ലാം ശരിയായി പോകും. ഒടലിലൊള്ള ചൂട് കൊപ്പളമായിട്ട് പൊരത്ത് വന്നതാണ്. അകത്തെ എല്ലുകളീന്ന് പൊരത്ത് വന്നത്. ഉം.. മാരിയമ്മേടെ ദയകൊണ്ട് എല്ലാം കൊണമാകും. ഉം.. ഉം. നാളേം കൊണ്ടുവാ..."

പഴനി മുത്തു തുളസിയെ നോക്കി പറഞ്ഞു.

"ശെരി സാമീ... ശെരി സാമീ.. നാളേം കൊണ്ടരാം..."

"പത്തിയം ഇരിക്കണം പുള്ളേ! അഞ്ചുനാളേക്ക് ചോറ്റിൽ ഉപ്പ് ചേർക്കരുത്. കമ്പംചോറ് തണ്ണികുടിക്കാം. കറി പുളി വേണ്ട. വെയിലിൽ നടക്കരുത്."

"ശെരി സാമീ! ഞാൻ നോക്കിക്കൊള്ളാം..."

"മൂന്നാംനാള് വരുമ്പോ പറവതുവലിൽ രത്തചിത്തിരം എഴുതണം. അതിന് ഒരു കൈപ്പിടി അളവിൽ ഒരു കോഴിക്കുഞ്ഞിനേം കൊണ്ടുവാ..."

"ശെരി... സാമീ.."

തുളസി ബാലികയേയും കൂട്ടി നടന്നുനീങ്ങി. അവൾ പഴനിമുത്തു വിന് വന്ദനം പറയാൻ മറന്നില്ല.

പറമ്പും കഴിഞ്ഞു നിരത്തിലെത്തിയപ്പോൾ തങ്ങളെ മറികടന്നു വേഗ ത്തിൽ ഒരു സൈക്കിൾ പോകുന്നത് തുളസി കാണാനിടയായി.

സൈക്കിൾ യാത്രക്കാരൻ നന്ദവേലുവായിരുന്നു.

നാലഞ്ചാറ് വീടുകളും തോപ്പും കടന്നു മൂലയിലുള്ള മുറുക്കാൻ കടയുടെ മുന്നിൽ നന്ദവേലു ഇറങ്ങി, കടയോട് ചേർന്ന മരത്തിൽ സൈക്കിൽ ചാരിനിർത്തി. തുളസിയും ബാലികയും നടന്നുവരുന്ന ഭാഗ ത്തേക്ക് നോക്കിനിന്നു.

അൽപ്പനിമിഷങ്ങൾക്കകം തുളസിയും ബാലികയും കടയുടെ മുന്നി ലെത്തി.

നന്ദവേലുവിന്റെയും തുളസിയുടെയും കണ്ണുകൾ ഇടഞ്ഞു.

മനസ്സ് കടഞ്ഞെടുത്ത ശിൽപ്പങ്ങളായി ഇരുവരും ഒരു ഞൊടിയിട നിന്നു.

അവളുടെ അകക്കണ്ണിൽ കഴിഞ്ഞൊരു ദിവസം ക്ഷേത്രനടയിൽ അവിചാരിതമായി നടന്ന സംഭവവും ദൃശ്യവിസ്മയമായി കടന്നുവന്നു.

പരിസരബോധത്താൽ തുളസി ബാലികയേയും കൂട്ടി കടന്നുപോ യി. അവൾ ബാലികയെ വീട്ടിലാക്കി വൈദ്യമുറകളും പഥ്യരീതികളും അവരെ അറിയിച്ചു സ്വന്തം വീട്ടിലേക്ക് മടങ്ങി.

സ്വന്തഗൃഹത്തിലെ ഏകാന്തതയിൽ തുളസിയുടെ മനം ചിറകടിച്ചു പറന്നു.

ആ മാസത്തിലെ വിശേഷപ്പെട്ട വെള്ളിയാഴ്ച ദിവസത്തിലെ പ്രത്യേക പൂജയിൽ പങ്കെടുക്കാൻ മാരിയമ്മൻ ക്ഷേത്രത്തിൽ എത്തിയ താണവൾ.

തിരക്കൊഴിയാൻ കാത്തുനിന്നു, കാത്തുനിന്നു, ഒടുവിലവൾ ക്ഷേത്രാ ങ്കണത്തിലെ വിഗ്രഹസന്നിധിയിലെത്തി. പൂജകഴിഞ്ഞു പൂജാരി ഏവർക്കും പ്രസാദം നൽകുന്നു.

ഇലച്ചീന്തിൽ പൂവും പ്രസാദവും കുങ്കുമവും പൂജാരി തുളസിയുടെ കൈവെള്ളയിലേക്കിട്ടു കൊടുത്തു. അവളുടെ മനസിൽ ഒരു വെള്ളിടി വെട്ടി.

പൂവും പ്രസാദവും കുങ്കുമവുമടങ്ങിയ ഇലച്ചീന്ത് താഴെ വീണു.

ഒരു കയ്യബദ്ധം.

നിമിഷാർധത്തിൽ എതിർവശത്ത് നിന്നിരുന്ന യുവാവ് കുനിഞ്ഞെ ടുത്ത് ഇലച്ചീന്ത് അവൾക്ക് നീട്ടി.

കുറ്റബോധവും നന്ദിയും ദ്വന്ദഭാവങ്ങൾ സ്വീകരിച്ച മുഖത്തോടെ തുളസിയത് ഏറ്റുവാങ്ങി.

ഭയഭക്തിയോടെ കുങ്കുമം അവൾ നെറ്റിയിൽ ചാർത്തി.

ആ യുവാവ് നന്ദവേലുവായിരുന്നു.

അന്നും നാല് കണ്ണുകൾ പരസ്പരം ഉടക്കിനിന്നിരുന്നു.

നിർവൃതിയുടെ പുഷ്പമദം ചൊരിയുന്ന ആ ഞൊടിയിടകൾ ആവർത്തനമാകണമെന്ന ഉൾവിചാരം അവളിൽ നിരന്തരമായപ്പോഴാണ് ചെന്നിയുടെ മകളുടെ വൈദ്യം ഒരു നിമിത്തമായത്.

ഈ സന്ദർഭം നന്ദവേലുവിന്റെ കുടുംബവിവരങ്ങളറിയാനും ഒരു നിമിത്തമായി തീർന്നു.

ഈ നിമിത്തം തന്നെപ്പറ്റിയും താനുൾപ്പെടുന്ന ജാതിയെപ്പറ്റിയും താൻ അധിവസിക്കുന്ന ചേരിയെപ്പറ്റിയും വിവരാന്വേഷണങ്ങൾക്കായി അവൻ ഉപയോഗപ്പെടുത്തുമോ, അതോ അതെല്ലാം നിരാകരിച്ചു തന്നെപ്പ

റ്റിയുള്ള മധുരസ്മരണകൾക്കായി മാത്രം വിനിയോഗിക്കുമോയെന്നും തുളസി ചിന്തിച്ചുപോയി.

"നേനേ പിലിസിൽനി പോയ്യേനു..."

"ഞാ! ഞാൻ തന്നെ വിളിച്ചുകൊണ്ടുപോകാം..."

ബാലികയുടെ വൈദ്യം അവൾ സ്വയമേറ്റെടുത്ത പോലെ തുടർച്ച യായി നന്ദവേലുവിന്റെ വീട്ടിൽ തുളസി പോയി.

പ്രണയത്തിന്റെ വിതധാന്യം മുളച്ചു പൊന്താൻ തുടങ്ങി.

വെറും കൺനോട്ടങ്ങൾ മാത്രം. രണ്ടോ മൂന്ന് ദിവസത്തിലൊരിക്കൽ നന്ദവേലുവും അവളുടെ ഹരിജൻ കോളനിയുടെ സമീപഭാഗങ്ങളിൽ സൈക്കിളിൽ ചുറ്റിത്തിരിയാൻ തുടങ്ങി.

മിഴിനോട്ടങ്ങളല്ലാതെ പുഞ്ചിരി കൈമാറ്റങ്ങളിലുമായി.

വയലേലകളിൽ സഖികളോടൊത്ത് ജോലി കഴിഞ്ഞുവരുമ്പോൾ വായ്ക്കാൽപാളയം മൂലയിൽ നന്ദവേലുവിന്റെ സൈക്കിൾ കാണാനാ വും. മറവിൽ നിൽക്കുന്ന അവനെ സഖികളുടെ കണ്ണുവെട്ടിച്ചു തിരി ഞ്ഞുനോക്കാനും തുളസി മറക്കാറില്ല.

ഒടുവിൽ അവൾ സഖികളെ ഒഴിവാക്കി തനിയെ നടന്നുവരാനും വഴിയുണ്ടാക്കി.

അവളോടൊപ്പം സൈക്കിളും തള്ളി മധുരഭാഷണങ്ങളുമായി കുശ വഞ്ചെരുവിന്റെ മൂലവരെ നടന്നുവരുന്നത് നന്ദവേലുവും ശീലമാക്കി.

നന്ദവേലുവിന്റെയും തുളസിയുടെയും പ്രണയം ഊരിൽ പലപേ രിൽ ചിലരറിഞ്ഞു.

കുശുകുശുപ്പും അടക്കംപറയലും പതിവായി.

"ആ.... പിന്നവാണ്ടു മണ്ണുടയാർപിന്നവാണ്ടു!! എന്തോ പണിക്ക് പോയിക്കിനി ഉണ്ടതാണ്ടുവേല ഉണ്ടി... മനി തൊളസിംപേർലവാണ്ടുക്കു ഒരു 'ഇതു' വേല ഉണ്ടി.."

"ഞാ... അവൻ കൊശവജാതിക്കാരനാണ്. വേറെ എവിടെയോ വേലക്ക് പോണ്.. അവന് തൊളസീടെ പേരിൽ ഒരു ഇത് ഒണ്ട്.."

ഊര് ജനങ്ങളുടെ വിവരാന്വേഷണങ്ങൾ ഏറ്റക്കുറച്ചിലുകളോടെ പടർന്നു തുടങ്ങി.

ഹരിജൻകോളനിയിൽ തുളസിയെപ്പറ്റി ഏവർക്കും നല്ല അഭിപ്രായ മാണ്. തന്റെ സൽപ്പേരിന് കളങ്കം വന്നുചേരുമെന്ന വിചാരം അവളെ ഉലച്ചു.

വേമ്പന്റെ കാതുകളിൽ ഈ വിവരം എത്തിച്ചേർന്നാൽ!!!

ഈ വിചാരം തുളസിയുടെ അകക്കണ്ണിലെ കണ്ണീരായി തീർന്നു.

നന്ദവേലുവിനെയും ഈ വിവരം ഭയത്തോടെ അവൾ ധരിപ്പിച്ചു.

"എങ്ങനെ ആയാലും നിങ്ങ ഞങ്ങളേക്കാള് മേല് ജാതിക്കാര്.. എന്നോട് സ്നേഹം വെച്ചാല് നിങ്ങൾട പേര് പോകും..."

"ആമാം... നാന് മണ്ണുടയാറ് ജതീല് പൊറന്നവൻ തന്നെ. പക്ഷേല് നാന് മനുഷേരെയെല്ലാം സമമായിട്ട് കാണണവനാണ്. ഇത്തരേം നാള് നീ എന്നോട് പഴകീട്ട് ഇത് മനസിലാക്കിയില്ലേ."

"അത് ശെരി തന്നെ. പക്ഷേല് നാന് ഹരിജൻ പെണ്ണ്. നിങ്ങൾട

ജാതിക്കാര് എന്നെ വീട്ടില് കേറ്റുമാ!!!"

"നോക്ക് തൊളസി! മറ്റുള്ളോരെപ്പറ്റി ഒന്നും ആലോചന വേണ്ട. നാന് മണ്ണ് കൊഴച്ച് ചട്ടീം കലോം ഉണ്ടാക്കണ ജാതിക്കാരൻ തന്നെ. നീ വേറെ ജാതിക്കാരത്തി ആണേലും എന്റൊപ്പം തൊണയായി നിന്നാല് മതി..."

"എന്നാലും... എന്നാലും!!"

അവളിൽനിന്നും ഭയം വിട്ടുമാറിയില്ല.

"മണ്ണില് ധാന്യത്തെ വെതച്ച് അതിനെ നൂറുമേനി വിളയിച്ചുകൊ യ്തെടുക്കണ തൊഴിലാളി വർഗത്തില് ചേർന്നവള് നീ..."

തുളസി അതെയെന്നർഥത്തില് തലയാട്ടി.

"നാന് അതേ മണ്ണ് കൊഴച്ചു ചട്ടീം കലോം ഒണ്ടാക്കണ തൊഴി ലാളി വർഗത്തില് പൊറന്ന ആള്."

അതിനും അവള് തലയാട്ടി.

"അപ്പോ നിങ്ങളൊണ്ടാക്കണ ധാന്യം ഞങ്ങളൊണ്ടാക്കണ കലത്തി ലിട്ട് വേവിച്ചാലാണ് എല്ലാവർക്കും ഉണ്ണാനൊള്ള ചോറുണ്ടാകണത്."

അവള് മിഴിച്ചു നിന്നു.

"അങ്ങനെ വരുമ്പഴ് നീയും നാനും ഒന്ന്. നമ്മൾക്ക് ഒന്നിച്ചു ജീവി ക്കണം..."

നന്ദവേലുവിന്റെ നിത്യനിശ്ചയദൃഢതയിൽ തുളസിയുടെ ഭയം അലി ഞ്ഞലിഞ്ഞില്ലാതെയായി.

പത്ത്

ഹരിജൻകോളനിവാസികള് പരട്ടെത്തലെച്ചി അമ്മൻകോവില് മുറ്റത്ത് വട്ടംകൂടിയിരുന്നു. മധുരൈവീരൻ സ്വാമിയുടെ ഉത്സവം നടത്തേ ണ്ടതെങ്ങനെയെന്ന ഉറച്ച തീരുമാനത്തില് സഭ പിരിഞ്ഞു. സംഭാവന വസൂല് ചെയ്യേണ്ടതെങ്ങനെയെന്ന് വീരയ്യൻ യോഗത്തില് പരാമർശി ച്ചത് ഏവരുടെയും മനസിലുണ്ടായിരുന്നു.

"ഓരോരു വീട്ടുകാരും അയ്മ്പത് രൂപാ കൊടുക്കോണം. അത് കട്ടായം."

പ്രായാടിസ്ഥാനത്തിലല്ലായെങ്കിലും വീരയ്യന് ഹരിജൻകോളനിവാ സികള് നേതാവെന്ന പദവി നൽകിയിരുന്നു.

മുതിർന്നവരും ചെറുപ്പക്കാരും കൂടിയിരുന്ന യോഗത്തില് മധുരൈ വീരൻ സ്വാമിയുടെ ഉത്സവത്തിന് ആർക്കൊക്കെ എന്തൊക്കെ ചുമതല യെന്ന കാര്യം വീരയ്യൻ വിശദമായി പ്രസ്താവിച്ചിരുന്നു.

"വീട്ടുക്ക് അയ്മ്പത് രൂപാ എന്നാല് കൊഞ്ചം ഭാരം തന്നെ. ഓ.. എന്നാലും സാരമില്ല. നമ്മൾട സാമിക്ക് താനെ. വീട്ട് ചെലവ് കൊറച്ച് രെണ്ട് തവണ മൂന്ന് തവണയായി കൊടുക്കോണം..."

ഊര് ജനങ്ങള് പരസ്പരം പറഞ്ഞു.

"കണക്ക് വെച്ച് നോക്കിയാല് എല്ലാ വീട്ടുകാരും കൊടുത്താലും ചെലപ്പൊ മൂവായിരം രൂപാ ചേരും. അത് മാത്തരം വെച്ച് കാരിയം നട ക്കൂല്ലാ. വെലി വസൂലുക്കും പോകോണം."

"ഉം... ഉം.. അത് മാത്തരം പോരാ. അടുത്തടുത്ത ഊരുകളിലും തോട്ടോം തോപ്പും ഒള്ള മൊതലാളിമാരേയും തേടി പോകോണം."

"പത്ത് പതിനഞ്ച് പേരെങ്കിലും നോട്ടീസും പൊസ്തകവുമായി മെന ക്കെട്ട് നടക്കോണം..."

മമ്മട്ടികൾ തോളിൽ കൊളുത്തിവെച്ച് തെക്കാട്ട് ഇട്ടേരിവഴിയിലൂടെ നടക്കുമ്പോൾ രങനും സുബ്ബനും സംസാരിച്ചുകൊണ്ടിരുന്നു.

ദിവസക്കൂലി കിട്ടുന്ന ജോലിക്കും തടസമുണ്ടാവാൻ പാടില്ലല്ലോ. ഉത്സവം നടത്തണം.

ഹരിജൻ വളവിൽ മുമ്പത്തെക്കാളധികം ജനസഞ്ചാരമായി. കടക മ്പോളങ്ങളിൽ തിരക്കനുഭവപ്പെട്ടു. സൈക്കിളുകളിലും ഉന്തുവണ്ടികളിലും കാളവണ്ടികളിലും പലവിധ വസ്തുക്കളും വ്യാപാരത്തിനായെത്തി.

കുട്ടികൾ കോവിൽ മൈതാനത്ത് പല കളികളിലും ഏർപ്പെട്ടു കൊണ്ടിരുന്നു. പെൺകുട്ടികളുടെയും യുവതികളുടേയും മുതിർന്നവരു ടെയും മുഖങ്ങളിൽ സന്തോഷത്തിന്റെ പൊലിമ തെളിഞ്ഞിരുന്നു.

അന്യപ്രദേശങ്ങളിൽ താമസിക്കുന്ന ബന്ധുക്കളെ ക്ഷേത്രോത്സവ ത്തിന് ക്ഷണിക്കാനായി കോളനിവാസികൾ പൊയ്ക്കൊണ്ടിരുന്നു.

നിരന്തരജോലിക്കിടയിലും മധുരൈവീരൻ സ്വാമിയുടെ ഉത്സവാ ഘോഷം വേമ്പനെ ഉത്സാഹപ്പെടുത്തിക്കൊണ്ടിരുന്നു. ചേരി നിവാസി കൾ തങ്ങളുടെ ബന്ധുമിത്രാദികളെ ക്ഷണിക്കാനായി പലയിടങ്ങളിലും പോകുമ്പോഴും അത്തരം ബന്ധങ്ങളില്ലാതിരുന്ന വേമ്പൻ പണിയായുധ ങ്ങളുമായി താൻ പണിയെടുക്കുന്ന മണ്ണിന്റെ ബന്ധവുമായി മല്ലിടിച്ചുനി ന്നു. തത്സമയം ഈ കോളനിനിവാസികൾ മാത്രമാണ് തന്റെ ബന്ധു ക്കൾ. സഹോദരി മാത്രമാണ് തനിക്കവകാശപ്പെട്ട ഏക ബന്ധു. പിതാ വിന്റെ മണ്ണുണ്ടായിരുന്ന പെരുമാനല്ലൂർ തനിക്കിന്ന് അന്യമാണ്. ആ ദേശ ത്തിനി ആരെല്ലാമുണ്ട്! ആരെല്ലാം മരിച്ചുപോയി! ഒന്നുമറിഞ്ഞുകൂടാ.. പിതാവിനോടൊപ്പം പെരുമാനല്ലൂർ പ്രദേശം വിട്ട് അടിയന്തരമായി ഇവിടെ വന്നുചേർന്നത് മാത്രം വേമ്പനിൽ ഇന്നും മായാച്ചുവടുകളായി മനസിൽ പതിഞ്ഞുകിടക്കുന്നു.

ക്ഷേത്രവളപ്പിലെ ആൽമരത്തിൽ കെട്ടിവെച്ചിരുന്ന കോളാമ്പിസ്പീ ക്കറിൽനിന്നും ഉച്ചത്തിൽ പാട്ട് കേട്ടുകൊണ്ടിരുന്നു.

"ഉള്ളം ഉരുകുതയ്യാ.. മുരുകാ..."

"കോയിൽ പെരുന്നാള് എത്തിയപ്പം റേഡിയോ ശത്തം ഒച്ചത്തില് കേക്കണ്."

ഊര് ജനങ്ങളുടെ ആഹ്ലാദം.

ഹരിജൻകോളനിയിലെ ജനങ്ങൾ പത്തുപതിനഞ്ചുപേർ എല്ലാ സ്ഥലങ്ങളിലും സംഭാവന പിരിക്കാനിറങ്ങി. വസൂൽനില മന്ദഗതിയിലാ യിരുന്നു.

"നാളെയാ മറ്റന്നാളെയാ വാ... അപ്പോ തരാം."

'ഞങ്ങടുത്തൊള്ളത് ഇപ്പത്തന്നെ തരാം...'

ഇങ്ങനെ കേട്ടുകേട്ടു പിരിവുകാർ പിരിവ് നടത്തി. ആരും ആരോടും

പരിഭവം പറഞ്ഞില്ല.

ക്ഷേത്രക്കാര്യം എന്നതിൽ കവിഞ്ഞ് മധുരൈവീരൻ സ്വാമിയുടെ മഹനീയതയും അവർ മനസിൽ കണ്ടു.

"നമ്മള് വീട് വീടാന്തരം അലയണതില് ഒരു വെഷമോം തോന്നരുത്. മധുരവീരസ്വാമി നമ്മ ദെയ്വം മാത്തരമല്ല. ഊര് മുച്ചൂടും ഒള്ളോർക്ക് കാവല് ദെയ്വം."

"മറ്റ ജാതിക്കാര് അവരവരുടെ കോയിലികളില് വിശേഷം നടത്തുമ്പോ നമ്മട ശരീരം കൊണ്ട് ആകണതെല്ലാം ചെയ്യണ്. അത് അവർടെ സാമിക്ക് നമ്മള് കൊടുക്കണ സംഭാവനയാണ്. അത് മനസില് വെച്ച് മറ്റ ജാതിക്കാര് നമ്മൾട കോയില് വിശേഷത്തിനും വസൂല് തരോണം. തരാത്തോരെപ്പറ്റി നമ്മള് ഒന്നും വിചാരിക്കാന് പാടില്ല."

വീരയ്യന്റെ വർത്തമാനത്തില് വസൂല് പിരിവുകാർക്ക് ഉത്സാഹം ഇരട്ടിച്ചു. പക്ഷേ, ആ ഉത്സാഹം രായനില് കണ്ടില്ല.

"നമ്മൾട വീടുകളില് കിട്ടണ പണംകൊണ്ടു ചെറുതായിട്ട് പെരുന്നാള് കൊണ്ടാടാം."

"ഉം... ഉം.. നെന്റെ വെചാരോം ശെരിതാന്. നമ്മള് താണജാതിക്കാര്. പക്ഷേല് നമ്മൾട പുരുഷന്മാരും പെണ്ണുങ്ങളും വേലക്ക് പോണത് മേല് ജാതി ആളുകൾടെ തോപ്പിലും തോട്ടത്തിലും വയലുകളിലുമാണ്. അപ്പോ നമ്മൾട കോയിലില്, നമ്മൾട ദെയ്വത്തിന് വിശേഷം ചെയ്യാന് അവരും പൈസ തരണതില് ഒരു കുറ്റോമില്ല."

"നിങ്ങാ പാട്പെടണതിന് ഞങ്ങള് അപ്പപ്പ കൂലി തരണില്ലേ! അതില് ബാക്കി വെക്കണില്ലല്ലാ... പിന്നെന്തിനാണ് സാമി പണം കോയില് പണം എന്നെല്ലാം കേക്കണത്. ഇങ്ങനേം അവര് പറേം."

രായന്റെ മറുപടിയില് വീരയ്യന് നീരസം കാണിച്ചില്ല.

"ങാ... അങ്ങനേം.. ചെലരൊണ്ട്.. അതല്ലാത്ത നല്ലവരും ഒണ്ട്. അവരോട് നമ്മൾക്ക് ചോയിക്കാം."

വീരയ്യന് ആരെയും മുഷിപ്പിച്ചില്ല. അണികൾക്കും ക്ഷമകേട് തോന്നിയില്ല. വസൂല് തുടർന്നു. പത്തുപന്ത്രണ്ട് നാഴിക ചുറ്റളവില് അത് തുടർന്നു.

സംഭാവനകൾക്കായി ചെല്ലുന്ന തോപ്പുകളിലും തോട്ടങ്ങളിലും നിന്നും പച്ചോലകളും കുരുത്തോലകളും വാഴകളും കരിക്കുകളും ശേഖരിച്ചു കൊണ്ടുവന്ന് ക്ഷേത്രവഴിത്തടങ്ങളും മൈതാനവും അലങ്കരിച്ചു കൊണ്ടിരുന്നു.

ഉത്സവത്തിന്റെ വരവറിയിച്ചുകൊണ്ട് ക്ഷേത്രവും പരിസരവും പച്ചയണിഞ്ഞു നിന്നിരുന്നു. ക്ഷേത്രച്ചുമരുകളില് വെള്ളപൂശി കാവിനിറ ചായം കൊണ്ട് നെടുംതൂണുകള് വരച്ചുഭംഗിയാക്കി.

"ദൂരേന്ന് നോക്കിയാല് ഇന്ത കാവിക്കളർ തൂണുകള് നല്ലാ ഒണ്ട് മാമാ..."

രങ്കന്റെ സമീപത്ത് വന്നുനിന്നു തൂണാന് പറഞ്ഞു.

"ഇന്തമാതിരി വേലകളെല്ലാം നിങ്ങ ചെറുപ്പക്കാര് ചെയ്യോണം.

നിങ്ങളെ കാണാഞ്ഞപ്പോ നാന് തന്നെ രെണ്ട് പേരെ പുടിച്ചുചെയ്തു."

ശരീരത്തിൽ അവിടവിടെയായി പറ്റിപ്പിടിച്ചു കിടന്ന കാവിപ്പൊടി തുട ച്ചുകൊണ്ട് രങ്കൻ പറഞ്ഞു. അതിനുശേഷം നിലത്തുനിന്നും ബക്കറ്റെ ടുത്ത് അയാൾ നീങ്ങി.

നാക്കിലും കവിളിലും മുതുകിലും തുളകളുണ്ടാക്കി ചെറുനാര ങ്ങയും പഴങ്ങളും കുത്തിനിർത്തിയ നേരിയ കമ്പികളുമായി പ്രാർഥന നടത്തുന്നവരുടെ പേരുകൾ കുറിച്ചെടുക്കാൻ മരുതൻ എത്തി. അടുത്ത മൂന്നാംനാൾ നടക്കേണ്ട വഴിപാടാണത്. "അലകുകുത്തൽ" എന്ന ഈ പ്രാർഥനയിൽ പങ്കെടുക്കാൻ നൂറിലധികംപേർ മരുതന്റെ നോട്ടുപുസ്ത കത്തിൽ എത്തിക്കഴിഞ്ഞിരുന്നു. ഈ വിശേഷങ്ങളിൽ അർപ്പണബോ ധത്തോടെ സഹകരിക്കുന്ന നല്ലൊരു ചെറുപ്പക്കാരനാണ് മരുതൻ എന്ന ഹരിജൻ.

അതിരാവിലെ കുളിച്ചു കുറിയിട്ടു വേപ്പിലത്തണ്ടുകൾ കരങ്ങളി ലേന്തി ഈറൻ ഉടുമുണ്ടുകളോടെ അലക്കുകുത്തലിനായി നീണ്ടവരിക ളിൽ ഹരിജൻ ജനം കാത്തുനിന്നു. അർധനഗ്നരായി നിന്ന അവർക്കോ രോരുത്തർക്കും വീരയ്യൻ ഭസ്മം നൽകി.

സ്വാമിദർശനം കഴിഞ്ഞുവന്ന സുബ്ബനും രായനും സന്നിധാനത്തിൽ നിന്നും സൂചിയും നൂലുമെടുത്തു.

"ഉം.. ഉം.. ഇനി അലകുകുത്താം. വെയ്ല് വരാൻ പോണ്.."

ഓവനും ധൃതിപ്പെടുത്തിക്കൊണ്ടിരുന്നു. ആ സമയത്ത് വേമ്പനും അവിടെയെത്തി വരിയിൽ നിന്നവരെ സഹായിക്കാനൊരുങ്ങി.

പശുവിൻ നെയ്യ് നറുംവാഴയിൽവെച്ച് കയ്യിലേന്തി നിന്നിരുന്നത് തുണാനായിരുന്നു.

സന്നിധാനത്തിൽനിന്നും ജപിച്ചെടുത്ത സൂചി നെയ്യിൽ മുക്കിയെ ടുത്ത് വരിവരിയായി നിന്നിരുന്ന ആദ്യ ഭക്തന്റെ തോൾപ്പട്ടയിൽ കുത്തി ക്കയറ്റുന്നു. സൂചിക്കുഴയിലെ നൂൽ വലിച്ചെടുത്ത് അടുത്തവന്റെ തോൾപ്പ ട്ടയിൽ സൂചി കുത്തുന്നു.

ഇതോടെ മധുരൈവീരൻ സ്വാമിയുടെ ഉത്സവാഘോഷങ്ങൾ ആരം ഭിക്കുകയായി.

സൂചിയും നൂലുമായുള്ള ഈ പ്രക്രിയ തുടർച്ചയെന്നോണം വരി യിലെ അവസാന ഭക്തനിലും എത്തുന്നു. അതിനുശേഷം നേരിയ കമ്പി ത്തുളകളും ആധാരമായെത്തുന്നു. അങ്ങനെ അലകുകുത്തൽ ആഘോഷം ഒരു പ്രദക്ഷിണമായി മെയിൻ റോഡിലെത്തുന്നു.

നെറ്റി നിറയുന്ന കുങ്കുമവും ഭസ്മവും കാൽത്തണ്ടുകൾ ചിലങ്ക ളാക്കി വേപ്പിലയും തണ്ടും കരങ്ങളിലേന്തി, ഭക്ത്യാദരവ് കുറവില്ലാതെ മുഖത്തുകാട്ടി നൃത്തച്ചുവടുകളുമായി അലകുകുത്തൽ പ്രദക്ഷിണത്തോ ടൊപ്പം നടന്നു നീങ്ങുന്ന ഭക്തർ.

ഹരിജൻ പെൺകുട്ടികളും യുവതികളും ഭർത്തൃമതികളും അൽപ്പം മുതിർന്നവർപോലും കുളിച്ചു ഭസ്മം തൊട്ടു സന്നിധാനത്തിൽ തൊഴുതു തങ്ങളുടെ പുരുഷപ്രജകളോടൊപ്പം പ്രദക്ഷിണത്തിൽ പങ്കുചേർന്നു നടക്കുന്നു.

താണവർഗത്തിന്റെ ജന്മാവകാശം എന്ന ഈ അടിസ്ഥാനതത്വങ്ങൾ പാവം ഈ അധഃകൃത ജനത ഇത്തരം ഉത്സവങ്ങളിലൂടെയെങ്കിലും സാധിച്ചെടുക്കുന്നു.

ഹരിജൻ കോവിലിൽ നിന്നുമാരംഭിച്ച അലകുകുത്തൽ പ്രദക്ഷിണം കാണുവാൻ മറ്റു തെരുവുകളിൽനിന്നും ജനങ്ങളെത്തി. ജനാവലി വിനായകക്ഷേത്രംവരെ നിരന്നുനിന്നു. ഏകദേശം ഫർലോങ് ദൂരങ്ങളിൽ വാഹനഗതാഗതം സ്തംഭിച്ചു നിന്നു. ഇത് മനസിലാക്കിയ വീരയ്യൻ പ്രദക്ഷിണത്തിൽ പങ്കെടുത്തവരെ റോഡിൽ ഇടതു വശം മാത്രമായി ചേർത്തു നിർത്തി.

ഹരിജൻകോളനിയുടെ തുടക്കത്തിൽനിന്നും മധുരൈവീരൻ ക്ഷേത്ര മുറ്റംവരെ മാവിലകളും വേപ്പിലകളും തോരണങ്ങളായി നിന്നു. ക്ഷേത്ര വളവിൽ ചുണ്ടക്കാമുത്തൂർ കൊണ്ട സാമി ചെട്ടിയാർ തണ്ണീർപ്പന്തലൊരുക്കി സംഭാരവും കരുപ്പെട്ടിപാനീയവും സൗജന്യമായി നൽകി.

ക്ഷേത്രത്തിനകത്തും പുറത്തും വർണാഭവിളക്കുകൾ ചാർത്തി അതിന്റെ മുഴുവൻ ചെലവുകളും പലചരക്ക് വ്യാപാരി പത്മനാഭൻ നായർ വഹിച്ചു.

വേമ്പൻ സഹോദരി തുളസിക്കുവേണ്ടി ഉത്സവത്തിനായി തുണിമണികൾ വാങ്ങിവെച്ചിരുന്നു. കൂടാതെ വീടുകൾതോറും സൈക്കിളിൽ വരുന്ന വസ്ത്രവ്യാപാരികളിൽനിന്നും കൂട്ടുകാരികളോടൊപ്പം തുണി വാങ്ങുവാൻ പണവും കൊടുത്തുവെച്ചിരുന്നു.

ആ ഗ്രാമത്തിന്റെ ഉൾത്തുടിപ്പാകുന്ന ഉത്സവത്തിൽപ്പോലും സജീവമാകാതെ, തനിക്കായി മാത്രം ഒന്നും ചെയ്യാതെ ആഘോഷങ്ങളില്ലാതെ, ആഡംബരങ്ങളില്ലാതെ, പണിയെടുക്കുന്ന മണ്ണിൽ മാത്രം ശ്രദ്ധിച്ചു നടക്കുന്ന സഹോദരനെ ഓർത്തപ്പോൾ ഗൗരിക്ക് സങ്കടം തോന്നി.

ഉത്സവത്തിമിർപ്പിന്റെ നിമിഷങ്ങൾ. പുഷ്പമദം പൊലിഞ്ഞു വീഴുന്ന യാമങ്ങൾ.

പൂജയും ആചാരങ്ങളും സമ്പ്രദായങ്ങളും ആഘോഷങ്ങളും ആഡംബരങ്ങളും ആ ഹരിജന ജനതയുടെ ഉൾപ്പുളകങ്ങളായി മാറിയപ്പോൾ ഈ കാവൽദൈവം മധുരൈവീരൻ സ്വാമിയുടെ ഉത്സവം പൊടിപൊടിച്ചു.

പതിനൊന്ന്

തുടിയല്ലൂർ, വെള്ളക്കിണറ്, സുലൂർ, സെലക്കരിച്ചൽ എന്നീ പ്രദേശങ്ങളിൽനിന്നും ധാരാളംപേർ ഉത്സവത്തിനെത്തിയിരുന്നു. കഴിഞ്ഞ രാത്രികളിൽ ഹരിജൻ കോളനിയിൽ കുതൂഹല ജനസഞ്ചാരമായിരുന്നു. അതിന് ഉപോൽബലകമായി ക്ഷേത്രവും പരിസരവും വർണവിളക്കുകളുടെ വൈദ്യുതീകരണവും ഉപകാരപ്രദമായി.

ഉത്സവരാവുകൾ.. ഉത്സാഹനിമിഷങ്ങൾ.

യുവതികൾ കുമ്മിയടിച്ചും പാട്ടുപാടിയും നൃത്തച്ചുവടുകളുമായി

ആഹ്ലാദം പങ്കുവെച്ചു. രങ്കന്റെ സഹോദരി അതിൽ മുഖ്യസ്ഥയായിരു
ന്നു. തൂണാന്റെ ഭാര്യയും പ്രധാനിയായിരുന്നു.

ചുമട്താങ്ങിക്കല്ലിന്റെ മറവിൽ സൈക്കിളും നിർത്തി നന്ദവേലു
ആരെയോ തേടുന്ന ഭാവത്തിൽ നിന്നു.

അതാ കുമ്മിയാട്ടം ഉറ്റുനോക്കിക്കൊണ്ട് തുളസി നിൽക്കുന്നു.

പാതിപുകച്ച ബീഡി കാതിൽ തിരുകിവെച്ചിരുന്ന രങ്കൻ അത്
വീണ്ടും പുകയ്ക്കുവാൻ തീപ്പെട്ടിയുള്ള ആളെ തേടി പിന്നിലേക്ക് നോട്ട
മയച്ചപ്പോൾ നന്ദവേലുവിനെ കണ്ടു.

തീപ്പെട്ടി ചോദിക്കാനെന്നോണം രങ്കൻ നന്ദവേലുവിനെ സമീപിച്ച
പ്പോൾ അയാൾ ശ്രദ്ധയോടെ മറ്റെവിടെയോ നോട്ടമയച്ചു നിൽക്കുന്നത്
മനസിലാക്കി ചോദിച്ചു:

"ആരെ നോക്കണ് സാമീ".......

"ഇല്ല. ഇല്ല.. ഒന്നുമില്ല."

നന്ദവേലു പതർച്ചയോടെ പറഞ്ഞു:

"ഇല്ല.. വേറൊന്നുമല്ല. ഞങ്ങട ആള്കള് ആരേലും ആണേല് പേര്
പറഞ്ഞാല് കൂട്ടീട്ട് വരാം സാമീ.."

രങ്കനിൽനിന്നും രക്ഷപ്പെടണമെന്ന വിചാരത്തോടെ നന്ദവേലു ധൃതി
യിലൊരു പേരു പറഞ്ഞു.

"വേമ്പൻ."

"ഓ... വേമ്പനാ! അവൻ ഈ നേരത്തിവടെ വരൂല്ലാ. ഇപ്പ തെക്കേ
തോപ്പിലൊണ്ടാകും.. പത്ത് പതിനൊന്നാകുമ്പം ഒരു വേള വരും.."

"ശെരി... ശെരി..."

നന്ദവേലു പതുക്കെ സൈക്കിൾ സ്റ്റാൻഡിൽനിന്നും വിടുവിച്ചു
പോകാനൊരുങ്ങി.

"ഏതേലും കാരിയം പറേണത് ഒണ്ടേല് എന്നാട് പറ. അവൻ
വരുമ്പോ നാന് പറേം. നിങ്ങട അപ്പാവെ എല്ലാം എനക്ക് നല്ലാ അറി
യ്യാം. കെഴക്ക് വളവില് വടക്കോട്ട് മൂലയിൽ താനെ നിങ്ങട വീട്."

തന്റെ കുടുംബവിശേഷംപോലും അറിയാവുന്ന ഈ മനുഷ്യനിൽ
നിന്നും താനെങ്ങനെ രക്ഷപ്പെടുമെന്ന വേവലാതി നന്ദവേലുവിനെ അലട്ടി.

"ഇല്ല.. ഇല്ല. ഞാന് പിന്നെ വന്ന് കണ്ടോളാം..."

നന്ദവേലു സൈക്കിളെടുത്തു പാഞ്ഞു.

രങ്കൻ സൈക്കിളിന്റെ വേഗത നോക്കി നിന്നു.

തെരുവും കടന്ന് വടക്കേനിരത്തിൽനിന്നും നന്ദവേലുവിന്റെ
സൈക്കിൾ മെയിൻ റോഡിലെത്തി.

"ഛേ! ഇന്ന് ഈ തുളസിക്ക് എന്തുപറ്റി, കുമ്മിയാട്ടം നോക്കി
നിൽക്കാൻ കണ്ടുപിടിച്ച നേരം."

നന്ദവേലുവിന്റെ മനസിൽ നിരാശയും സങ്കടവുമുണ്ടായി.

സൈക്കിൾ മെല്ലെ നീങ്ങിക്കൊണ്ടിരുന്നു. വീട്ടിലേക്കുതന്നെ തിരി
ച്ചുപോയാലോ! ഛേ! അവളെ കാണണമെന്ന ആശ നിരാശയായി. അവ
ളോട് സംസാരിക്കണമെന്ന മോഹം ഇച്ഛാഭംഗമായി. വീണ്ടും ഹരിജൻ

കോളനിയിൽ പോയി ക്ഷേത്രമൈതാനത്തിൽ കാത്തുനിന്നാലോ!!
വേണ്ട... വേണ്ട.. ഈ അസമയത്ത് അവിടെ ചുറ്റിത്തിരിഞ്ഞാൽ പരിച
യമുള്ള ആരെങ്കിലും കണ്ടെന്ന് വരാം. അടുത്തടുത്തും ചുറ്റും വീടുകൾ
ഉള്ളപ്പോൾ എങ്ങനെ അവളുടെ വീട്ടിലേക്ക് കടന്നുചെല്ലും!!

നന്ദവേലുവിന് മനസിൽ സമാധാനമില്ലായ്മ അനുഭവപ്പെട്ടു. ആ
മനസ്സ് ചോർച്ചയോടെതന്നെ അയാൾ സൈക്കിൾ ചവിട്ടി വീട്ടിലെത്തി.

അന്നത്തെ രാത്രി നന്ദവേലുവിന് ഉറക്കം നഷ്ടപ്പെട്ടു. കടന്നുപോയ
ചില മാസങ്ങളിൽ അയാൾ പ്രണയം എന്ന പ്രഹേളികയിലൂടെ കടന്നു
പോയിരിക്കുന്നു. മനസിന്റെ ദൃഢതയിൽ സംശയമില്ല. പക്ഷേ, മാതാപി
താക്കൾ തന്റെ പ്രണയം എങ്ങനെ സ്വീകരിക്കും! വധു സ്വന്തജാതി
യിൽപ്പെട്ടതാണെങ്കിൽപ്പോലും വീട്ടിൽ എതിർപ്പ് പ്രതീക്ഷിക്കേണ്ടതാണ്.
കാരണം, തന്റെ തന്നിഷ്ടം സ്വീകരിക്കുന്ന മാനസികപക്വത ഉള്ളവരല്ല
തന്റെ മാതാപിതാക്കളെന്ന് നന്ദവേലുവിന് നന്നായറിയാം. അവയെല്ലാം
മറികടന്നു താനൊരു ഹരിജൻ പെണ്ണിനെ ഇഷ്ടപ്പെടുന്നുവെന്ന് അവർക്ക്
ഊഹിക്കാൻപോലും സാധിക്കാത്ത കാര്യമാണ്. ഇതിന്റെ പ്രതികരണം
തന്റെ മാതാപിതാക്കളിൽനിന്നും പ്രതീക്ഷിക്കുന്നതുപോലും അസാധ്യ
മാണ്. മലരമ്പുകൾക്ക് പ്രതീക്ഷയില്ല. അവരിൽനിന്നുള്ള അഗ്നിശരങ്ങ
ളുടെ കാഠിന്യം ശതമാനക്കൂടുതലായിരിക്കും. കുടുംബസമാധാനം
തകർത്ത് തന്റെ അവകാശവാദം നിലനിർത്താനാവില്ല. തന്റെ മനസ്സ്
പൂർണമായും സ്വീകരിച്ച തന്റെ ഭാര്യയോടൊപ്പവും മാതാപിതാക്കളോ
ടൊപ്പവും സ്വന്തവീട്ടിൽ താമസിക്കുകയെന്നതും അസാധ്യം തന്നെയാ
ണ്. പിന്നെന്താണൊരു പോംവഴി!!

നന്ദവേലുവിന്റെ ഉൾത്തട ഭിത്തികളിൽ കാരമുള്ളുകൾ പടർന്നുകയറി.
അയാളുടെ മനസ്സ് ദൃഢതയോടെ ഒരു പരിഹാരം ഉറപ്പിച്ചുവെച്ചു.
ഒളിച്ചോട്ടം തന്നെ.

അതെ! അത് മാത്രമാണ് തുളസിയുടെ കഴുത്തിൽ മാംഗല്യം
ചാർത്താനുള്ള ഏക മാർഗം. പക്ഷേ! പക്ഷേ!

ഇതിന് തുളസി സമ്മതിക്കുമോ!! ഇപ്പോഴത്തെ സാഹചര്യത്തിൽ
അവൾക്കതിന് സാധിക്കുമോ! മാതാപിതാക്കളുടെ സ്ഥാനത്ത് ഏക
സഹോദരൻ മാത്രം. ഈ ഭൂവുലകിൽ അവളുടെ ഏക ബന്ധു. കണ്ണിലെ
കൃഷ്ണമണിപ്പോലെ അവളെ സംരക്ഷിക്കുന്നവൻ. സ്വന്ത താൽപ്പര്യ
ങ്ങൾ ത്യാഗം ചെയ്ത് അവളുടെ ഏതാവശ്യവും സാധിച്ചുകൊടുക്കുന്ന
വൻ. സ്നേഹനിധിയായ സഹോദരനെ ധിക്കരിച്ചു തുളസി തന്നോടൊപ്പം
ഇറങ്ങിവരാൻ തയാറാകുമോ!

കടുത്ത ചിന്തയുടെ ആഴലത്തിൽ മനസ്സ് തളർന്നപ്പോൾ ശരീ
രവും അതിനോട് സഹകരിച്ചു.

നന്ദവേലു മയങ്ങി.

വെള്ളക്കിണറ് പ്രദേശങ്ങളിൽനിന്നും ബന്ധുജനങ്ങൾ ഓവന്റെ
ക്ഷണപ്രകാരം ഉത്സവത്തിനെത്തിയിരുന്നു. അയാൾക്ക് അധികസന്തോ
ഷം. അവർക്കുള്ള ഭക്ഷണപദാർഥങ്ങൾ ഒരുക്കുന്നതിൽ സജീവമായി

കറുപ്പാത്താളും ജോലി ചെയ്തു. വടയ്ക്കുള്ള പരിപ്പ് കുതിർത്തു വെച്ചി രുന്നു. ആട്ടുകല്ലിൽ അത് ആട്ടിയെടുക്കണം. വടയോടൊപ്പം ബോണ്ടയും ഉണ്ടാക്കിയെടുക്കണം. ബന്ധുജനങ്ങളോടൊപ്പം ക്ഷേത്രദർശനവും കഴിഞ്ഞു വീട്ടിലെത്തി ഓവൻ നെടുംതിണ്ണയിൽ ചമ്രം പടിഞ്ഞിരുന്നു.

"നിങ്ങടെ ഊരിന് ഒരു നല്ല പെണ്ണിനെ കണ്ടുപിടിച്ചു കൊടു മാമാ. അയിനാണ് നാന് മകനേയും കൂട്ടീട്ട് പെരുന്നാള് കൂടാൻ ഇവിട വന്ന ത്.." മകനേയും കൂട്ടിക്കൊണ്ടു വന്ന ബന്ധു ഓവനോട് പറഞ്ഞു.

"ഞാ... ഞാ.. നോക്കാം."

എത്തിച്ചേർന്ന ബന്ധുക്കളിലൊരുത്തി കറുപ്പാന്താളുടെ മൂത്ത അമ്മാവന്റെ പേരക്കുട്ടിയായിരുന്നു. മറ്റൊരുത്തി ഇളയച്ഛന്റെ മകളും. അവർ രണ്ടുപേരും ക്ഷേത്രത്തിൽ വെച്ച് തുളസിയെ കണ്ടിരുന്നു.

"കണ്ടാല് ലെക്ഷണമൊള്ള പെണ്ണ്. ആര് മാമാ അവള്."

കറുപ്പാത്താളുടെ ഇളയച്ഛന്റെ മകൾ ഓവനോട് ചോദിച്ചു.

"വേമ്പനുടെ തങ്കച്ചി." ഓവൻ പറഞ്ഞു.

"വെള്ളക്കിണറില് പൊണ്ണ് തേടുന്നത് അയാൾക്കല്ലെ!"

"ഞാ... ഞാ... വേമ്പന്."

ഓവന് ഇരട്ട സന്തോഷം.

വേമ്പന് പെണ്ണ് വെള്ളക്കിണറില്. ഇവിടുത്തെ പെണ്ണും വെള്ളക്കി ണറില്.

ഉത്സവത്തിന് വന്ന ചെറുക്കന് തുളസിയെ ഇഷ്ടപ്പെട്ടു. ഇനി വേമ്പന് പെണ്ണ് വെള്ളക്കിണറില് ശരിപ്പെടുത്താം.

"നേനു സൂസിക്കിനേനു."

"ഞാനത് നോക്കിക്കോള്ളാം" ഓവൻ സന്തോഷത്തോടെ ബന്ധു ക്കളോടു പറഞ്ഞു.

ഹരിജൻകോളനിയിൽ ഉത്സവത്തിമിർപ്പും ആഹ്ലാദവും അലയടിച്ചു. പുതുവസ്ത്രങ്ങളിൽ കുട്ടികൾ അങ്ങുമിങ്ങും കൂട്ടമായി നിന്നു കളിച്ചു. അമ്പലത്തിൽ പോക്കും വരവുമായി ജനം തിങ്ങിനിന്നു. മൈതാനത്തിന്റെ കിഴക്ക് ഭാഗത്തായി കുടരാട്ടിനും ചുറ്റിത്തിരിഞ്ഞുകൊണ്ടിരുന്നു. കുട്ടി കളും മുതിർന്നവരും അതിൽ കറങ്ങിക്കൊണ്ടിരുന്നു. വളയും മാലയും ചാന്തുപൊട്ടും കുങ്കുമവും വിൽപ്പന നടത്തുന്ന കടകളും റിബണും ചീപ്പും കണ്ണാടിയും ഒക്കെയൊക്കെയും അവിടെ നിറഞ്ഞു നിന്നു. ഭോജ നശാലകളും ശീതളപാനീയ കടകളുമുണ്ടായിരുന്നു. എങ്ങുമെവിടെയും സന്തോഷത്തിമിർപ്പുകൾ.

വയലുകളിലും തോപ്പുകളിലും തോട്ടങ്ങളിലും പണിയെടുക്കുന്ന വർ ഉത്സവത്തിനായി മുൻപണം വാങ്ങിവെച്ചിരുന്നു. അടുത്ത ദിവസങ്ങ ളിൽ ജോലിചെയ്ത് മുൻപണം വീട്ടാം. ഉത്സവച്ചെലവുകൾക്ക് പിശുക്കില്ല.

ഓരോ കുടുംബങ്ങൾക്കുമുള്ള തലവരിപ്പണം മുഴുവനായും വസൂ ലായിരുന്നു. ചുറ്റുപ്രദേശങ്ങളിൽനിന്നും അടുത്തടുത്ത ഊരുകളിൽ നിന്നും സംഭാവന പിരിപ്പിച്ചെടുത്ത പണവുമുണ്ടായിരുന്നു. ധനലഭ്യത യിൽ സംഘാടകർക്ക് വിഷമിക്കേണ്ടിവന്നില്ല.

ഉത്സവത്തിന്റെ സമാപനദിനത്തിൽ "കിടാവെട്ട്" എന്ന "ആടറു
ക്കൽ" കർമത്തിനായി നാലഞ്ചുഗ്രൂപ്പുകൾ തയാറായി വന്നു. രണ്ടോ
നാലോ കുടുംബങ്ങൾ ചേർന്ന് ചന്തയിൽ പോയി ആടുകളെ വാങ്ങി
വന്നു ക്ഷേത്രവളപ്പിൽ ആടറുക്കൽ നടത്തും. ചടങ്ങിനുശേഷം മാംസം
സമമായി പങ്കുവെച്ചെടുക്കും.

ഉച്ചഭക്ഷണത്തിനുശേഷം ഓവൻ ബന്ധുക്കളേയും കൂട്ടി വേമ്പന്റെ
വീട്ടിലെത്തി ഇരുവിവാഹക്കാര്യങ്ങളും അവതരിപ്പിച്ചു.

സഹോദരി തുളസിയുടെ വിവാഹവിഷയത്തിൽ തൃപ്തിയും സന്തോ
ഷവും അധികശതമാനത്തിൽ പ്രകടിപ്പിച്ച വേമ്പൻ തന്റെ വിവാഹ
ക്കാര്യം പിന്നീടാലോചിക്കാമെന്ന നടപടി സ്വീകരിച്ചു.

"പയ്യൻ സിങ്കാനല്ലൂര് മില്ലിലെ വേലക്ക് പോണ്. കല്യാണത്തിന്
പൊറകെ അവിടത്തന്നെ ഒര് വീട് വാടകക്ക് എടുത്ത് അവര് രണ്ടു
പേർക്കും താമസിക്കാം." ചെറുക്കന്റെ അപ്പൻ എല്ലാവരോടുമായി പറഞ്ഞു.

"ഉം... ഉം.. ഞങ്ങട പൊണ്ണും ഗെട്ടിക്കാരിപുള്ള താൻ. ഏതോ ഒരു
മില്ലില് അവളുക്കും ഒരു വേലകിട്ടിയാല് നല്ലത്."ഓവൻ തുളസിയെ പുക
ഴ്ത്തിപ്പറഞ്ഞു.

"ഉം... ഉം.. ഇപ്പ രെണ്ടുപേർക്കും സാമ്പത്തിയം ഒണ്ടായാലേ
ടൗണില് കഴിച്ചുകൂട്ടാൻ പറ്റുവുള്ളൂ.."

വേമ്പന്റെ വിവാഹക്കാര്യം തത്സമയ നടപടിക്രമത്തിൽ ഉൾപ്പെടു
ത്താനാവാത്തതിൽ ഓവന് സങ്കടം തോന്നി.

തുളസിയുടെ വിവാഹക്കാര്യത്തിൽ ഓവന് ഉള്ളശ്രദ്ധയിലും
ശുഷ്കാന്തിയിലും വേമ്പന് അയാളോട് നന്ദിയും ബഹുമാനവും തോന്നി.

സഹോദരിയുടെ കല്യാണച്ചെലവുകൾക്കായി താൻ ജോലി
ചെയ്യുന്ന ഭൂവുടമയെ സമീപിക്കാമെന്ന് വേമ്പൻ തീരുമാനിച്ചു. സൗജ
ന്യമായൊന്നും വേണ്ട. ഹ്രസ്വകാല കടമോ ദീർഘകാല കടമോ! എങ്ങ
നെയായാലും താൻ ജോലി ചെയ്തു തീർത്തു വായ്പയടയ്ക്കും.

"ശെരി.. ശെരി. മുന്നെ തൊളസിയോട കല്യാണം ക്ഷേമമായി നട
ക്കട്ടും. പിന്നെ നെനക്കൊര് പെണ്ണ് വെള്ളക്കൈണെറില് പുടിച്ചുവെക്കാം."

ഓവൻ ഇതും പറഞ്ഞു ബന്ധുജനങ്ങളോടൊപ്പം വേമ്പന്റെ വീട്ടിൽ
നിന്നും കടന്നുപോയി.

തുളസിയുടെ വിവാഹക്കാര്യം ഊര് ജനങ്ങളേവരുമറിഞ്ഞു.

മുതിർന്നവരും തുളസിപ്രായത്തിനൊത്തവരും പ്രത്യക്ഷമായും
പരോക്ഷമായും അവൾക്ക് നന്മകൾ നേർന്നു.

പക്ഷേ! പക്ഷേ! തുളസിയുടെ മനസിന്റെ ഭിത്തികളിൽ അങ്ങി
ങ്ങായി ചോര പൊടിഞ്ഞു പൊടിഞ്ഞുനിന്നു.

പന്ത്രണ്ട്

മധുരൈവീരൻ ഉത്സവം സമാപിച്ചു.

വേമ്പന്റെ മനസിൽ തുളസിയുടെ വിവാഹക്കാര്യം മാത്രം അലയ
ടിച്ചു നിന്നു.

തന്നോടുള്ള ദൃഢവിശ്വാസം മൂലധനമാക്കി തന്റെ സമ്മതംപോലു
മാരായാതെ തന്റെ വിവാഹം ഉറപ്പിച്ച സഹോദരൻ വേമ്പനോട് തുള
സിക്ക് നീരസം തോന്നിയില്ല. കാരണം, വേമ്പന് തന്നോടുള്ള സ്നേഹം
സഹോദരസ്ഥാനത്തുള്ളതു മാത്രമല്ല പിതൃസ്ഥാനം തന്നെയാണെന്ന്
അവൾക്ക് നന്നായറിയാം.

ഇങ്ങനെയെന്നാൽ നന്ദവേലുവിനെ മറക്കണമെന്നാണോ!! തനിക്ക
തിന് കഴിയുമോ!!

"കല്യാണത്തിന് മുന്നെ സ്നേഹാം പ്രേമാം എന്നൊക്കെ പറഞ്ഞു
നടക്കാം. പക്ഷേല് വീട്ടുകാർ കല്യാണം പറഞ്ഞ് ഒറപ്പിച്ചാല് ദൈവ
ത്തിന്റെ തീരുമാനം എന്ന് കരുതി കഴുത്ത് നീട്ടണം."

"ആണുങ്ങൾക്ക് കൊഴപ്പമില്ല. നമ്മള് പെൺജന്മം. ജാതിജന
ത്തെയും വീട്ടുകാരെയും തള്ളിവെച്ച് ഓടിപ്പോകണത് ശെരിയാണാ...ഞാ
അങ്ങനേം കൊറെ നടക്കണണ്ട്."

"വീട് തേടി വരണ ആലോശന വിടാൻ പാടില്ല. പിന്നെ ഓരോന്നും
നിന്നുനിന്നുപോയി ഒടുവില് മുതുക്കിയായി സൊന്തവീട്ടിത്തന്നെ കഴിച്ചു
കൂട്ടേണ്ടിവരും."

ഹരിജൻ വീഥികളിലും വീടുകളിലും നിരന്തരമായി കേൾക്കുന്ന
അഭിപ്രായങ്ങൾ തുളസിയുടെ കാതിലും വീഴാതിരുന്നില്ല.

എന്നാലും... എന്നാലും..

ഈ വിവാഹത്തിന് തനിക്ക് സമ്മതമല്ലെന്ന കാര്യം വേമ്പനോട്
തുറന്ന്പറഞ്ഞാലോ!!

മറ്റാരെങ്കിലും മുഖേന ഈ കാര്യം സഹോദരനെ ധരിപ്പിച്ചാലോ?
തുളസി ചിന്തിച്ചു കൂട്ടി.

ഒടുവിൽ ഒരാളെ പിടികിട്ടി.

കറുപ്പാത്താൾ.

മനസ്സിലെ കീറാമുട്ടിഭാരം പറഞ്ഞുതീർക്കാൻ തുളസി കറുപ്പാത്താ
ളുടെ വീട്ടിലേക്ക് യാത്രയായി.

ഓവൻ വീട്ടുതിണ്ണയിലെ കല്ലിൽവെച്ച് വെറ്റില ഇടിച്ചുകൊണ്ടിരുന്നു.
അയാൾ തുളസി വരുന്നത് കണ്ടു.

"ഓ.. പുതുപ്പൊണ്ണു ആവേശപിള്ളകായാ.. കെരിത്താ... രേ.. രേ ഇട്ടല
ഒച്ചി ഒകുരുട്ടാ സൂടു."

"ഓ പുതുപ്പെണ്ണ് വരണൊണ്ട്. വാ. വാ. ഇവിടവന്ന് ആരെന്ന് നോക്ക്.
അകത്തേക്കു നോക്കി ഓവൻ ഭാര്യയെ വിളിച്ചു.

"ഒകരു.. സെപ്പുവേ.. താനെ ഗുരു."

"വാ.. വന്ന് ആരെന്ന് പറ."

"തൊളസിതാ ഒച്ചുണ്ടി."

"തൊളസിയാണ് വരണത്." അകത്തുനിന്നും കറുപ്പാത്താൾ മറു
പടി പറഞ്ഞു.

തുളസിയെ രണ്ടുപേരും സന്തോഷത്തോടെ സ്വീകരിച്ച് അകത്തിരുത്തി. താനെത്തിയ ഈ നേരത്ത് ഓവൻ വീട്ടിലില്ലാതിരുന്നാൽ നന്നായി രുന്നുവെന്ന് തുളസിക്ക് തോന്നിപ്പോയി. ഓവനുള്ളപ്പോൾ താൻ വന്ന കാര്യം കറുപ്പാത്താളെ ധരിപ്പിക്കുന്നതിൽ ഔചിത്യക്കുറവ് തോന്നിയതിനാൽ തുളസി വെറും കുശലാന്വേഷണങ്ങളുമായി ആകാശം നോക്കിയിരുന്നു.

വെൺമേഘങ്ങൾ തെക്കോട്ട് ചലിച്ചുകൊണ്ടിരുന്നു. അവൾ ആകാശം നോക്കിത്തന്നെയിരുന്നു.

തങ്ങളോടെന്തോ കാര്യം പറയാൻ തന്നെയാണ് ഇവളെത്തിയതെന്ന കാര്യം ഭർത്താവിനും ആ ഭാര്യക്കും മനസിൽ തോന്നി.

ആകസ്മികമായി ചെന്നി വേലിയരികിൽ പ്രത്യക്ഷപ്പെട്ടു. അവൾ തുളസിയെ കണ്ടപ്പോൾ,

"ഓ. ഇന്തുതാ ഉണ്ടെ വാ.. നേനു അന്തു പൊവ്വി സൂസിവേസി ഒച്ചേനു."

"ഓ നീ ഇവട ഒണ്ടാ. നാന് അവിടപ്പോയി നോക്കീട്ട് വന്ന്.."

ചെന്നി പറയുന്നത് കേട്ടപ്പോൾ ഓവൻ ചോദിച്ചു:

"ങും.. എന്തേലും ജോലി ഒണ്ടാ."

"ഇല്ല മാമാ.. പെരുന്നാളിനുവേണ്ടി അന്ന് തൊളസിയോട് വാങ്ങിയ പണം കൊടുക്കാനാണ്."

"ങാ.. ങാ.. വേഗം കൊട്. ഇല്ലേല് തൊളസി പണത്തിന് പലിശ വേണോന്ന് പറയും.. അവളെ കെട്ടി പോകാൻ പോകുകയല്ലെ."

കറുപ്പാത്താൾ പറഞ്ഞത് കേട്ടപ്പോൾ ചെന്നിക്ക് ചിരിപൊട്ടി.

ചെന്നിയും എത്തിയ നിലയിൽ തന്റെ ആഗമനോദ്ദേശ്യം നടക്കുക യില്ലെന്നറിഞ്ഞ തുളസിക്ക് സങ്കടവും നീരസവും തോന്നിപ്പോയി. അവൾ പോകാനൊരുങ്ങി.

"ശെരി പെത്തമ്മാ നാന് പോകണ്.. പിന്നെ വരാം."

തുളസി ചെന്നിയോട് യാത്രപോലും പറയാതെ നടന്നുനീങ്ങി.

കറുപ്പാത്താൾക്ക് മനംനൊന്തു. സ്വന്തംഅമ്മയെപ്പോലെ കരുതി തന്നോടെന്തോ ആലോചിക്കാനെത്തിയതായിരിക്കണം തുളസിയെന്ന കടുത്ത ചിന്ത കറുപ്പാത്താളെ അലട്ടി. ഈ സമയത്ത് ഭർത്താവും വീട്ടി ലുണ്ടായിപ്പോയി. കൂടാതെ യാതൊരു കാരണവുമില്ലാതെ ചെന്നിയും കടന്നെത്തി. പാവം തുളസി, അവളും വേദനിച്ചിരിക്കണം.

"നീ തൊളസിയോട് പണം വാങ്ങിയാ." കറുപ്പാത്താൾ ചെന്നിയോട് ചോദിച്ചു.

"ങാ.. പെരിയമ്മാ.. പാവം അവളുടെ കയ്യില് പണം ഇല്ലാണ്ട് ആരോടാ കടം വാങ്ങി തന്നതാണ്."

"ങാ.. അത്തറ നല്ല മനസാണ് തൊളസീടത്."

ഓവൻ തിണ്ണയിൽ ചാഞ്ഞ് മയങ്ങി.

"അക്കാ! ഇന്ത ഉണ്ടേവു! കൊച്ചോ.. രാ.... മച്ചി തുപ്പുട്ടുലു കൊണ്ടി ക്കിന ഒച്ചണ്ടുയേവാരി."

"അക്കാ! നീ ഇവിടയാണാ ഒള്ളത്. ദേ. ആ കച്ചോടക്കാരൻ നല്ല പൊതപ്പൊക്കെ കൊണ്ടുവന്നിട്ടൊണ്ട്. വാ വന്ന് നോക്ക്."

തെരുവിൽ നിന്നുകൊണ്ട് സുബ്ബി വിളിച്ചുകൂവി.

"അട്ടലനാ... ഇതോ ഒച്ചേനു."

"അങ്ങനെയാ.. ഇതാ വരണ്."

ചെന്നി ആംഗ്യത്തിൽ യാത്രപറഞ്ഞു കടന്നുപോയപ്പോൾ കറുപ്പാ ത്താൾ അകത്തേക്ക് പോയി.

തുളസിയുടെ കാര്യത്തിൽ നന്ദവേലുവിന് മാതാപിതാക്കളുടെ കടുത്ത പ്രതിഷേധം ചുമക്കേണ്ടി വന്നു.

"ഏഴൈയെയോ പാളയോ! നമ്മൾട ജാതി ജനത്തിന് ഒരുത്തിയെ താലി കെട്ടി കൂട്ടിട്ട് വാ.. ഞങ്ങളാ സമ്മതിക്കാം. അതില്ലാണ്ട് വേറെ ജാതീന്ന് എവളെ കൊണ്ടുന്നാലും വീട്ടില് മാത്തരമല്ല ഈ തെരുവിലും കൂടെ കാലെടുത്ത് വെക്കാന് നമ്മൾട ജാതിജനം സമ്മതിക്കുലാ. ഈ ഭൂമിമണ്ണ് കൊഴച്ച് പണ്ടപ്പാത്രങ്ങള് മാത്തരമല്ല കോയില് ദെയ്വങ്ങളേം നിർമിക്കണ കൊശവജാതി നമ്മളുടേത്. അതില് പൊറന്നിട്ട് ഹീനബുത്തി കാട്ടരുത്."

നന്ദവേലുവിന്റെ അപ്പൻ പളനിമുത്തു കട്ടായം പറഞ്ഞത് ഊര് ജന ങ്ങൾ ഏവർക്കുമറിയാം.

പീളമേട് മില്ലിൽ ജോലിക്ക് പോകുന്ന നന്ദുവേലുവിന് മില്ലിലെ തൊഴിൽസംഘടനകളുമായി നല്ല ബന്ധമുണ്ടായിരുന്നു. മറ്റുപല രീതി കളിലും ജനസമ്പർക്കവും സാമൂഹ്യപ്രതിബദ്ധതയും നന്ദവേലുവിൽ ഉള്ളതിനാലായിരിക്കണം അവന്റെ ചിന്താരീതികളിൽ പുരോഗമനാശയ ങ്ങളും മുളപൊട്ടി നിന്നത്. അതുകൊണ്ടു തന്നെയായിരിക്കണം ഗ്രാമ ത്തിലെ യുവജനതയ്ക്ക് അവനോട് ബഹുമാനവും താൽപ്പര്യവും തോന്നിയത്.

"എന്നാലും.. എന്നാലും.. ജാതിവിട്ട് ഒരു കല്യാണത്തിന് നന്ദവേലു തുനിയുമെന്ന് കരുതിയില്ല."

"പക്ഷേല് ഒരു ഹരിജൻ പെണ്ണിനുവേണ്ടി അപ്പനേം അമ്മനേം വെറു പ്പിച്ച് ഊര് ജനങ്ങളെ മതിക്കാതെ നടക്കുംന്ന് ആരും കരുതീല്ല.."

നന്ദവേലുവിന്റെ ചങ്ങാതിമാർപോലും ഇങ്ങനെ പറഞ്ഞുതുടങ്ങി.

ആകാശം ചുവന്നു തുടുത്തു നിന്നു. കാറ്റിന്റെ ശീൽക്കാരങ്ങളിൽ വൃക്ഷലതാദികൾ ഉലഞ്ഞുനിന്നു.

തുളസിയെ കാണാനില്ല!!!

വയൽവേലക്ക് പോയവൾ ഇനിയും തിരിച്ചെത്തിയില്ല.

ചോര പൊടിഞ്ഞ മനസുമായി വേമ്പൻ അവളുടെ ജോലിസ്ഥല ത്തേക്ക് പാഞ്ഞു.

ഇല്ല. തുളസി ഇന്നു ജോലിക്ക് എത്തിയിട്ടില്ല.

വെറും തിണ്ണയിൽ വേമ്പൻ തളർന്നിരുന്നു.

അയാളുടെ സപ്തനാധികളും വിറങ്ങലിച്ചു നിന്നു.

അപ്പൻ തിമ്മനോടൊപ്പം പെരുമാല്ലൂരിന്റെ കൂരിരുട്ടിൽ യാത്ര തുട ങ്ങിയ ആ കാലം. തുളസിയെന്ന അനിയത്തിയും അപ്പനുമായി ജീവിതം തുടങ്ങിയ കാലം. അപ്പന്റെ മരണം എന്ന ദുരന്തം സഹോദരസ്ഥാനത്ത് നിന്നും തന്നെ പിതൃസ്ഥാനത്തേക്ക് ഉയർത്തിയ കാലം. മനസിലെ സ്നേഹവാത്സല്യങ്ങൾ മുഴുവനായും സഹോദരിയിൽ മാത്രം ചൊരി

ഞ്ഞുതീർത്ത കാലം.

എല്ലാമെല്ലാം പിൻകാലിൽ തട്ടിത്തെറിപ്പിച്ച് അവൾ കടന്നുപോയി രിക്കുന്നു.

മുറിഞ്ഞ മനസിലെ ചോരപ്പുഴ മിഴികളിൽ ധാരധാരയായി ഒഴുകി. വെറും തിണ്ണയിൽ വേമ്പൻ മലർന്നുകിടന്നു.

പതിമൂന്ന്

ഗ്രാമത്തിന്റെ തെക്കുകിഴക്ക് മൂലയിൽ മാത്രം സ്ഥിതിചെയ്തിരുന്ന ഹരിജൻ വളവ് ഇപ്പോൾ കിഴക്ക് പടിഞ്ഞാറായും വിസ്തരിച്ചു കിടന്നു. ഹരിജൻകോളനിയുടെ നാല് അതിർത്തികളിലും വേലിയും മുൾപ്പടർപ്പും ചെറിയചെറിയ പൊന്തക്കാടുകളും നിറഞ്ഞിരുന്നതിനാൽ ആ കോളനി യിൽ നടക്കുന്ന ഏത് സംഭവങ്ങളും പുറംലോകം അറിഞ്ഞിരുന്നില്ല. അതൊരത്യാവശ്യമായി ആരും കണക്കാക്കിയതുമില്ല.

ഇപ്പോൾ ആ സ്ഥിതി മാറിയിരിക്കുന്നു.

തുളസിയുടെ ഒളിച്ചോട്ടം ഗ്രാമമാകെ പരന്നുനിന്നു.

ഈ ദളിത് വർഗത്തിന്റെ നേതാവായി കരുതിപ്പോന്ന കാത്താൻ തുള സിയുടെ കാര്യം ഒരു ജാതിക്കൂട്ടംവെച്ച് ഔദ്യോഗികമായി പ്രഖ്യാപിക്ക ണമെന്ന് അഭിപ്രായപ്പെട്ടു. തൂണാൻ, രങ്കൻ, മരുതൻ തുടങ്ങിയവർ അതി നെതിരായും ശബ്ദമുയർത്തി. വീരയ്യനോടും അഭിപ്രായമാരാഞ്ഞു.

"പെണ്ണ് നമ്മജാതിപ്പൊണ്ണ്. വെവഹാരം നടത്തിയാല് നമ്മള് മലർന്ന് കെടന്ന് തുപ്പിയ മാതിരി ആകും."

"അവൻ വിളിച്ചപ്പോ ഇവള് പൊറകെ പോയത് തപ്പുതാനേ!!"

"ജാതിക്കൂട്ടം നടത്തിയാല് പാവം വേമ്പന് ഇനിയും സങ്കടം തന്നെ വരുത്തും."

"ഇതിന് മുന്നെ നമ്മ ജാതിപ്പയ്യൻ വേറെ ജാതി പൊണ്ണെ നമ്മൾട ഊരില് കൊണ്ടന്നപ്പം ഈ ജാതിക്കൂട്ടം ഒന്നും നടന്നില്ലല്ലാ."

"ആമാം... അപ്പോ എവിടെപ്പോയി ഈ ജാതിക്കൂട്ടം."

വിവാദങ്ങൾ സംഘർഷങ്ങൾക്ക് വഴിമരുന്നിട്ടപ്പോൾ കാത്താൻ തന്റെ അഭിപ്രായം ഒതുക്കിവെച്ചു. എന്നാലും കാത്താൻ വേമ്പനെ വിട്ടി ല്ല. അയാൾ ഓവനെ കാണാനെത്തി.

"മാമാ... നാളെ മറ്റന്നാള് ഏതേലും ഊര്കാര് വന്ന് നമ്മളൊട് ചോയ്ച്ചാല് എന്ത് പറേം. അവരുടെ പയ്യനെ നമ്മൾട പൊണ്ണ് വലവീ ശീന്ന് പറയൂലേ!"

"ഞങ്ങട പൊണ്ണിനെ നിങ്ങട പയ്യൻ വലവീശീന്ന് നീയും പറ."

ഓവൻ കടന്നുപോയപ്പോൾ കാത്താൻ ഇളിഭ്യനായി നിന്നു.

മനസിന്റെ ഇടറിയ താളങ്ങളോടെ വേമ്പൻ നടന്നു. മണ്ണിനോട് മാത്രം അയാൾ ക്ഷീണം കാട്ടിയില്ല. കഠിനാധ്വാനത്തിന് കുറവുണ്ടായില്ല.

വിശപ്പറിഞ്ഞ് ഊട്ടുവാൻ ഇത്രയും നാൾ സഹോദരിയുണ്ടായിരു ന്നു. ഇന്നില്ല.

അയാൾ വിശപ്പും ദാഹവും മറന്നു.

പായിൽ മലർന്നുകിടന്നു കണ്ണീരൊഴുക്കുമ്പോൾ തലയിണകൾക്ക് ദാഹം തീരുന്നു.

സഹോദരനും അപ്പനും അമ്മയുമായിരുന്ന തന്നെ അവൾക്ക് മറ ക്കാനാവില്ല. ഒതുക്കാനാവില്ല. ഹില്ല.. ഹില്ല. എവിടെയോ പിഴവ് പറ്റിയി രിക്കുന്നു.

എങ്ങനെ! എങ്ങനെ! അവൾ നന്ദവേലുവിനോടൊപ്പം ഒളിച്ചോടിയെ ന്നത് സത്യമല്ലേ!

അപ്പോൾ! അപ്പോൾ അവൾ ഈ സഹോദരനെ, ഈ അപ്പനെ, ഈ അമ്മയെ ഉപേക്ഷിച്ചു പോയതല്ലേ. പുറംകാലിൽ ചവിട്ടിത്തെറിപ്പിച്ചു പോയതല്ലേ..

തനിക്കിനി ആരുണ്ട്!

ആരുമില്ല.

താനും താൻ പാടുപെടുന്ന മണ്ണും! മണ്ണിനും ജീവനില്ല.

ജീവനുള്ള ഒരു കൂട്ട് തനിക്ക് വേണ്ടേ!!!

തനിക്ക് സമാധാനം നൽകാൻ, സാന്ത്വനമേകുവാൻ പലരും മുമ്പി ലെത്തിയതാണ്.

ഓവൻ, കറുപ്പാത്താൾ, രങ്കൻ, തൂണാൻ, മാസാൻ, സുബ്ബൻ, അങ്ങനെ എത്രയോ പേർ.

പക്ഷേ! പക്ഷേ!

അവരെയൊക്കെയും സഹോദരിയുടെ പേരിൽ നിരാകരിച്ചു.

ആ സഹോദരി ഇന്നെവിടെ!!

നന്ദവേലുവും തുളസിയും ശൗരിപാളയത്തിൽ വാടകവീട്ടിൽ താമ സിക്കുന്നു. തുളസിയും മില്ലിൽ ജോലിക്ക് പോകുന്നു.

ഒളിച്ചോട്ടം നടത്തിയ അടുത്ത ദിവസംതന്നെ ഒരു ക്ഷേത്രസന്നിധി യിൽ വെച്ചു വിവാഹിതരായിരിക്കുന്നു.

താനറിയാതെ തന്റെ സഹോദരി വിവാഹിതയായിരിക്കുന്നു.

വയലുകളിൽ വളം ചേർക്കുവാൻ കുറെ പണിയാളുകളെ ഏർപ്പാട് ചെയ്യുവാൻ ഭൂവുടമ ഗൗണ്ടർ കഴിഞ്ഞയാഴ്ചതന്നെ വേമ്പനോട് നിർദേ ശിച്ചിരുന്നു. പക്ഷേ സാധിച്ചില്ല. മനസിലെ കഠിനഭാരം ശരീരത്തെ തളർത്തിയിരുന്നു.

മുമ്പൊക്കെ വേമ്പൻതന്നെ ഇതൊക്കെ ചെയ്യുമായിരുന്നു. ആരെ ങ്കിലും ചോദിച്ചാൽ...

"ഓ... നെലാവെളിച്ചം പകല് പോലെ തോന്നണ്. ഈ വേല മുച്ചൂടും നാന് തന്നെ ചെയ്യും. നെലാവത്ത് പന്ത് കളിക്കണപോലെ തോന്നണ്.."

വേമ്പൻ ചിരിച്ചുകൊണ്ട് പറയും.

വേമ്പൻ പറഞ്ഞതുകൊണ്ട് തെക്കേക്കാട്ടിലെ ജോലി ഒഴിവാക്കി ഓവന്റെ മകൻ മരുതൻ വന്നു. വീരയ്യനും വന്നു. ഏഴോ എട്ടോ വെള്ളാ ടുകളെ മേയ്ക്കുന്ന ജോലി പേരക്കുട്ടികളെ ഏൽപ്പിച്ചാണ് വന്നത്.

തെക്കേ കാടുകളിലെ ജോലി ഉപേക്ഷിച്ച് ഇത്തരം വയൽജോലി

കൾക്ക് എത്തുന്നത് ഹരിജൻ ജനതയ്ക്ക് ഇപ്പോൾ സർവസാധാരണമാ
യിരിക്കുന്നു.

സ്വന്തം ഗ്രാമത്തിൽനിന്നുതന്നെ വേമ്പന് ഒരു തുണയുണ്ടായാൽ
നന്നായിരിക്കുമെന്ന് വീരയ്യന് തോന്നിയിരുന്നു. ഓവന്റെ മകൻ മരുതന്റെ
ഭാര്യവീട്ടിൽ നിന്നായിരുന്നു വീരയ്യന്റെ മകന് പെണ്ണെടുത്തത്. മരുതന്റെ
ഭാര്യയുടെ അനിയത്തി. തന്റെ മകളെ തന്നെ വേമ്പന് നൽകാമെന്നൊരു
തോന്നൽ വീരയ്യനുണ്ടായിരുന്നു. പക്ഷേ! വേമ്പനോട് ഇതെങ്ങനെ പറയും!

തുളസിയുടെ വിവാഹക്കാര്യത്തിൽ ഇളിഭ്യനായതിനാൽ വെള്ളക്കി
ണറുകാരൻ പിന്നീട് ഓവനെ കാണാനെത്തിയില്ല.

സെലക്കരിച്ചൽ എന്ന സമീപഗ്രാമത്തിൽനിന്നുതന്നെ വേമ്പന്
ഭാര്യയെ ലഭിച്ചു.

വേമ്പനെപ്പോലെതന്നെ കഠിനാധ്വാനിയായ കർഷകന്റെ മകൾ
മാതാൾ.

രായന്റെ ബന്ധുക്കൾ.

വീരയ്യനും ഈ കാര്യത്തിൽ സന്തോഷംതന്നെ.

"നെനക്ക് വടക്കേന്ന് പെണ്ണെടുക്കാം എന്ന് നാന് വെശാരിച്ച്. കട
വുള് നെനക്ക് കെഴക്കേന്ന് പെണ്ണ് തന്നു."

ഓവൻ അധിക ആഹ്ലാദത്തോടെ പറഞ്ഞു.

ഒരാഴ്ചയ്ക്കകം പരസ്പരം സംസാരിച്ചു തീർത്ത് വിവാഹം നട
ന്നു. വളരെ ലളിതമായി വേമ്പനും മാതാളും വിവാഹിതരായി.

കൊയ്ത്ത് കഴിഞ്ഞു ചോളമണികൾ ഗോഡൗണുകളിൽ എത്തി
ക്കുന്നതുവരെയുള്ള ജോലിയിൽ വേമ്പന്റെ മെയ്‌വഴക്കവും അർപ്പണ
ബോധവും മാതാളുടെ അപ്പൻ നേരിൽ കണ്ടപ്പോൾത്തന്നെ അയാൾക്ക്
വേമ്പനിൽ മതിപ്പുലവായിരുന്നു. അതുകൊണ്ടാണ് ആവശ്യപ്പെട്ടപ്പോൾ
തന്നെ മകളെ വേമ്പന് നൽകാൻ തയാറായതും.

ദിവസങ്ങൾക്കുള്ളിൽത്തന്നെ വേമ്പന്റെ നല്ല ഗുണങ്ങളും നന്മകളും
പ്രകൃതവും ശീലങ്ങളും മാതാൾ മനസിലാക്കിയിരുന്നു.

വേമ്പനും മാതാളും മാതൃകാദമ്പതിമാരായി ജീവിച്ചു.

കിട്ടുന്ന കൂലിവേലകൾക്ക് മാതാളും പോയിരുന്നു. കൂടാതെ ഒരാടി
നെയും നാലഞ്ചാറ് കോഴികളെയും മാതാൾ വളർത്തിവന്നു. അങ്ങനെ
കുടുംബവരുമാനത്തിൽ അവളും പങ്കുചേർന്നു.

ഇതിനകം അയൽവീടുകളിലും മാതാൾ പ്രിയങ്കരിയായി.

മരുതന്റെ ഭാര്യയും ആറാന്റെ ഭാര്യയും നല്ല വെള്ളപ്പൈപ്പിന്റെ
ചോട്ടിൽ വഴക്കിട്ടപ്പോൾ മാതാൾ വന്നു സമാധാനപ്പെടുത്തി. അല്ലെങ്കിൽ
പുരുഷന്മാർ തമ്മിൽ തല്ലും തരികിടയുമാകുമായിരുന്നു.

ഹരിജൻകുട്ടികളെ ഗ്രാമപള്ളിക്കൂടത്തിൽ ചേർക്കുന്ന കാര്യത്തിൽ
ഭഗീരഥപ്രയത്നം ചെയ്തുകൊണ്ടിരിക്കുന്ന അധ്യാപകൻ ഷൺമുഖാ
യെയും മാതാൾ ധാരാളമായി സഹായിച്ചു.

സമാധാനപരമായ, സൗഹാർദപരമായ സ്നേഹാദരങ്ങളോടെ ഹരി
ജൻ കോളനിനിവാസികൾ ജീവിച്ചുപോരുന്നു.

അടുത്തടുത്ത ഊരുകളിൽനിന്നും അടുത്തടുത്ത ഗ്രാമങ്ങളിൽ നിന്നും ഹരിജൻ കോളനിവാസികളുടെ ബന്ധുക്കളും മിത്രങ്ങളും ഇവിടെ വന്നു താൽക്കാലിക കുടിയിരിപ്പുകളിൽ തങ്ങി ജോലി നോക്കിയിരുന്നു. പത്തിൽ മൂന്നു പങ്ക് എന്ന നിലയിൽ ഗ്രാമങ്ങളിൽ ദളിതുവർഗം വസി ക്കുന്നു എന്നൊരു കണക്ക് ഓവനും കാത്താനും പറയാറുണ്ടായിരുന്നു. മൂന്നിൽ രണ്ട് പങ്ക് പൂർവിക കുടിയിരിപ്പുകാരും ഒരു പങ്ക് പുറമെ നിന്നും വരുന്ന ദളിത് വർഗക്കാരുമായിരുന്നു. പക്ഷേ എല്ലാവരും എല്ലായ്പ്പോഴും ഗ്രാമത്തിന്റെ ഉച്ഛ്വാസനിശ്വാസങ്ങളിൽ പങ്കുചേർന്നിരുന്നു. അവിടെ ജാതിയും മതവും ഉച്ചനീചത്വങ്ങളും ഇല്ലായിരുന്നു.

"നമ്മളും മനുഷ്യജന്മങ്ങൾ തന്നെ. ഒരു വിത്തിയാസവുംഇല്ല. കഷ്ട പ്പെട്ടു പാടുപെട്ടു കാലം കഴിക്കണ്. മോഷണം ചെയ്തിട്ടോ തട്ടിപ്പറി ച്ചിട്ടോ അല്ല. നമ്മളും കുടുംബോം കുട്ടികളുമായിട്ട് ജീവിക്കണ്."

"നമ്മൾട കഷ്ടനഷ്ടങ്ങളും ഭാരവും എറക്കിവെക്കാനായി കൂട്ടം ചേർന്ന് വിശേഷങ്ങളും കോയിൻകാരിയങ്ങളും ചെയ്തു വെക്കുന്നു."

"അടുത്ത ജാതിജനങ്ങൾക്കായി നമ്മള് അടിമകളെപ്പോലെ വേല ചെയ്യണ്. അടുത്ത ആളുകളെ കാട്ടിലും കൂലി കൊറവായി വാങ്ങിവര ണ്. അവർടെ കല്യാണം കാക്ഷികളുക്ക് തപ്പട്ട അടിച്ചു. അവർ തരണ കൂലിക്ക് ആട്ണ് പാടണ് എന്നാലും എന്നാലും അവർ മേല് ജാതിക്കാര് നമ്മള് താണജാതിക്കാര്. അവർട മുന്നില് ഇരിക്കാനും പാടില്ല നിക്കാ നുംപാടില്ല. ഇതെന്ത് നീതി."

"ങാ... ങാ.. ഇതാണ് നാന് പറേണത് നമ്മളെല്ലാവരും ഒന്നായി നിക്കണം. നമ്മൾട അവകാശങ്ങള് മേടിച്ചെടുക്കണം. നമ്മള് കൊറഞ്ഞ വര് അല്ലെന്ന് കാട്ടിക്കൊടുക്കണം."

മൈതാനത്തിൽ ഹരിജൻജനത സംഘമായി ചേർന്ന് വിവാദങ്ങൾ നടത്തിവന്നു.

കാലം കഥ പറഞ്ഞെഴുന്നേറ്റപ്പോൾ വേമ്പൻ രണ്ട് കുട്ടികളുടെ പിതാ വായി.

എന്നാലും എന്നാലും സഹോദരിയുടെ ഓർമകൾ അയാളെ വിട്ടക ന്നില്ല.

അംബേദ്കർ യുവജനസംഘടനയുടെ ശാഖ ഹരിജൻകോളനിയി ലുമെത്തി. കോളനി നിവാസികളേവരും അതിൽ അംഗങ്ങളായി. മാസ ത്തിലൊരിക്കൽ യോഗവും പ്രവർത്തനതീരുമാനങ്ങളും കൃത്യമായി നട ന്നുവന്നു. യുവജനതയും മുതിർന്നവരും ഏകകാലത്തിൽ സംഘടനയുടെ പങ്കാളിത്തം ഏറ്റുവാങ്ങി പ്രവർത്തിച്ചു വന്നു.

ഓവനും രായനും അവന്റെ അപ്പനും ആറാനും മരുതനും അങ്ങനെ എല്ലാരും എല്ലാരും സംഘടനയിൽ ഉൾപ്പെട്ടുനിന്നു.

സംഘടനയുടെ പൊതുയോഗം കൂലിവർധനപ്രമേയം അവതരിപ്പി ക്കുകയും പാസാക്കുകയും ചെയ്തു.

ഈ പ്രമേയം കൂലിവർധനവ് മാത്രമല്ല കാലാകാലങ്ങളിലായി മുത ലാളിതവർഗത്തിന് മുന്നിൽ ശിരസ്സും മുതുകും കുനിഞ്ഞു നിന്നതിന്റെ

പരിഹാരമാർഗം കൂടിയാണെന്ന് യോഗം ഐകകണ്ഠ്യേന തീരുമാനമെ
ടുത്തു.

ജീവിതത്തിലാദ്യമായി വേമ്പൻ താൻ വിയർപ്പുമണികൾ പൊഴി
ക്കുന്ന ആ മണ്ണിന്റെ ഉടമയോട് കൂലി കൂടുതൽ ചോദിച്ചു.

ആ ചുമന്ന മണ്ണ് അപ്പോഴും വേമ്പനെന്ന തൊഴിലാളിയുടെ കാലടി
കൾ നെഞ്ചിലമരാൻ കാത്തുകിടന്നു.

പതിനാല്

വായ്ക്കാൻപാളയം, കവുണ്ടനൂർ, കുനിയൻമുത്തൂർ പ്രദേശങ്ങ
ളിലെ ദളിത് ജനത ഈ ഊര് ജനങ്ങളോടൊപ്പം കൂലിവർധനവ് കാഹളം
മുഴക്കി തുടങ്ങിയിരുന്നു.

വയലുകളും തോപ്പുകളും തോട്ടങ്ങളും കാടുകളും സ്വന്തമായുണ്ടാ
യിരുന്ന ഭൂവുടമകൾക്ക് ദളിത് വർഗത്തിന്റെ ഈ കൂട്ടായ്മ സഹിക്കാനാ
യില്ല. വിശ്വസിക്കാനായില്ല.

ഒന്നോ രണ്ടോ ദിവസങ്ങൾ ഒന്നും സംഭവിച്ചില്ലായെന്ന മട്ടിൽ ആ
തന്ത്രശാലികൾ കഴിച്ചുകൂട്ടി. പിന്നീടവർക്ക് പിടിച്ചുനിൽക്കാനായില്ല.

അവരും സംഘങ്ങൾ ചേർന്ന് ആലോചനക്കൂട്ടങ്ങൾ നടത്തി. ഒന്നു
മൊന്നും സംഭവിക്കാത്ത മട്ടിൽ മുതലാളിവർഗവും മൗനം ദീക്ഷിച്ചു.

"നമ്മളായിട്ട് വളംവെച്ച് കൊടുക്കരുത്. നമ്മട വയലും തോപ്പും
തോട്ടവും അവരായിട്ട് തേടി വന്നവരാണ്."

ഭൂവുടമകളുടെ കടുത്ത തീരുമാനം ഇങ്ങനെയായിരുന്നു.

"നമ്മാള് കൂലി കൂട്ടിത്തരണോംന്ന് പറഞ്ഞു കഴിഞ്ഞ്. ഇനി നമ്മ
ളായിട്ട് അവരെ തേടി പോകരുത്. പഷ്ണി ആണേലും നമ്മാളത് സഹി
ക്കോണം."

ആ മണ്ണിന്റെ മക്കളുടെ ഉറച്ച തീരുമാനം തീയിൽ മുളപ്പിച്ചെടുത്ത്
തന്നെയായിരുന്നു.

നാലഞ്ചാറ് ദിവസങ്ങൾ പതിവുപോലെ സൂര്യൻ ഉദിക്കുകയും
അസ്തമിക്കുകയും ചെയ്തു.

ഭൂവുടമകളുടെ മനസിലും ചേറും ചെളിയും നിറഞ്ഞു.

വയലേലകളിലും തോപ്പുകളിലും തോട്ടങ്ങളിലും എല്ലായിടങ്ങളിലും
പണിമുടക്കിന്റെ തീഗോളങ്ങളെത്തി.

ആ പാവം പണിയാളുകളുടെ കുടിലുകളിലെ അടുപ്പുകല്ലുകളിൽ
മാത്രം തീ എത്തിയില്ല.

ശരിയായ തീനി കിട്ടാതായപ്പോൾ കന്നുകാലികൾ അമരാൻ തുടങ്ങി.
ആ രോഷശബ്ദങ്ങൾ ഭൂവുടമകളുടെ കാതുകളിൽ പെരുമ്പറയായി. മരാ
മത്ത് പണികളടക്കം കാർഷിക ജോലികളിൽ കളകൾ മുളച്ചു തുടങ്ങി.
എല്ലാ ജോലികളും പണിയാളുകൾ മാത്രം ചെയ്തുവന്നിരുന്നതിനാൽ
അത്തരം പണികൾ ചെയ്യുവാനുള്ള പരിചയമോ അറിവോ ഭൂവുമടക
ളിൽ ഉണ്ടായിരുന്നില്ല.

അവർ മൊത്തത്തിൽ വിഷണ്ണരായി. മാർഗം മറ്റൊന്നും കാണാതാ യപ്പോൾ ഭൂവുടമകൾ ആലോചനായോഗം കൂടി രണ്ട് പ്രതിനിധികളെ തൊഴിലാളികളുടെ പക്കലേക്കയക്കാൻ തീരുമാനിച്ചു.

നാലഞ്ചാറ് ഊരുകളിലും ചുറ്റിത്തിരിഞ്ഞ് പ്രതിനിധികൾ തൊഴി ലാളി നേതാക്കളുമായി ചർച്ചകൾ നടത്തി.

"ഞങ്ങള് മൊതലാളിമാർ ചൊല്ലിവിട്ട ആളുകൾതന്നെ എന്നാലും രെണ്ട് ഭാഗത്തും ഒള്ള ഞായത്തെ മനസിലാക്കണവരും ആണ്."

പ്രതിനിധികൾ സംസാരിക്കുന്നതുകേട്ടപ്പോൾ അതിന് മറുപടിയായി എന്തോ പറയാൻ തുനിഞ്ഞ കാത്താനെ രായൻ ആംഗ്യത്തിൽ തടഞ്ഞു.

"നിങ്ങള് കൂലികൂടുതല് ചോയ്ക്കണതില് ഞായം ഒണ്ട്. എന്നാ ലും.. എന്നാലും അതിലും കൊറച്ച് എറങ്ങിവരണമെന്ന് മൊതലാളിമാര് ചൊല്ലി വിട്ടേക്കണ്..."

ഇടയിൽ കാത്താൻ സംസാരിക്കാൻ തുടങ്ങി.

"ഞങ്ങാള് നാൾകൂലി ഇത്രയെന്നും ഓരോരോ വേലകളുക്ക് ഇത്ര കൂലിയെന്നും ചോദിച്ചിട്ടൊണ്ട്. അതോടെ നേരകണക്കും പറഞ്ഞിട്ടൊ ണ്ട്. കാലത്ത് മൊതല് വൈകിട്ട് ഇത്ര മണിവരെ എന്ന കണക്ക്. ചെല വേലകളുക്ക് അതികനേരമാകും. അതിന് ചേർത്ത് കൊടുക്കോണം..."

കാത്താൻ പറഞ്ഞത് പ്രതിനിധികൾ കുർമത "കട്ടായം നിങ്ങൾക്ക് കൂലി കൂടുതലായിട്ട് തരാമെന്ന് മൊതലാളിമാര് സമ്മതിച്ചിട്ടൊണ്ട്. പണി നേരത്തിന്റെ കാര്യത്തിലും നീക്കുപോക്ക് ഒണ്ടാക്കാം. എന്നാലും നിങ്ങളും കൊറച്ച് നീക്കുപോക്ക് കാട്ടി കൂലിയിലും നേരകണക്കിലും കൊറച്ച് എറങ്ങിവരണം. രെണ്ട് മൂന്ന് നാള് സാവകാശം എടുത്ത് പറഞ്ഞാ മതി. ഞങ്ഹള് ഇനിയും വരാം."

പ്രതിനിധികൾ പോകാനൊരുങ്ങി. അവരെ രായനും തുണാനും യാത്രയയച്ചു.

അവർ പോയതിനുശേഷം തൊഴിലാളികളുടെയിടയിൽ ചർച്ചകൾ നടന്നു.

"ഇവര് രെണ്ടുപേരും വന്ന് കാരിയങ്ങള് പറഞ്ഞതില് നമ്മള് കേട്ട കണക്കല് അവര് ഒത്തുപോകുമെന്ന് തോന്നണ്."

"നമ്മള് കേട്ടത് മുഴോനും അവര് തരുന്ന് തോന്നണില്ല."

വീരയ്യനും സുബ്ബനും വിശ്വാസം വന്നില്ല.

"ഇത് നമ്മൾട ഊര് മാത്തരമൊള്ള കാരിയം അല്ല. മറ്റ് ഊരുകാരും ചേർന്നിട്ടൊണ്ട്. അവരോടും നമ്മള് ആലോശന നടത്തണം" കാത്താൻ പറഞ്ഞു.

"നമ്മള് എല്ലാരും ഒത്തൊരുമയോടെ നിന്ന് മൊതലാളിമാരോട് ചോദി ച്ചത് കൊണ്ടാണ് ഇങ്ങനെ ഒരു സമരസത്തിന് അവര് വന്നത്. കൂട്ടു ചേർന്ന് നിന്നാല് അതിന്റെ ഗൊണം ഒണ്ടെന്ന് ഇപ്പ മനസിലായല്ലാ. ഇനി എല്ലാ കാരിയത്തിനും ഇങ്ങനെ തന്നെ വേണം."

കൂട്ടത്തിലുണ്ടായിരുന്ന ഷൺമുഖവാധ്യാർ ഇങ്ങനെ പറഞ്ഞു. ഏവ രിലും തൃപ്തി.

"നമ്മള് ചോയ്ച്ച മാതിരി അവര് കൂലി തന്നാല് വേലക്ക് പോകാം. ഇല്ലേല് പത്ത് നാള് കഴിഞ്ഞ് നോക്കാം" ആറാൻ തീർത്തു പറഞ്ഞു.

സ്ത്രീകളുടെയിടയിൽ കുശുകുശുപ്പുണ്ടായത് കാത്താൻ ശ്രദ്ധിച്ചു.

"പെണ്ണുങ്ങൾടെ എടേലും ചെല അഭിപ്രായങ്ങള് ഒണ്ട്" തുണാൻ പറഞ്ഞു.

"ഉം... ഉം... പറ പറ കേക്കട്ടെ" കാത്താൻ സ്ത്രീകളോടായി ചോദിച്ചു.

"ഇങ്ങനെ വേലക്ക് പോകാണ്ടിരുന്നാ ചോറ്റിന് മുട്ടിപ്പോകുമല്ലാ എന്നാണ് ഞങ്ങാൾക്ക്പേടി.." ചെന്നി സങ്കോചത്തോടെ പറഞ്ഞു.

കാത്താൻ അൽപ്പനേരം മൗനിയായി ഒടുവിൽ,

"ഉം... പഴേകൂലി മതീന്നും ഉള്ളോര് വേലക്ക് പോകാം. അല്ലാത്തോര് ടൗണിലാ വേറെ എവിടേങ്കിലും വേലക്ക് പോകാം."

"പെണ്ണുങ്ങള് പറേണത് ശെരീന്ന് വെച്ചാല് വാധ്യാര് പറഞ്ഞമാതിരി നമ്മൾട എടേല് ഒത്തൊരുമ ഇല്ലാണ്ട് വരും."

പെത്തയ്യൻ പെട്ടെന്ന് പറഞ്ഞു.

"ഉം.. ഉം.. അതൊന്നും കൂടാത്. ഇപ്പത്താൻ നമ്മൾട ഒത്തൊരുമ ഒരു മാതിരി ഊരുക്ക് മനസിലാവണത്. അതങ്ങനെ തന്നെ നിക്കട്ടെ. അതും ഇല്ലാണ്ട് നമ്മളപ്പോലെതന്നെ മറ്റ ഊരിലെ മക്കളും ആലോശന ചെയ്യുന്നുണ്ടാകും. രെണ്ടു നാളുക്ക് പിറക് അവരും സംഘത്തില് വരുമല്ലാ. അപ്പ ബാക്കി കാരിയം ആലോശന ചെയ്യാം..."

വീരയ്യന്റെ ഈ അഭിപ്രായത്തോട് യോജിച്ച് ഏവരും പിരിഞ്ഞു.

തൊഴിലാളി നേതാവായ കാത്താന്റെ പേരിൽ ചിലർക്ക് സംശയം തോന്നുകയും ചെയ്തു. ചർച്ചയ്ക്കെത്തിയ പ്രതിനിധികളെയും ചിലർ സംശയിച്ചു.

ഈ പണിമുടക്ക് വേമ്പനെ വല്ലാതെ അലട്ടി.

പിതാവിനോടൊപ്പം തെക്കേതോപ്പിലെ ഗൗണ്ടരുടെ മണ്ണിൽ കാലു കുത്തിയതാണ്. ഗോഡൗണിനോട് ചേർന്ന കുടിലായിരുന്നു അന്നത്തെ വീട്. പിതാവിനോടൊപ്പവും തുളസിയോടൊപ്പവും കഴിഞ്ഞ നാളുകൾ. കിട്ടുന്ന കൂലിയുടെ കണക്കുപോലും അറിയുമായിരുന്നില്ല. ആ മണ്ണ്, ആ മണ്ണ് മാത്രമായിരുന്നു ലോകം. ആ മണ്ണിൽ പിതാവിന്റെ ചോര ഇപ്പോഴും ഉണങ്ങിക്കഴിഞ്ഞില്ല, എന്നൊരു തോന്നൽ. ആ മണ്ണ് ഉപേ ക്ഷിച്ചാണ് താനിപ്പോൾ പണിമുടക്കിൽ ഏർപ്പെട്ടിരിക്കുന്നത്. സ്വന്തം ജാതിക്ക് വേണ്ടി താനിപ്പോൾ നിൽക്കുന്നു. അതും അത്യാവശ്യമാണ്. പക്ഷേ, തന്റെ വിയർപ്പും രക്തവും അലിഞ്ഞുചേർന്ന ആ മണ്ണങ്ങനെ ഉപേക്ഷിക്കും. തന്റെ ആത്മനൊമ്പരം എങ്ങനെ പറയും. ആരോട് പറ യും. സമരം ഒരുവിധത്തിൽ നല്ലതുതന്നെ. കൂലി കൂടുതൽ ലഭിക്കുമെ ന്നതിനേക്കാൾ താനുൾപ്പെടുന്ന വർഗത്തിന്റെ മൗലികാവകാശം വീണ്ടെ ടുക്കാൻ പ്രാപ്തമായ സമരം. അതിൽനിന്നെങ്ങനെ ഒഴിഞ്ഞുനിൽക്കാൻ! ഒഴിഞ്ഞു നിന്നാൽ ഊരിൽനിന്നും താനും കുടുംബവും പൊഴിഞ്ഞുപോകും.

യൂണിയനുകൾ മുഖാന്തരം ലഭിച്ച അറിയിപ്പനുസരിച്ചു രണ്ടോ നാലോ ദിവസങ്ങൾക്കുള്ളിൽ സമരം അവസാനിപ്പിച്ചു മുതലാളിമാരുടെ അനു

വാദത്തോടെ ജോലിക് പോകാമെന്നൊരു വ്യവസ്ഥ സംജാതമായിരുന്നു.

മാതാൾ മൺകലത്തിൽ വെന്ത കഞ്ഞി ഇറക്കിവെക്കുകയായിരുന്നു.

"നേരത്തിലേ ചോരായാ"

ഓവന്റെ മകൻ മരുതൻ കടന്നുവന്നു.

പുതപ്പുപോലും വിലക്കാതെ വേമ്പൻ കട്ടിലിൽ എഴുന്നേറ്റിരിപ്പുണ്ടാ
യിരുന്നു.

നേരം നന്നായി വെളുത്തിരുന്നു

മരുതൻ വേമ്പനോടൊപ്പം കട്ടിലിലിരുന്നു. താനറിഞ്ഞ കാര്യം മുഖ
വുര കൂടാതെ അവൻ വേമ്പനെ അറിയിച്ചു.

വേമ്പൻ ഞെട്ടിത്തെറിച്ചു.

മാതാൾ അത് ശ്രദ്ധിച്ചു.

തെക്കേത്തോപ്പിലെ ഗൗണ്ടർഭൂമിയിൽ ജോലി ചെയ്യുവാൻ ഒരു
കുടുംബം എത്തിയിരിക്കുന്നു. പല്ലടത്ത് നിന്നാണവർ എത്തിയത്.
ഭാര്യയും രണ്ടുമക്കളുമുള്ള ഒരു ദൃഢഗാത്രൻ. ഗോഡൗണിനോട് ചേർന്ന
കുടിലിൽ അവർ താമസിക്കുന്നു.

പുതപ്പു മാറ്റി വേമ്പൻ പെട്ടെന്നെഴുന്നേറ്റു നിന്നു. ആ മനസിന്റെ
ഭിത്തികളിൽ നോവും നൊമ്പരവും ചുര മാന്തി.

തെക്കേത്തോപ്പിലെ ആ മണ്ണ് തനിക്ക് അന്യമാവുകയോ!!! തന്റെ
ചോരയും വിയർപ്പും വീണു മുതിർന്ന മണ്ണ്! തന്റെ പിതാവിന്റെ രക്തം
ഇനിയും ഉണങ്ങിത്തീരാത്ത മണ്ണ്.

വേമ്പൻ നേരെ തെക്കേത്തോപ്പിലേക്ക് നടന്നു.

മാതാൾ പരിഭ്രമിച്ചു. ഉറക്കമെഴുന്നേറ്റ ഭർത്താവ് മരുതൻ എന്തോ
പറഞ്ഞതുംകേട്ടു തന്നോടുപോലും ഒന്നും പറയാതെ തെക്കേത്തോപ്പി
ലേക്ക് പോയിരിക്കുന്നു.

കാരണം!!!

മാതാൾ മരുതനെ നോക്കി.

അവൻ ഒന്നും മിണ്ടാതെ കടന്നുപോയി.

"എമിരാ സെപ്പിത്തുവു.

"എമി നാ തെക്കറ സെപ്പുരാ!'

"എന്താടാ പറഞ്ഞത്. എന്താണെന്ന് എന്നോട് പറ."

മാതാൾ വിളിച്ചുകൂവി. ഇതിനകം മരുതൻ കടന്നുപോയിരുന്നു.
മാതാൾ ഓവനെ കാണാനായി ധൃതിയിൽ നടന്നുപോയി.

വേമ്പൻ തെക്കേത്തോപ്പിലെത്തി.

ശരിയാണ്... മരുതൻ പറഞ്ഞത് മുഴുവനും ശരിയാണ്. ഗോഡൗ
ണിനോട് ചേർന്ന കുടിലിൽ പല്ലടത്തുനിന്നും വന്ന കുടുംബം താമസ
സൗകര്യം ഒരുക്കുന്നു. ഒരു സ്ത്രീയും രണ്ടു കുട്ടികളും. ദൃഢഗാത്രനെ
കാണുന്നില്ല. വയലിലോ തോപ്പിലോ ജോലി ചെയ്യുന്നുണ്ടാകും.

വേമ്പൻ തരിച്ചു നിന്നു. വേമ്പൻ ചുറ്റും നോക്കി.

ആ പച്ചമണ്ണ് പരിതാപത്തോടെ തന്നെ വീക്ഷിക്കുന്നതായി
അയാൾക്ക് തോന്നി.

ആ സ്ത്രീ കുടിലിന്റെ ഇടതുഭാഗത്തുള്ള മൺകൂനയിൽ ഒഴിച്ച വെള്ളം തുള്ളിതുള്ളിയായി ഇറ്റിറ്റ് വീണുകൊണ്ടിരുന്നു.

ഹെന്ത്! തന്റെ വിയർപ്പും ചോരയും വീണു കുതിർന്ന ആ മണ്ണ് തനിക്കുവേണ്ടി കണ്ണീർ പൊഴിക്കുകയാണോ!!

വേമ്പൻ മെല്ലെ നടന്നു. അയാൾ തോപ്പിലെ വീട്ടുമുറ്റത്തെത്തി.

ആ പ്രത്യേക മുഹൂർത്തത്തിൽ ഗൗണ്ടറും മുറ്റത്തേക്ക് കടന്നുവന്നു. ഗൗണ്ടറുടെ മുഖം ശാന്തമായിരുന്നു. കപട ശാന്തത.

മുതലാളിവർഗത്തിന്റെ കറുത്ത മനസും വെളുത്ത മുഖവും.

ഒന്നുമൊന്നും സംഭവിക്കാത്ത മട്ടിൽ ഗൗണ്ടർ വേമ്പനെ നോക്കി.

"ഓ.. വേമ്പനാ.. നീ വരുന്ന് മെനിഞ്ഞാന്ന് വരെ നോക്കിയിരുന്നു. ഇന്നലെയാണ് ഇവരെ കൂട്ടീട്ടു വന്നത്. വേല കൂടുതലുള്ളപ്പോ നെന്നെ വിളിക്കാം. വന്ന് നാളുകൂലി വാങ്ങീട്ട്പോ."

എന്തോ ഓർത്തവണ്ണം ഗൗണ്ടർ പെട്ടെന്ന് അകത്തേക്ക് പോയി.

നന്ദിയെന്ന പദം അടുപ്പിലിട്ടു ചുട്ടുതിന്ന് ഏമ്പക്കം വിട്ടു കടന്നു പോയ മുതലാളി.

തന്റേയും പിതാവിന്റേയും മജ്ജയും മാംസവും അസ്തിയും മുറിഞ്ഞുവീണ ആ മണ്ണ് വേമ്പനെ വേദനയോടെ നോക്കി.

പതിനഞ്ച്

വേമ്പനോട് സഹതപിക്കുവാൻ ദളിതുവർഗം ഒത്തുകൂടി. തെക്കേ ത്തോപ്പ് ഗൗണ്ടറോട് ഇതിനെച്ചൊല്ലി കലഹിക്കുവാനും ചിലർ തുനിഞ്ഞു. പക്ഷേ.. വേമ്പൻ അതിനനുവദിച്ചില്ല.

മാതാളുടെ കരച്ചിലടക്കാൻ അയാൾക്ക് കഴിഞ്ഞില്ല. കരഞ്ഞു തളർന്ന അവളെ ദയനീയമായി നോക്കി വേമ്പൻ കുട്ടികളെ രണ്ടുപേ രേയും പള്ളിക്കൂടത്തിൽ വിട്ടിട്ടുവന്നു.

ഗൗണ്ടറുടെ കുട്ടികളെ രക്ഷിക്കാനാണ് തന്റെ പിതാവ് ജീവൻ വെടി ഞ്ഞത്. ഇപ്പോൾ തന്റെ കുട്ടികളുടെ ഭാവി ഇനി എന്താകും! പിതാവിന്റെ മരണത്തോടൊപ്പം ബാലനായ താനും ആ മണ്ണിനടിമയായി.

ങ്ങേ! ഇനി തന്റെ മക്കളും ഈ മണ്ണിന്റെ അടിമകളായി തീരുമോ!! അവരുടെ മക്കളും!!

ങ്ങേ! വേണ്ട. വേണ്ട.

ആ അസഹനീയമായ ചിന്ത വേമ്പന്റെ മനസിൽ മറ്റൊരു സദ്ചിന്ത ഉയർത്തിവിട്ടു.

തെക്കേത്തോപ്പിലെ ജോലി ഇല്ലാതായത് നന്നായി. തന്റെ മക്കളും അവരുടെ മക്കളും അടിമപ്പണിയുടെ ആവർത്തനവക്താക്കളാകുകയില്ലല്ലോ!

മോചനം ലഭിച്ചതായി വേമ്പന് തോന്നിപ്പോയി.

അടുത്തടുത്ത ദിനങ്ങളിൽ വേമ്പനെപ്പോലെ പലരുടേയും ജോലി, ഭൂവുടമകൾ പറിച്ചെടുത്തു, നിരന്തരമായി.

ആവശ്യപ്പെട്ട അവകാശ ആനുകൂല്യങ്ങൾ അനുവദിക്കുന്ന മട്ടിൽ

ആംഗ്യം കാണിക്കുന്ന മേൽജാതിവർഗത്തിന്റെ തനത് വക്രബുദ്ധി തെളി ഞ്ഞുകണ്ടതായി ദളിതുവർഗം മനസിലാക്കി.

തൊഴിലാളിവർഗത്തെ മുറിപ്പെടുത്തിയ ആയുധങ്ങൾ മുതലാളി വർഗം അനായാസേന ഒളിപ്പിച്ചുവെച്ചു.

പക്ഷേ!! പക്ഷേ!!

കാലാനുകാലമായി അധ്വാനിച്ചു തഴമ്പേറ്റിയ കൈകളും കാൽകളും തോളുകളും നെഞ്ചും, മേലാളവർഗത്തിന്റെ കുടിലതയെ വകവെച്ചില്ല.

ശിരസ്സും മുതുകും കുനിഞ്ഞു. കുനിഞ്ഞു നിലം മാത്രം നോക്കി നിന്ന ആ അധഃകൃതവർഗം അംബേദ്കർ സംഘംപോലുള്ള സംഘടിത ശക്തിയുടെ പ്രചോദനത്താൽ നെഞ്ചുവിരിച്ചു നിവർന്നുനിന്ന് ആകാശം നോക്കിത്തുടങ്ങിയിരുന്നു.

വയലുകളിലും തോപ്പുകളിലും തോട്ടങ്ങളിലും കാടുകളിലും മുത ലാളിമാർക്കുവേണ്ടി മാത്രം ജോലിചെയ്തു ശീലിച്ച ആ ദളിത് ജനത പുറംജോലികൾക്ക് പോയിത്തുടങ്ങി. കിട്ടുന്ന ജോലിയിൽ കിട്ടുന്ന കൂലി യിൽ അവർ സംതൃപ്തരായിരുന്നു. കെട്ടിട നിർമാണജോലികൾ, ചെറു ചെറുവർക്ക് ഷോപ്പുകളിൽ സഹായികൾ എന്നിങ്ങനെ പലതും. കോയ മ്പത്തൂർ നഗരപ്രദേശങ്ങളിലും ഹരിജൻജനത വ്യാപിച്ചുകിടന്നു. കടക മ്പോളങ്ങളിലും അരിപണ്ടകശാലകളിലും പച്ചക്കറി മാർക്കറ്റിലും ചുമ ട്ടുതൊഴിലാളികളുമായി.

അതിൽ ചിലർ വേമ്പനോട്,

"മാമാ... നാളെ മൊതല് ഞങ്ങൾട കൂടെ വാ.. അവിട എത്തറ എത്തറ വേലകള് ഒണ്ടെന്നാ.. അവിടെ വേല ചെയ്യാം."

വേമ്പൻ അതിന് സമ്മതം മൂളി. അയാൾ ജോലിക്ക് പോയി തുടങ്ങി.

വേമ്പൻ വീട്ടിൽ തിരിച്ചെത്തിയപ്പോൾ രണ്ട് മക്കളും ഉറങ്ങിപ്പോയി രുന്നു. മാതാൾ വേമ്പനെയും കാത്ത് തിണ്ണച്ചുമരിൽ ചാരിയിരുന്നു.

അത്താഴം കഴിക്കുമ്പോൾ അയാൾ എന്തുകൊണ്ടോ തുളസിയെ ഓർത്തുപോയി.

നീർത്തിരശ്ശീലകൾ വേമ്പന്റെ മിഴികളിൽ പടർന്നിരുന്നു. മാതാൾ അത് ശ്രദ്ധിക്കാതിരിക്കാൻ അയാൾ ശ്രമിച്ചു. ഭാര്യ, മക്കൾ എന്ന ഓർമ ക്കൂട്ടുകൾ തന്റെ മനസിനെ വലയം വെച്ചിരുന്നുവെങ്കിലും സഹോദരി യുടെ സ്ഥാനം ആ വലിയ മനസിൽനിന്നും ഒഴിഞ്ഞുപോയിരുന്നില്ല.

തെക്കേ വയലേലകളിൽ കൊയ്ത്തു കഴിഞ്ഞാൽ കറ്റമെതി കാല ങ്ങളിലെ ഉസവത്തിമിർപ്പിൽ തുളസിയും ഉണ്ടാകുമായിരുന്നു.

കളം വൃത്തിയാക്കി ചാണകം മെഴുകിയിരിക്കും. മറ്റു ഹരിജൻ യുവ തികളുടെ കൂട്ടത്തിൽ ഉസാഹത്തോടെ അവളും പങ്കെടുക്കും. കൊയ്ത്തു കഴിഞ്ഞ കറ്റക്കെട്ടുകൾ തലച്ചുമടായും കാളവണ്ടികളിലും കളത്തിൽ ശേഖരിക്കും.

കറ്റമെതിക്കാനായി കന്നുകാലികളെ ഒന്നിച്ചു കെട്ടി അവയെ ശ്രദ്ധ യോടെ സൂക്ഷ്മതയോടെ നടത്തണം. വെയില് മൂക്കുന്നതിന് മുമ്പേ തന്നെ കറ്റമെതി തുടങ്ങണം. കന്നുകാലികളെ നിയന്ത്രിക്കുവാൻ നന്നെ

പാടുപെടേണ്ടിയിരിക്കും. ജാഗ്രതയോടെ അവയെ നടത്തണം. ഇതിനിട യിൽ ചാണകമിടാൻ തുടങ്ങുന്ന കന്നുകാലികളെ ശ്രദ്ധിച്ചു ചാണകം കളത്തിൽ വീഴാതെ കയ്യിലെടുത്തു ദൂരെയെറിയണം.

ഉച്ച വെയിലെത്താത്ത സമയത്തുതന്നെ കറ്റമെതി തീർത്തിരിക്ക ണം. കതിർമണികൾ കളത്തിൽ വീണിരിക്കണം. സമൃദ്ധിയുടെ അടയാ ളമായി കുന്നുകൂടി ജ്വലിച്ചുനിൽക്കുന്ന കതിർമണികൾ കൂടകളിൽ ചുമ ന്നുവന്നു അളവുചാക്കുകളിൽ നിറച്ചു കളത്തിൽ ചാരി നിർത്തിയിരിക്കും.

ശേഷിച്ച കതിർമണികൾ ഗ്രാമക്ഷുരകൻ, അലക്കുകാരൻ, മുക്കു വൻ, കുശവർ, എന്നിവർക്കായി ഓഹരിപങ്കുകൾ വല്ലം നിറയെ അളന്നു നൽകും. കൂടാതെ കൊയ്ത്തിൽ പങ്കെടുത്തവർ കന്നുകാലികൾക്കൊപ്പം വന്നവർ, വണ്ടിയോടിച്ചവർ, തപ്പട്ടകൾ അടിച്ചവർ ഏവരേയും വിളിച്ചു ധാന്യം നൽകുമായിരുന്നു. ഒടുവിൽ ഹരിജനങ്ങൾക്കുള്ള ഓഹരിയെന്ന നിലയിൽ എല്ലാ ഹരിജനങ്ങൾക്കും ധാന്യം അളന്നുകൊടുക്കും.

ഇന്നതെല്ലാം എവിടെ!

സഹോദരിയെ ഓർത്ത്, ഈറനായ ആ മിഴികൾ ഭൂവുടമകളുടെ ഇന്നത്തെ ചെയ്തികൾ ഓർത്ത് വീണ്ടും ഈറനായി.

വേമ്പൻ ഇന്നു ചുമട്ടുതൊഴിലാളിയാണ്.

വയലിലും തോപ്പിലും തോട്ടത്തിലും കാട്ടിലും മുതുക് നിവരാതെ കഠിനാധ്വാനം ചെയ്ത വേമ്പൻ തന്റെ പുതിയ തൊഴിലിലും ആത്മാർഥ തയും പ്രാവീണ്യവും തുടർന്നപ്പോൾ പണ്ടകശാലക്കാർക്ക് അയാളെ തൃപ്തിയായി.

"എന്ത വേലക്ക് പോയാലും അവനത് കരുത്തനായി ചെയ്തു തീർക്കും."

ഓവൻ പലരോടായി പറഞ്ഞു.

"നമ്മൾട ആൾക്കാരിക്ക് ഊരില് കിട്ടാത്ത മരിയാതയും മതിപ്പും ടവുണില് കിട്ടണ്. വാങ്കോ പോങ്കോന്ന് പേര് ചൊല്ലി വിളിക്കണ്. ഹോട്ട ലിലും സിനിമാ കൊട്ടകേലും ആസ്പത്രീലും എല്ലാരേം പോലെ നമ്മ ജാതിജനത്തിന് മതിപ്പുണ്ട്."

ഈ പുതിയ മാറ്റങ്ങളിൽ പാവം ദളിത്‌വർഗത്തിന് പുത്തനുണർവും സ്വാഭിമാനവും കൈവന്നു.

"കാന്തീപൊരത്തും സിത്താപുത്തീരിലും പൂ മാർക്കറ്റിലും കാമരാ ജപുരത്തും വേറേറ്റിഹാള് റോഡിന്റെ വശത്തും നമ്മൾട ആൾക്കാര് കൂട്ടം കൂടി താമസിക്കണ്."

സ്വന്തമായി അധ്വാനിച്ചു കിട്ടുന്ന വരുമാനത്തിൽ ഹരിജൻ ജനത തൃപ്തരായിരുന്നു.

കാലാനുകാലങ്ങളിലായി അനന്യ ചിന്തകളില്ലാതെ സ്വന്തം സംര ക്ഷകരായി തങ്ങളുടെ ഭൂവുടമകളെ കണക്കാക്കി, അവരുടെ അടിമക ളായി തീർന്നിരുന്ന ഈ ജനത, പുതിയ മാറ്റത്തിൽ പുതിയ ചിന്തകളു മായി ഇഴചേർന്നു കഴിഞ്ഞിരുന്നു.

സ്വന്തം കുടുംബത്തിൽ ഒരു അത്യാഹിതം സംഭവിച്ചാൽപ്പോലും

തങ്ങളുടെ സംരക്ഷകരായി ഇത്രയുംകാലം കരുതിപ്പോന്ന മുതലാളിത്ത വർഗത്തിന്റെ കുടുംബങ്ങളിൽ ഒരു ചെറിയ ദുരന്തം ഉണ്ടായാലും സ്വന്തം കുടുംബസംഭവം മറന്നുകൊണ്ട് മുതലാളി ഭവനത്തിലേക്ക് ഓടിപ്പോകേ ണ്ടിവരും.

മേൽജാതിയെന്ന മുദ്രണത്തിൽ ബലാൽക്കാരം, വ്യഭിചാരം, ശാരീ രികവും മാനസികവുമായ പീഡനം, ഭൂമി പിടിച്ചുപറിക്കൽ ഇത്യാദി കീഴ്നോട്ടമുള്ള ചെയ്തികളാൽ മുതലാളിത്തവർഗം വിലസിയിരുന്ന അതേ കാലഘട്ടത്തിൽത്തന്നെ കീഴ്ജാതിയെന്ന അപഹാസ്യം പേറി ശ്രേഷ്ഠതയും മാന്യതയും കാരുണ്യവും നന്മയുമായി ജീവിച്ചുപോന്ന ദളിത് ജനതയും ഉണ്ടായിരുന്നു.

തത്സമയം സിങ്കനല്ലൂരിൽ താമസം മാറ്റിയ തുളസിയെ ചെന്നിയും സുബ്ബിയും ചെന്നു കണ്ടിരുന്നു. കറുപ്പാത്താൾ മുഖേന തായാളും വിവ രമറിഞ്ഞു.

മനസിന്റെ ഭിത്തികളിൽനിന്നും ഇനിയും മായ്ച്ചിട്ടില്ലാത്ത സഹോദ രിയുടെ ചിത്രം വേമ്പനെ അടിക്കടി അലോസരപ്പെടുത്തി.

"തൊളസിക്ക് രണ്ടും പെങ്കുട്ട്യോള്. അവളെപ്പോലെ തന്നെയിരിക്കണ്. പള്ളിക്കൂടത്തില് വിട്ട് പടിപ്പിക്കണ്." ഓവൻ ഒരിക്കൽ വേമ്പനോട് പറഞ്ഞു.

"ഉം... ഉം."

"ചുണ്ടക്കാമുത്തൂരിലൊള്ളവര് ആരും തന്നെ അവിട പോകണില്ല. തൊളസീട പുരുഷനും വൈരാഗിയത്തോടെ ഇരിക്കണ്. അപ്പനേം അമ്മയേം കാണാൻ അവനും പോണില്ല."

"ഉം.. ഉം... ശെരി... ശെരി..." വേമ്പൻ ഒന്നുറച്ചു മൂളി.

"അവള് നെന്നോട തങ്കച്ചിയല്ലേ. അവളുക്കും അന്ത വൈരാഗിയം ഒണ്ടാകും.."

കറുപ്പാത്താളുമായി ഓവൻ ഒരിക്കൽ തുളസിയുടെ വീട്ടിൽ പോയി രുന്നു. നന്ദവേലുവിന് അസുഖമെന്നറിഞ്ഞപ്പോൾ കാണാൻ പോയതാ യിരുന്നു.

തുളസിയുടെ പെൺകുട്ടികളെ വീട്ടിലേക്ക് കൊണ്ടുവരണമെന്ന് മാതാൾ ആഗ്രഹിച്ചിരുന്നു. പക്ഷേ, വേമ്പനോട് പറഞ്ഞില്ല.

അനുഭവത്തിന്റെ അമ്ലതീക്ഷ്ണതയിലും സഹോദരിയുടെ പ്രസ്പു ഷമുഖം വേമ്പന്റെ മനസിൽ നിറഞ്ഞു നിന്നിരുന്നു.

പതിനാറ്

പുലർകാലനേരം.

മാതാൾ ഒരു ദുഃസ്വപ്നം കണ്ടു. വേമ്പനോട് പറയണോ വേണ്ടയോ എന്ന സംശയം. പക്ഷേ, പറയാനായില്ല. അയാൾ ജോലിക്ക് പൊയ്ക്കഴി ഞ്ഞിരുന്നു.

ആ സ്വപ്നം മാതാളുടെ മനസിൽ കനം വെച്ചുവന്നു.

ഉച്ചനേരം.

മാതാൾ തിണ്ണയിൽ തൂണുംചാരിയിരുന്നു. അപ്പോഴും ആ പുലർകാല സ്വപ്നം അവളെ അലോസരപ്പെടുത്തിക്കൊണ്ടിരുന്നു.

അതാ! ഉത്തരത്തിൽനിന്നും ഒരു ഗൗളി ചിലയ്ക്കുന്നു.

മാതാൾ ഞെട്ടിപ്പോയി.

വെറും അപശകുനമാണോ! അതോ തന്റെ ദുഃസ്വപ്നത്തിന്റെ സ്ഥിരീകരണമാണോ!

"ആത്താ ... പരറ്റെത്തലച്ചി ആത്താ... കെടുതൽ ഒന്നുംവരുത്ത ല്ലേ.." മാതാൾ നിലവിളിച്ചുപോയി.

പള്ളിക്കൂടത്തിൽ നിന്നു കുട്ടികൾ രണ്ടുപേരുമെത്തി. യാന്ത്രികമായി ആ അമ്മ അവർക്കെന്തോ കഴിക്കാൻ കൊടുത്തു. കുട്ടികളും മാതാവിന്റെ മനംമാറ്റം ശ്രദ്ധിക്കാതിരുന്നില്ല. പതിവുപോലെ രണ്ടാട്ടിൻകുട്ടികളുമായി അവർ മേച്ചിൽപ്പുറം തേടിപ്പോയി.

കുട്ടികൾ കൺമുമ്പിൽ നിന്നും മാഞ്ഞപ്പോൾ ഇടതുഭാഗത്തെ തെരു വിന്റെ മൂലയിൽനിന്നും ചെന്നി കരഞ്ഞുകൊണ്ട് ഓടിവരുന്നുണ്ടായിരുന്നു. തന്നെ നോക്കിയാണവൾ വരുന്നതെന്നറിഞ്ഞപ്പോൾ മാതാൾ പതറിപ്പോയി. വേലിപ്പത്തലുകൾ വകഞ്ഞു മാറ്റി വേവലാതിയോടെ ചെന്നി അവളുടെ മുന്നിലെത്തി. പകച്ചോടി വന്ന കിതപ്പിൽ വിക്കിവിക്കി അവളന്വേഷിച്ചു:

"മാ... മ.. ൻ ഇല്ലിയാ.. മാതാ.. ക്കാ."

"എന്തെടി.. ചെല്ലു.. ചൊല്ലു.."

ചെന്നിയെ മാതാൾ തിണ്ണയിൽ പിടിച്ചിരുത്തി.

"എന്നോട് പറയെടീ..."

മാതാളിന്റെ സ്വരത്തിൽ പതർച്ചയുണ്ടായിരുന്നു.

"സൂലൂർക്ക് പോയിട്ട് വരുമ്പം തൊളസിനേം കണ്ടിട്ട് വരാല്ലോന്ന് വെശാരിച്ച് ബസ്സ് എറങ്ങി മാതാക്കാ..."

ചെന്നി അൽപ്പനേരം കിതച്ചു.

"എന്തെടീ... പറ.. പറ.."

തുറിച്ച കണ്ണുകളോടെ മാതാൾ ചെന്നിയെ നോക്കി..

"നമ്മ.. നമ്മ.. തൊളസി.."

"തൊളസിക്കെന്തായി."

"അവളുക്ക് ഒന്നുമില്ല..

അവളോടെ വീട്ടുക്കുപോയി നോക്കിയപ്പം... (കിതപ്പോടെ) തൊള സീടെ പുരുഷങ്കാരൻ മരിച്ചു കെടക്കണ്... തൊളസീം മക്കളും തൊണ്ട പൊട്ടി കരയണ്... മാതാക്കാ. ഞങ്ങൾ പോണതിന് കൊറച്ച് മുമ്പ് മരിച്ചു. മാതാക്കാ.."

മാതാൾ ഞെട്ടിത്തെറിച്ചുപോയി, "ഹെന്ത് തൊളസീട പുരുഷൻ പോയാ!"

മാതാളുടെ നെഞ്ചിടിപ്പ് വേഗത്തിലായി. അൽപ്പനേരം അവൾ മൗനി യായി നിന്നു. പെട്ടെന്ന് മാതാൾ പൊട്ടിക്കരഞ്ഞു.

നന്ദവേലുവിന് സുഖമില്ലെന്നറിഞ്ഞപ്പോൾ ഒന്നുപോയി കാണണ മെന്നുണ്ടായിരുന്നു. പക്ഷേ, വേമ്പനോട് എങ്ങനെ അനുവാദം ചോദിക്ക ണമെന്ന വേവലാതിയുമുണ്ടായിരുന്നു. കറുപ്പത്താളേയും കുട്ടി താൻ മാത്രമെങ്കിലും പോയിരുന്നുവെങ്കിൽ സഹോദരനും സഹോദരിക്കുമിട

യിലെ പിണക്കം ഒഴിയാനെങ്കിലും കാരണമാകുമല്ലോ എന്നുപോലും ആ നല്ല നാത്തൂന് തോന്നിയിരുന്നു.

അവൾ അലമുറയിട്ടു കരഞ്ഞു.

കരച്ചിൽ കേട്ട് അയൽക്കാർ പലരും ആ വീട്ടുമുറ്റത്തെത്തി.

"ഒകുരു സെപ്പിന്തി.. എപ്പുടു സച്ചിന്താമ.. സെപ്പൺട്രാ.. സെപ്പൺട്രാ.."

"ആര് പറഞ്ഞ്. എപ്പ ചത്തെന്നാണ്.. പറ. പറ.." ഓവനും രായനും ഒപ്പം ചോദിച്ചു.

വേമ്പനെ വിവരം അറിയിക്കണമല്ലോ. മാർക്കറ്റിൽ വെച്ച് ആരെ ങ്കിലും പറഞ്ഞറിഞ്ഞു നേരത്തെ സിങ്കാനല്ലൂർക്ക് പോയിരിക്കുമോ!

ജോലിക്ക് പോയിരുന്നവർ തിരിച്ചെത്തിയപ്പോൾ ഓരോരുത്തരായും കുടുംബത്തോടെയും തുളസിവീട്ടിലേക്ക് യാത്രയായി.

വേമ്പനും ജോലികഴിഞ്ഞെത്തി. വിവരമറിഞ്ഞ് അയാളുടെ മിഴികൾ ഈറനായി. അയാളുടെ മൗനം മനസിലാക്കിയ ചിലർ,

"വേമ്പാ! ഇത്തറനാളും അവളോട വീട്ടി പോകാതെ അവളെ മറ ന്നമാതിരി ഇരുന്ന്. ഇനി അതു പാടില്ല. അവളുക്കും കുട്ട്യോൾക്കും ആദ രവിന് ആരുണ്ട്. വാ.. വാ. ശീഗ്രം പോകാം."

ഹരിജൻ കോളനിയിൽ നിന്നും ഒരുകൂട്ടം ആളുകൾ വേമ്പൻ കുടും ബത്തോടൊപ്പം സിങ്കാനല്ലൂർക്ക് പുറപ്പെട്ടു. വീടറിയാവുന്ന ചെന്നി മുന്നി ലുണ്ടായിരുന്നു.

കോളനിപ്പെണ്ണുങ്ങൾ ഉച്ചത്തിൽ നിലവിളിച്ചുകൊണ്ട് മരണവീട്ടിലെ ത്തിയപ്പോൾ ആ വീട്ടുമുറ്റത്ത് കുറച്ചാളുകൾ മാത്രം.

"ശവം കൊണ്ടുപോയി" എന്നൊരറിയിപ്പാണ് വേമ്പനും കൂട്ടർക്കും കിട്ടിയത്.

തന്റെ ജാതിജനത്തെ കണ്ടപ്പോൾ തുളസി രണ്ടു പെൺമക്കളേയും അണച്ചുപിടിച്ച് അലമുറയിട്ടു കരഞ്ഞു. ഹരിജൻകോളനിയിൽ നിന്നു മെത്തിയ പെണ്ണുങ്ങളും അതാവർത്തിച്ചു.

വേമ്പൻ ശിലപോലെ നിന്നു.

"ചുണ്ടക്കാമുത്തൂരിലിരുന്ന് നന്ദവേലുവിന്റെ അപ്പനും കൂട്ടരും കാറില് വന്ന് നിർബന്ധമായി ശവത്തെ എടുത്തിട്ടു പോയി. ഞങ്ങള് എത്തറ തടുത്തിട്ടും അവര് ശവം കൊണ്ടുപോയി. അവ്ര്ട ചുട്കാട്ടില് ദഹനം ചെയ്യണോംന്ന്. ഇത്തറ നാളും തിരിഞ്ഞു നോക്കാത്ത അപ്പനും കൂട്ടരും അവൻ ചത്തപ്പോ ഇപ്പ വന്നു ശവം എടുത്തോണ്ട് പോയി."

"തൊട്ടുതാലികെട്ടിയ പൊണ്ടാട്ടീനേം പുള്ളകളേം അനാഥമാക്കീട്ട് അവര് പോയി. ഇത് ഞായമാ."

അയൽവാസികളും നന്ദവേലുവിന്റെ കൂടെ ജോലിചെയ്തിരുന്ന സ ഹതൊഴിലാളികളും പറഞ്ഞു.

ഇത് കേട്ടപ്പോൾ കോളനിജനതയ്ക്ക് വേദനയും രോഷവും ഒപ്പമുണ്ടായി.

അമർഷത്തോടെ കാത്താൻ പറഞ്ഞു:

"ഇവിട ആരും കരേണ്ട! നമ്മള് ശവം കാണാൻ വന്നവരാണ്. അത് അവമ്മാര് കൊണ്ടോയി. നമ്മള് കരഞ്ഞ് നിക്കാണ്ട് തൊളസീനേം കൂട്ടി നേരെ ചുണ്ടക്കാമുത്തൂരില് പോണ്.. പിന്നെ നടക്കണത് നടക്കട്ടും."

അയാൾ ഖണ്ഡിതമായി പറഞ്ഞത് ഏവരും അനുകൂലിച്ചു.

വീരയ്യൻ ഏവരേയും ഒന്നിച്ചു കൂട്ടി. ചെന്നിയും മാതാളും തുളസിയെ കൈതാങ്ങി നടത്തി. വേമ്പൻ അവളുടെ മക്കളെ ഇരുവശത്തും ചേർത്ത് പിടിച്ചു നടന്ന് ബസ് സ്റ്റാന്റിലെത്തി.

ചുണ്ടക്കാമുത്തൂരിലെത്തിയ കുശവത്തെരുവിന്റെ മൂലയിലുള്ള പഴ നിമുത്തുവിന്റെ വീട്ടിലെത്തിയപ്പോൾ മുറ്റത്ത് ശവമഞ്ചം ഒരുക്കി നിർത്തി യിരുന്നു.

തുളസിയെയും കൂട്ടരെയും കണ്ടപ്പോൾ പഴനിമുത്തുവിന്റെ മുഖം കറുത്തിരുണ്ടു.

അയാൾ കൂടെയുള്ളവരോട് എന്തോ കുശുകുശുത്തു.

അൽപ്പസമയത്തിനുള്ളിൽ നന്ദവേലുവിന്റെ ജഡം നാലഞ്ചുപേർ താങ്ങി പുറത്തേക്ക് കൊണ്ടുപോയി.

കൈതാങ്ങി നിന്നവരിൽനിന്നും കുതറി "സാമീ" എന്നലറിക്കൊണ്ട് തുളസി കോടിപുതച്ച നന്ദവേലുവിന്റെ മൃതദേഹത്തിനരികിലേക്കോടി. അവളെ തുടർന്നുകൊണ്ട് ഹരിജൻ പെണ്ണുങ്ങളും കരഞ്ഞുകൊണ്ടോ ടി. ശവം ചുമന്നു വന്നവരും കൂടെയുള്ളവരും തുളസിയെയും മക്കളെയും കൂടെയുള്ള ഹരിജൻ പെണ്ണുങ്ങളെയും ശക്തിയായി തള്ളിമാറ്റി. കര ഞ്ഞുതളർന്ന് അവശയായ തുളസി നിലത്ത് മലർന്നടിച്ചുവീണു. 'അമ്മാ" എന്നലറിക്കൊണ്ട് അവളുടെ മക്കളും അവളോടൊപ്പമിരുന്നു, മറ്റുപെണ്ണു ങ്ങളും അവളോടൊപ്പമിരുന്നു. മരുതനും തുണാനും കോപാവേശത്തോടെ മുന്നോട്ടു കുതിച്ചപ്പോൾ കാത്താനും വീരയ്യനും അവരെ ബലമായി തടു ത്തുനിർത്തി. മരണവീട്ടിൽ അസംഭാവിതം നടക്കരുതെന്ന മുൻകരുതലോടെ തങ്ങളോടൊപ്പം വന്നവരെ കാത്താനും വീരയ്യനും ഒതുക്കി നിർത്തി.

ശവയാത്രയിൽ അനുധാവനം ചെയ്യാൻപോലും കഴിയാതെ പാവം ആ ഹരിജൻ ജനത തളർന്നു നിന്നു.

"അപ്പാ.. ഞങ്ങളെ വിട്ട് പോണാ അപ്പാ.."

തുളസിയുടെ പെൺമക്കളുടെ നിലവിളികൾ കണ്ടുനിന്നവരുടെ കണ്ണുകൾ നനയിച്ചു. മനസിന്റെ മർമരങ്ങളിൽ ചോരപൊടിയുന്ന ആ കരച്ചിലിന്റെ മാറ്റൊലികൾ അന്തരീക്ഷത്തിൽ പുകഞ്ഞു.

ശവയാത്ര കണ്ണിൽനിന്നും മറഞ്ഞപ്പോൾ തുളസിക്ക് ദുഃഖം താങ്ങാ നായില്ല.

സ്വന്തഗ്രാമം വിട്ടെറിഞ്ഞു ബന്ധുജനങ്ങളെ വെറുപ്പിച്ചു മാതാവി ന്റേയും പിതാവിന്റേയും സ്ഥാനത്തുള്ള വാത്സല്യനിധിയായ സഹോദര നേയും വിട്ട് ഇറങ്ങിപ്പോയവളാണ് താൻ. തനിക്ക് ശക്തനായ രക്ഷക നായി നിന്ന തന്റെ ഭർത്താവ് തന്നേയും തന്റെ മക്കളേയും തനിച്ചാക്കി ഇതാ പോയിരിക്കുന്നു.

ഇനി..! എന്ത്...! എന്ത്...!

തുളസിയുടെ ചിന്താമണ്ഡലം പുകഞ്ഞു.

മയക്കത്തീന്നോണം അവൾ തറയിൽ ചാഞ്ഞു.

പരിഭ്രാന്തരായ പെണ്ണുങ്ങൾ എവിടെനിന്നോ കുറച്ചുവെള്ളം കൊണ്ടുവന്ന് അവളുടെ മുഖത്ത് തളിച്ചു.

തുളസിയും കുട്ടികളും ഇപ്പോൾ വേമ്പന്റെ വീട്ടിലാണ്. തമിഴ് സമ്പ്ര ദായമനുസരിച്ച് ഒരു വിധവ ഉൾക്കൊള്ളേണ്ടുന്ന ആചാരങ്ങൾ മുറതെ റ്റാതെ ആ വീട്ടിൽ നടത്തപ്പെട്ടു. സഹോദരന്റെ അനുവാദമില്ലാതെ സഹോ ദരനറിയാതെ തന്റെ കഴുത്തിൽ ചാർത്തപ്പെട്ട മംഗല്യസൂത്രം സഹോദ രന്റെ മുന്നിൽ അഴിച്ചു മാറ്റപ്പെട്ടു.

നന്ദവേലു ജോലി ചെയ്ത മില്ലിൽനിന്നും ലഭിക്കേണ്ട ആനുകൂല്യങ്ങൾ യഥാസമയം സാധ്യപ്പെടുത്താമെന്ന് അയാളുടെ സഹപ്രവർത്തകരും സുഹൃത്തുക്കളും തുളസിക്ക് ഉറപ്പു നൽകി. അവർക്ക് നന്ദി പറഞ്ഞുകൊണ്ട് ഏതു കാര്യത്തിനാണെങ്കിലും അവർക്ക് നിർലോഭ സഹകരണം നൽകു മെന്നു ഹരിജൻ കോളനിക്കാർക്കുവേണ്ടി കാത്താനും മരുതാനും ഉറപ്പു നൽകി.

"ഇനിമേല് ഒരുനാളും തൊളസീനേം മക്കളേം ഞങ്ങള് വിടുലാ. മക്കള് രെണ്ടുപേരും വയസ്സറീക്കാനുമായി. സിങ്കാനല്ലൂരിലെ വീട് വിട്ടിട്ട് നമ്മ ഊരില് തന്നെ അവളേം മക്കളേം താമസിപ്പിക്കും." മാതാള് എല്ലാ വരോടുമായി പറഞ്ഞു.

സ്വതവേ മിതഭാഷിയായിരുന്ന വേമ്പൻ തുളസിയുടെ വരവോടെ തികച്ചും മൗനിയായി. ആ മൗനത്തിന്റെ ആഴങ്ങളിലെ അർഥം ചോദിച്ച റിയാൻ ആർക്കും ധൈര്യമുണ്ടായില്ല.

ഏഴു ദിവസങ്ങൾക്കുശേഷം തൂണാൻ, രങ്കൻ, കാത്താൻ, പൊന്നി എന്നിവർ തുളസിയെ കൂട്ടിക്കൊണ്ട് സിങ്കാനല്ലൂരിലെത്തി. അൽപ്പനേര ത്തിനുള്ളിൽ ചെന്നിയും സുബ്ബിയുമെത്തി.

ഇവരെത്തുന്നതിന് മുമ്പുതന്നെ തന്റെ വീട്ടുമുറ്റത്ത് നിന്നിരുന്നവരെ കണ്ടപ്പോൾ തുളസി ഞെട്ടി.

പഴനിമുത്തു പറഞ്ഞയച്ചവരെന്ന് പറഞ്ഞ് നന്ദവേലുവിന്റെ ചെറിയ ച്ഛന്റെ രണ്ടാൺമക്കളും അയാളുടെ അമ്മാവന്റെ മക്കളും മുറ്റത്ത് നിന്നി രുന്നു. തുളസിയുടെ ഞെട്ടല് തീരുംമുമ്പേ ഗ്രാമ അധികാരിയും ഒരു പോലീസ് ഇൻസ്പെക്ടറും കാറില് വന്നിറങ്ങി.

അൽപ്പസമയം കഴിഞ്ഞപ്പോൾ നന്ദവേലുവിന്റെ ചെറിയച്ഛന്റെ മകൻ ഗ്രാമ അധികാരിയോട് എന്തോ അടക്കം പറഞ്ഞു. ഗ്രാമ അധികാരി തുള സിയോട് വീടിന്റെ താക്കോല് ആവശ്യപ്പെട്ടു. അവൾ ദയനീയമായി കൂടെ വന്നവരെ നോക്കി.

"സാർ! നിങ്ങളെല്ലാരും എന്തിന് വന്നതാണ്. എന്തിനാണ് വീട്ടുചാവി ചോദിക്കണത്." വിനയമെങ്കിലും അൽപ്പം ധാർഷ്ട്യത്തോടെ കാത്താൻ ചോദിച്ചു.

"ഇത് ചോദിക്കാൻ നീയാര്! ഇത് നന്ദവേലു വാടക കൊടുക്കണ വീടാണ്. അല്ലേ.. താൻ പറ..." ഗ്രാമ അധികാരി കൂട്ടത്തിൽ നിന്നിരുന്ന വീട്ടുടമസ്ഥനോട് ചോദിച്ചു.

"ആമാം സാമി.. വാടക കൂടെ മൂന്ന് മാസമായിട്ട് തന്നിട്ടില്ല."

സാധുവായ വീട്ടുമടസ്ഥനും ഇങ്ങനെ പറഞ്ഞപ്പോൾ ഇതിലെന്തോ ചതിയുണ്ടെന്നു തുളസിക്കും കൂടെ വന്നവർക്കും മനസിലായി.

"ഉം... ഉം... ചാവികൊട്."

ഗ്രാമ അധികാരി അധികാരസ്വരത്തിൽ ഗർജ്ജിച്ചു. പേടിച്ചരണ്ട തുളസി മടിക്കുത്തിൽനിന്നും താക്കോലെടുത്തു കൊടുത്തു.

നന്ദവേലുവിന്റെ ചെറിയച്ഛന്റെ മക്കളും അമ്മാവന്റെ മക്കളും വീടു തുറന്ന് അലമാരയും ഇരുമ്പുകട്ടിലും പുറത്തേക്ക് എടുക്കാൻ തുനിഞ്ഞ പ്പോൾ രങ്കനും തൂണാനും അവരെ തടഞ്ഞു.

"ഇന് ഞങ്ങള് അനുമദിക്കമൊട്ടോം. ഇവിടന്ന് ഒന്നും എടുക്കാൻ പറ്റൂ ല്ലാ. ഇതെല്ലാം തൊളസീടെതാണ്." രങ്കൻ അട്ടഹസിച്ചു.

പെട്ടെന്ന് പൊലീസ് ഇൻസ്പെക്ടർ രങ്കന്റെ ഷർട്ടിന് കുത്തിപ്പിടിച്ചു.

"മാറി നിക്കടാ റാസ്കൽ! മേലിടത്ത് നിന്നും ഉത്തരവ് വാങ്ങി വന്നതാണ്. ഏതേലും ഏടാകൂടം ചെയ്താൽ എല്ലാത്തിനേം പിടിച്ച് ഉള്ളെ തള്ളും."

"ഇതെങ്ങനെ സാധ്യമാകും സാർ! മരിച്ചവന്റെ പൊണ്ടാട്ടിയാണി ത്. അവളോടെ വീട്ടിക്കേറി ഇങ്ങനെ ചെയ്യണത് ഞായമാണൊ..." കാത്താൻ രോഷത്തോടെ ഇൻസ്പെക്ടറോട് തട്ടിക്കയറി.

"എന്ത് ന്യായോം അന്യായോം. ഞാമ്പറഞ്ഞില്ലേ മേലിടത്ത് ഉത്തരവ്."

ഇൻസ്പെക്ടർ മുറ്റത്ത് കൂടിനിന്നവരോട് അട്ടഹസിച്ചുപറഞ്ഞു:

"ഏവനെങ്കിലും ഇതിൽ തലയിട്ടാൽ എല്ലാത്തിനേം ഞാൻ കൊണ്ടു പോകും."

കൂടിനിന്നവർ ഭയചകിതരായി. തുളസി തേങ്ങിത്തേങ്ങി കരഞ്ഞു. അവളോടൊപ്പം ചെന്നിയും സുബ്ബിയും പൊന്നിയും കരഞ്ഞു.

"വേഗം തീർക്കെടാ പണി."

പൊലീസ് ഇൻസ്പെക്ടർ വീട്ടിനകത്തുള്ളവരോടാജ്ഞാപിച്ചു.

അലമാരയും ഇരുമ്പുകട്ടിലും ഫാനും മേശയും മൂന്ന് കസേരകളും ഒരു ക്ലോക്കും ഒരു ടൈംപീസും ഒരു ചെറിയ ബഞ്ചും ഡസ്കും അവർ പുറത്തേക്ക് കൊണ്ടുവന്നു.

തുളസി വാവിട്ടു നിലവിളിച്ചുകൊണ്ടിരുന്നു.

ഇതിനിടയിൽ മുറ്റത്തെ മൂലയിൽ ഒരു ടെമ്പോ വാൻ വന്നുനിന്നു. തുളസിയുടെ വീട്ടുസാധനങ്ങൾ അതിൽ കയറ്റിക്കൊണ്ടുപോയി. നന്ദ വേലുവിന്റെ ചെറിയച്ഛന്റെ മകൻ വീടിന്റെ പൂട്ടും താക്കോലും തുളസി യുടെ നേരെ വലിച്ചെറിഞ്ഞുകൊടുത്തു.

ഒന്നുമൊന്നുമറിയാതെ, ഒന്നും ഉരിയാടാൻ കഴിയാതെ ജനം നിശ്ച ലരായി നോക്കിനിന്നു.

ഒടുവിൽ ഗ്രാമ അധികാരിയും പൊലീസ് ഇൻസ്പെക്ടറും പോക നൊരുങ്ങി.

"ഏവനേലും പരാതിയുമായി വന്നാല്... ഞാമ്പരയാം അവൻ തിരിച്ച് വീട് കാണൂല്ലാ.." ഇൻസ്പെക്ടർ അലറിപറഞ്ഞുകൊണ്ട് കാറിൽ കയറി.

പരിസരമാകെ ശ്മശാന മൂകത. തുളസിയുടെ തേങ്ങൽ മാത്രം ആ മൂകത മുറിച്ചു.

"പൊലീസുകാരന്മാരെ കൈവശം വെച്ച് ഈ തിരുട്ടുപയലുകള് ഇപ്പടി ചെയ്തിട്ട് പോയേക്കണ്. ഞായം പറേണതിന് ആരിക്കും കഴിയാ തെയായി..." കൂടിയിരുന്നവരിൽ മുതിർന്നൊരാൾ പറഞ്ഞു.

"തൊളസീ.. നീ ഒന്നും സങ്കടപ്പെടാതെ.. നെനക്കും നെന്റെ കുട്ട്യോൾക്കും എനി ഒരു വാഴ്കെ നമ്മ സൊന്ത ഊരിലെ താൻ..." ചെന്നി കട്ടായം പറഞ്ഞു. തുളസി നീർകണ്ണുകളോടെ ദയനീയമായി അവളെ നോക്കി.

"വേമ്പണ്ണനോടും മാതാക്കനോടും ഞങ്ങള് പറഞ്ഞിട്ടൊണ്ട്. അവരും ആ തീരുമാനം തന്നെ പറഞ്ഞ്." പൊന്നിയും തുളസിയോട് പറഞ്ഞു. തുളസി സ്ഥിരീകരണത്തിനെന്നോവണ്ണം കാത്താനെ നോക്കി. അയാൾ അതീവ ചിന്തയിലായിരുന്നു.

"അണ്ണാ! ഇവളോട് പറയണ്ണാ" സുബ്ബി കാത്താന്റെ ശ്രദ്ധ തിരിച്ചു.

"തൊളസീ! എനി നെന്റെ വഴി അതാണ്. ഇതെല്ലാം ഒരു കെട്ട കനവായി വിശാരിച്ചു നെന്റെ അണ്ണൻ കുടുംബത്തോടെ കഴിയണം. എന്ത ഒതവി വേണമാനാലും ഞങ്ങാളും കോളണിസഃകവും നെന്റെ കൂടെ ഒണ്ടാകും.."

യാന്ത്രികധ്വനിയിലായിരുന്നുവെങ്കിലും കാത്താന്റെ വാക്കുകളിൽ ദൃഢതയുണ്ടായിരുന്നു.

തുളസി പെട്ടെന്നു പൊട്ടിക്കരഞ്ഞുപോയി. പൊന്നിയും സുബ്ബിയും ചെന്നിയും അവളെ സമാശ്വസിപ്പിച്ചു.

തുളസിയുടെ ഉൾക്കണ്ണാടിയിൽ കഴിഞ്ഞകാല ചിത്രങ്ങൾ ഒന്നൊന്നായി തെളിഞ്ഞു വന്നു.

അപ്പനും സഹോദരനുമൊത്ത് ജീവിച്ച കാലം. അപ്പന്റെ അപകടമരണം. അതിന് ശേഷമുള്ള സഹോദരന്റെ ദയാവാത്സല്യത്തോടെയുള്ള സംരക്ഷണം. മനസിന്റെ മൃദുലഭാവങ്ങളിൽ ഇക്കിളിയൂട്ടി കടന്നുവന്ന നന്ദവേലുവിനോടൊപ്പമുള്ള പ്രണയകാലം. സ്വന്ത ഊരും സ്വന്ത സഹോദരനും സ്വന്ത ബന്ധുമിത്രാദികളും ഉറ്റുനോക്കെ അവരെ ഉപേക്ഷിച്ചും കൊണ്ടു കാമുകനോടൊപ്പം ഒളിച്ചോട്ടം. സഹോദരനെപ്പോലും അറിയിക്കാതെയുള്ള വിവാഹം. കറുത്തനായ ഭർത്താവിനോടൊപ്പമുള്ള കുടുംബജീവിതം. കുടുംബപങ്കാളിത്തത്തിൽ നല്ലൊരു ഗൃഹനായികയെന്ന ഭർത്താവിന്റെയും മറ്റുള്ളവരുടെയും പ്രശംസ. കുടുംബജീവിതത്തിന്റെ സുവർണ നാളുകളിൽ തങ്ങൾക്ക് ലഭിച്ച രണ്ട് പൊന്നോമനകൾ. ഭർത്താവും മക്കളുമൊത്തുള്ള ആഹ്ലാദത്തിന്റെയും സംതൃപ്തിയുടെയും നാളുകൾ.

ഒടുവിൽ.. ഒടുവിൽ താങ്ങുംതണലും ഏക ആശ്രയവുമായി നിന്ന ഭർത്താവിന്റെ അകാലമരണം.

തുളസിയുടെ മനസ്സ് തീച്ചൂളയായി മാറി.

പരിസരബോധം മറന്നമട്ടിൽ അവൾ അലറിക്കരഞ്ഞു.

പൊന്നിയും സുബ്ബിയും ചെന്നിയും അവളെ കെട്ടിപ്പിടിച്ചു.

പൊന്നിയുടെയും സുബ്ബിയുടെയും ചെന്നിയുടെയും തൂണാന്റെയും കാത്താന്റെയും രങ്കന്റെയും അകമ്പടിയോടെ തുളസി നടന്നുനീങ്ങി.

മുറിഞ്ഞ ഗാനം പാടി മുഴുമിപ്പിക്കുവാൻ ദൈവങ്ങളെയും സമ്പ്രദായങ്ങളെയും സാക്ഷി നിർത്തി, തുളസി യാത്ര തുടർന്നു.

പതിനേഴ്

മാതാളുടെ ദുഃഖമകന്നു. തുളസിയെയും അവളുടെ പെൺമക്കളെയും കാണുമ്പോൾ അവൾക്ക് ആനന്ദം. തന്റെ മക്കളോടൊത്ത് അവർ ചിരിയിലും കളിയിലും പങ്കെടുക്കുമ്പോൾ ഒരു നിറഞ്ഞ കുടുംബത്തിന്റെ

സമാധാനവും സംതൃപ്തിയുമുണ്ടാകുന്നു. തന്റെ ഭവനത്തിന്റെ സമീപം തന്നെ തുളസിക്കും മക്കൾക്കും താമസസൗകര്യം ഏർപ്പെടുത്തണമെന്ന് വേമ്പനോട് നിർബന്ധിച്ചതും മാതാൾ തന്നെ.

കറുപ്പാത്താളുടെ വീടിനോടൊട്ടിയുള്ള കാലി സ്ഥലത്ത് തുളസിക്കും മക്കൾക്കുമായി മനോഹരമായ ഒരു കുടിൽ കെട്ടിയുണ്ടാക്കി. ഓവന്റെ മേൽനോട്ടത്തിൽ മരുതനും രായനും തൂണാനും മറ്റു ചേരിനിവാസികളും ചേർന്നു കെട്ടിയുണ്ടാക്കിയ കുടിൽ തുളസിക്കും കുട്ടികൾക്കും താമസി ക്കുവാൻ നൽകി. വേമ്പന്റെയും ഓവന്റെയും സംരക്ഷണവീക്ഷണവും ഈ കുടിലിനുണ്ടായതും അങ്ങനെയാണ്.

പെൺകുട്ടികളുടെ പഠിപ്പ് നിർത്തരുതെന്നും മാതാൾക്ക് നിർബന്ധ മായിരുന്നു. തന്റെ ഇന്നത്തെ സാഹചര്യത്തിൽ കുട്ടികൾ എട്ടാംതരം വരെ പഠിച്ചാൽ മതിയെന്നായിരുന്നു തുളസിയുടെ നിർബന്ധം. പക്ഷേ, മാതാൾ അതിന് സമ്മതിച്ചില്ല. സിങ്കാനല്ലൂർ സ്കൂളിൽനിന്നും ടി സി വാങ്ങി കുട്ടികളെ ചുണ്ടക്കാമുത്തൂർ സ്കൂളിൽ ചേർത്തു. അവർക്കുള്ള വിദ്യാഭ്യാസച്ചെലവുകൾ വഹിക്കണമെന്ന് അവൾ വേമ്പനെ സമ്മതിപ്പിച്ചു.

സദാ മൗനംദീക്ഷിച്ചിരുന്ന സഹോദരനോട് സംസാരിക്കാൻ തന്നെ തുളസി ഭയപ്പെട്ടു. അയാളുടെ മൗനം താൻ സഹോദരനോട് ചെയ്ത തെറ്റിന്റെ അടയാളമാണോ? അതോ വിധവയായി തിരിച്ചെത്തിയ തന്നോ ടുള്ള സഹതാപമാണോ!

തുളസിക്ക് ഒന്നും മനസിലായില്ല.

മില്ലിൽനിന്നും ലഭിക്കേണ്ടുന്ന നന്ദവേലുവിന്റെ മരണാനന്തര ആനു കൂല്യങ്ങൾക്കായി സർവവിധ രേഖകളും കടലാസുകളും അയാളുടെ സഹപ്രവർത്തകർ തുളസിക്ക് നൽകിയിരുന്നു. അവയുമായി അവൾ മില്ലിൽ പലപ്രാവശ്യം അലഞ്ഞു. ദിവസത്തിൽ രണ്ടോ മൂന്നോ തവണ പോലും ചെല്ലുകയുണ്ടായി. ഓരോരോ തടസങ്ങൾ ഉന്നയിച്ച് അവയെല്ലാം മില്ലിൽനിന്നും നിരാകരിക്കുകയും ചെയ്തുകൊണ്ടിരുന്നു. സഹപ്രവർത്ത കരോടൊപ്പം തുളസിയുമായി കാത്താനും പലപ്രാവശ്യം മില്ലിൻപടി ചവി ട്ടിയിറങ്ങി. ഫലപ്രാപ്തി ശൂന്യമായിരുന്നു.

ഒടുവിൽ ... ഒടുവിൽ.... അവളറിഞ്ഞു നന്ദുവേലുവിന്റെ പിതാവാ ണ് കാരണക്കാരൻ.

ആൾ സ്വാധീനവും സർക്കാർ സ്വാധീനവും വിലകൊടുത്തു വാങ്ങി വിധവയായ തന്നോട് യുദ്ധം ചെയ്യുന്ന അധാർമികൻ.

മകനുമായി നിയമാനുസൃതവിവാഹം നടന്നില്ലായെന്ന വ്യാജരേഖ കൾ തയാറാക്കി മകന്റെ സ്വന്തരക്തത്തിൽ പിറന്ന കുഞ്ഞുങ്ങളോട് പോലും വഞ്ചന കാട്ടുന്ന കശ്മലൻ.

തുളസി തളർന്നുപോയി.

അവൾക്കുവേണ്ടി അംബേദ്കർ സംഘം മുഖേനയും യൂണിയൻ വക്താക്കൾ മൂലമായും നിയമപരമായി നേരിടാമെന്ന കാത്തന്റെയും ചേരി ജനങ്ങളുടെയും അഭിപ്രായത്തെപ്പോലും തുളസി വിനയപൂർവം നിരസിച്ചു.

തലയ്ക്ക് മുകളിൽ ആകാശവും താഴെ ഭൂമിയും മാത്രമായി ആ സാധു വിധവ പകച്ചുനിന്നു.

ഇടയിൽ വെള്ളിവെളിച്ചങ്ങളായി സഹോദരനും ചേരിജനങ്ങളും മാത്രം.

"എന്റെ തലേലെഴുത്ത് ഇപ്പടി. ഇതില് ആരേ കുറ്റം പറയാൻ."

പക്ഷേ, തുളസി നിർജീവിയായി നിന്നില്ല. പകരം ശക്തി ദുർഗയായി പ്രതികരിക്കാനൊരുങ്ങി. പ്രതികരണം തന്നെ ചവിട്ടിമെതിച്ചവരോടായി രുന്നില്ല, തന്റെ ദുർബലതകളോടായിരുന്നു.

"ഇല്ലണ്ണാ... എനക്ക് ജീവിക്കണം. എന്റെ കുട്ടികൾക്കായി നാന് ജീവി ക്കണം. അവരെ കരകേറ്റി വിടണം. എന്റെ കൂടെ എന്റെ പുരുഷന്റെ നിനവുകൾ ഒണ്ടാകും."

പുതിയ മാറ്റത്തിനുവേണ്ടി തുളസി അങ്കംകുറിച്ചു.

വയലുകളിലും തോപ്പുകളിലും തോട്ടങ്ങളിലും അവൾ ജോലിക്ക് പോയി തുടങ്ങി. ഒരുദിവസംപോലും ജോലി കിട്ടാതിരുന്നില്ല. സഹോദ രന്റെ കഠിനാധ്വാനം കടം വാങ്ങിയെന്ന മട്ടിൽ തുളസിയുടെ ആത്മാർഥ തയുള്ള ജോലിക്ക് ഫലം കിട്ടി. കൂലിപ്പണിക്കും പോകാൻ അവൾ തയാ റായി. പച്ചിലകളും പുല്ലും ശേഖരിച്ചു കന്നുകാലിവളർത്തുന്നവർക്ക് നൽകി വരുമാനം വർധിപ്പിച്ചു.

തുളസിയുടെ വരുമാനം അവൾക്കും മക്കളായ ഗൗരിക്കും നവനീ തയ്ക്കും മതിയായിരുന്നു. വിദ്യാഭ്യാസച്ചെലവുകൾക്കല്ലാതെ തുളസി വേമ്പനെ ബുദ്ധിമുട്ടിപ്പിച്ചില്ല.

ചുമട്ടുവേല കുറയുന്ന സന്ദർഭങ്ങളിൽ വേമ്പൻ കാട്ടിൽനിന്നും വിറ കുശേഖരിച്ചു ചന്തയിൽ വിൽക്കാറുണ്ട്. സഹോദരനും പ്രാരബ്ധങ്ങൾ ഉണ്ടെന്ന അറിവ് വേമ്പനെ കൂടുതൽ ബുദ്ധിമുട്ടിപ്പിക്കുന്ന കാര്യത്തിൽ നിന്നും തുളസിയെ അകറ്റിനിർത്തി. കുട്ടികളുടെ വിദ്യാഭ്യാസകാര്യങ്ങൾപോലും അവൾ ആവശ്യപ്പെട്ടതല്ല. നാത്തൂൻ മാതാളുടെ നിർബന്ധമായിരുന്നു.

വേമ്പനും തുളസിയും പണ്ടത്തെപ്പോലെ അന്യോന്യം ഇടപഴകു ന്നില്ലെങ്കിലും മാതാളും മക്കളായ ഗണേശനും കതിരേശനും എന്നും തുളസിയും മക്കളുമായി ഇടപഴകി വന്നു.

വിട്ടകന്ന ബന്ധമായിരുന്നുവെങ്കിലും ഇപ്പോൾ കൂടിച്ചേർന്നപ്പോൾ അമ്മായി തുളസിയോടും മക്കളോടും ഗണേശനും കതിരേശനും നിറഞ്ഞ ആത്മബന്ധമായിരുന്നു. തുളസിക്കും തികച്ചും തൃപ്തിയായിരുന്നു. നന്ദ വേലുവിന്റെ വീട്ടുകാർ തന്നോടും മക്കളോടും ചെയ്ത നീചപ്രവൃത്തി കൾ അവൾ മറന്നു. സഹോദരകുടുംബത്തിന്റെ സ്നേഹക്കൂടുതലിൽ അവൾ സംതൃപ്തയായിരുന്നു.

വേമ്പന്റെ മൗനം മാതാളേയും അലോസരപ്പെടുത്തി. വീട്ടിലുള്ള നേരങ്ങളിൽ അയാൾ കടുത്ത ചിന്തയിൽ മുഴുകിയിരിക്കും. സഹോദരിക്ക് സംഭവിച്ച ദുരന്തം മാത്രമല്ല കാരണമെന്നും മാതാൾ മനസിലാക്കിയിരുന്നു.

ചില ദിവസങ്ങളിൽ ഏറെ വൈകിയായിരിക്കും അയാൾ വീട്ടിലെ ത്തുന്നത്. മാതാളും മക്കളും ഉറക്കത്തിലായിരിക്കും. കലത്തിൽ ചോറ് അയാൾക്കായി കാത്തിരിക്കും. അതുപോലും കഴിക്കാതെ വെറും തിണ്ണ യിൽ മലർന്നുകിടക്കും. ജോലിക്കൂടുതലിൽ ശരീരം തളർന്ന സുഖനിദ്ര യായിരിക്കുമെന്ന വിചാരത്തോടെ മാതാൾ വന്നു നോക്കിപ്പോകും.

മഴ പെയ്ത ഒരു രാത്രിയിൽ അവൾ വന്നു ഭർത്താവിനെ കുലുക്കി യുണർത്താൻ ശ്രമിച്ചു.

വേമ്പന്റെ വായിൽനിന്നും ചാരായ വാസന.

മാതാൾ ഞെട്ടിത്തെറിച്ചു.

ഒരുമിച്ചുകഴിഞ്ഞ ഇത്രനാളും ഇല്ലാതിരുന്ന അനുഭവം.

ഹരിജൻകോളനിയിൽ മദ്യപിക്കാത്തവർ വിരളമായിരുന്നു. എന്നാലും തന്റെ ഭർത്താവ് മദ്യപനല്ലെന്ന അറിവിൽ മാതാൾ അഭിമാനി ച്ചിരുന്നു. മദ്യപാനം മാത്രമല്ല, മറ്റേത് തിന്മപ്രവൃത്തികളിലും ഭർത്താവ് ഉൾപ്പെടുകയില്ലന്ന കാര്യവും അവൾക്ക് മറ്റുള്ളവരോട് ചങ്കൂറ്റത്തോടെ പറയാമായിരുന്നു.

ഇപ്പോഴിതാ... ഇപ്പോഴിതാ!

തന്റെ ഭർത്താവിന്റെ നല്ല ഗുണങ്ങളിൽ ഒന്നിൽ പിഴവ് സംഭവിച്ചിരി ക്കുന്നു.

ഇനിയെന്തിലെങ്കിലും പിഴവ് സംഭവിക്കുമോ!!

മാതാൾ ഭയന്നുവിറച്ചു.

ഹരിജൻകോളനിയിൽ മദ്യപിച്ചെത്തുന്ന ഭർത്താക്കന്മാരുമായി കല ഹവും ശണ്ഠയും അടിപിടിയും നടത്തുന്ന ഭാര്യമാരെ അവൾ കണ്ടിട്ടുണ്ട്.

അപ്പോഴൊക്കെയും തന്റെ വീട് ഒരു ശാന്തിനിലയമാണെന്നവൾക്ക് തോന്നിയിട്ടുണ്ട്.

വേമ്പന് ഈയിടെയായി മുൻകോപവും ഉള്ളതായി അവൾക്ക് തോന്നിയിരുന്നു. പുതിയ സ്ഥലത്തെ പുതിയ തൊഴിലായിരിക്കും കാര ണമെന്ന് ആ സാധി സമാധാനിച്ചു.

അടുത്തദിവസം രാവിലെതന്നെ മാതാൾ വേമ്പനോട് മദ്യപാനത്തെ പറ്റി സൂചിപ്പിച്ചു.

അവൾ ചോദ്യമുയർത്തിയപ്പോൾ അയാളുടെ മുഖഭാവത്തിൽ ഒരു പതർച്ച ഉണ്ടായി. പിന്നീട് നിർവികാരത മാത്രം.

കരയുന്ന ഭാര്യയെ നോക്കാതെതന്നെ വേമ്പൻ വീടുവിട്ടിറങ്ങി.

മാതാൾ ഓവനെത്തേടിയെത്തി.

"മാമാ... എന്ന മാമാ ഇപ്പടി....."

"എൻ പുള്ള സങ്കടപ്പെടണ്. നാൻ നേരത്തെ കേട്ടറിഞ്ഞ്. വേമ്പനെ എടക്കെടെ ചാരായക്കടയില് കാണണ്ണൊണ്ടെന്ന് തൂണാൻ പറഞ്ഞ്. പാവ മെടീ... ഒടമ്പ് തളരണ വേലയല്ലെ... അതായിരിക്കും..." ഓവൻ പറഞ്ഞു.

മാതാൾ കരഞ്ഞു.

"നീ കരയാണ്ട് വീട്ടിപോ പുള്ളെ.. നാന് അവനോട് ചൊല്ലാം.. നീയിപ്പൊ പോ.."

അവൾ ഓവന്റെ വീട്ടിൽനിന്നും മടങ്ങിവന്നു.

അധ്വാനം മാത്രമാണ് ജീവിതമെന്ന് കരുതി ഗൗണ്ടർ മണ്ണിൽ തന്നെ മുഴുവനായും അർപ്പണം ചെയ്ത വേമ്പൻ പുറംലോകം എന്താണെന്ന് ആദ്യമാദ്യം അറിഞ്ഞിരുന്നില്ല. ഒടുവിൽ ഒന്നുമൊന്നും നേടാനാകാതെ ഗൗണ്ടർ തിരസ്കരിച്ചപ്പോഴാണ് പുതിയ ലോകം എന്തെന്ന് അയാൾക്ക് മനസിലാക്കാനായത്.

തന്റെ സഹോദരിക്കും കുട്ടികൾക്കും പ്രയോജനം ആകുംവിധം തനി
ക്കൊന്നും ചെയ്യാനായില്ല എന്ന ഉൾത്തേങ്ങലുകൾ അയാളിൽ നിരന്തരം
കടന്നുവന്നിരുന്നു.

ഇത്തരം കാരണങ്ങൾ വേമ്പന്റെ മദ്യപാനത്തിന്റെയും ഉൾവാങ്ങ
ലുകളായിരുന്നു. ഇതിനെച്ചൊല്ലി മാതാളുടെ പ്രതികരണവും അയാളിൽ
ഖേദമുണ്ടാക്കി. എന്നാലും എന്നാലും താൻ മദ്യത്തിന് അടിമയല്ലല്ലോ!
അതവൾക്ക് അറിയാതെ പോയി. എന്നാലും മാതാളെ കുറ്റപ്പെടുത്താനാ
വില്ല. ഇത്രയും കാലത്തെ ദാമ്പത്യജീവിതത്തിനിടയിൽ തന്നിൽനിന്നും
ഇത്തരമൊരു മാറ്റം അവൾ പ്രതീക്ഷിക്കാനിടയില്ല. അതായിരിക്കാം
തന്റെയീ പുതിയ ശീലത്തിൽ അവൾക്കുണ്ടായ മാനസിക തളർച്ച.
അതിന്റെ പ്രതികരണമാണ് അവൾ പ്രകടിപ്പിച്ചത്.

അൽപ്പമകലെ നാലു തെരുവുകൾ ഇണയുന്ന ചെറിയ മൈതാന
ത്തിൽ കുട്ടികൾ ഒന്നിച്ചുകൂടി എന്തോ ശ്രദ്ധിച്ചുകൊണ്ടിരുന്നു. മൈതാ
നത്തിന്റെ ഉയരംകൂടിയ ഭാഗത്ത് ഒരു മധ്യവയസ്ക നിൽക്കുന്നു. തൂവെ
ള്ളയിൽ വസ്ത്രം ധരിച്ച, കുലീന മുഖഭാവമുള്ള ഒരു മധ്യവയസ്ക.

അവർ കൈതട്ടി ഉറക്കെ പാട്ടുപാടുകയാണ്.

യേശുദേവാ.. യേശുദേവാ...

ഈശനാം.. യേശുദേവാ..

മഞ്ഞുതുള്ളിയെപ്പോൽ വെൺമയുള്ളവനെ

ബെത്‌ലഹേം പുൽക്കുടിലിൽ

വന്നുപിറന്നവനേ...

വാനവരഖിലം ഗീതങ്ങൾ

പാടുമ്പോൾ...

വെള്ളിനിറ താരകങ്ങൾ

വന്നുനിരന്നു നിന്നു...

മണ്ണിലെ നിന്നുദയം

വിണ്ണിലൊരുത്സവമായി...

നീർമുകിലുകളാൽ

തോരണമാലകൾ...

വാർമഴ വില്ലുകളാൽ

വർണ വിളക്കുകളോ...

പുഷ്പക താലങ്ങളുമായി

സൂര്യചന്ദ്രന്മാരോ..

നിൻ കരങ്ങളിലെ

കാരുണ്യദീപങ്ങൾ..

കാട്ടുക ഈയുലകിൻ

കൂരിരുൾപ്പാതകളിൽ

കാലടി താമരയിൽ

കാണിക്ക ഞങ്ങളിതാ...

പാടിത്തീർന്നതിനുശേഷം അവർ കുട്ടികളെ ഓരോത്തരായി വിളിച്ച്
അരികിൽനിർത്തി ഏവർക്കും മിഠായി വിതരണം ചെയ്തു. അതിനുശേഷം

കുട്ടികൾക്ക് മനസിലാകുന്ന രീതിയിൽ ചെറിയചെറിയ കാര്യങ്ങൾ പ്രസം ഗരൂപേണ പറഞ്ഞു. ചെറുചെറു കഥകളും പറഞ്ഞു.

ആ മധ്യവയസ്ക ക്രൈസ്തവക്കൂട്ടായ്മയുടെ ഒരു കണ്ണിയാണ്. കുഞ്ഞുങ്ങളെ കണ്ടപ്പോൾ അവർക്കിഷ്ടപ്പെട്ട വിധത്തിൽ ക്രിസ്തുവിന്റെ ശൈശവത്തെ സൂചിപ്പിക്കുന്ന ഒരു കീർത്തനം ആലപിച്ചു. ക്രൈസ്തവ വിശ്വാസത്തിന്റെ ഒരു പ്രചാരണം കൂടിയാണിത്.

ആഴ്ചയിലൊരിക്കൽ ഇവരിവിടെ എത്താറുണ്ട്. കോവൈപുതൂരിൽ നിന്നാണവർ വരുന്നത്. കുട്ടികളെ ആകർഷിക്കുംവിധം അവരോട് കഥ കൾ പറഞ്ഞും പാട്ടുപാടിയും രസിപ്പിക്കാറുണ്ട്. കൈ നിറയെ മധുരപല ഹാരങ്ങളും നൽകും.

മുതിർന്നവരോടും അവർ സംസാരിക്കാറുണ്ട്.

വിദ്യാഭ്യാസത്തിന്റെ ആവശ്യകതകളും ആ അറിവിന്റെ വെളിച്ച ത്തിൽ ലഭിക്കുന്ന കൂട്ടായ്മയുടെ ശക്തിയും ചേരിജനങ്ങളെ അവർ പറഞ്ഞു മനസിലാക്കി കൊടുക്കാറുണ്ട്. അധഃകൃതവർഗത്തിന്റെ ഉദ്ധാ രണവും അതു വഴി ലഭ്യമാകുന്ന പൊതുക്ഷേമ ആനുകൂല്യങ്ങളും ബോധ വൽക്കരണം നടത്താറുണ്ട്. ക്രൈസ്തവ വിശ്വാസത്തിലേക്കുള്ള മതം മാറ്റം മുഖേന ജന്മനാ കീഴ്ജാതിക്കാരായവർ മേൽജാതിക്കാരായി രൂപാ ന്തരപ്പെടാനുള്ള സാധ്യതകളും അവർ ചേരിജനങ്ങളെ പഠിപ്പിച്ചിരുന്നു.

കാലപ്രയാണത്തിൽ ചേരിനിവാസികളിൽ മതംമാറ്റ ചിന്താഗതി ഉട ലെടുക്കുന്നതായി തോന്നിത്തുടങ്ങി.

ഇത്തരം കാര്യങ്ങളിൽ തങ്ങളുടെ വർഗക്കാരല്ലാതെ അന്യമതസ്ഥ രുമായി ഇടപഴകുന്നതും അവരുടെ പ്രചാരണ വാക്കുകൾ ശ്രവിക്കുന്നതും നല്ല പ്രവണതയല്ലെന്ന വാദഗതികളും ചേരിനിവാസികളിലുണ്ടായി.

ഒരു ഞായറാഴ്ച മധ്യവയസ്കയും മറ്റുരണ്ടുപേരും ഒരു വാനി ലെത്തി. തങ്ങളുടെ ദേവാലയം അവിടെ നടത്തുന്ന പ്രാർഥനയിലും കർമ ങ്ങളിലും പങ്കുചേരാനിഷ്ടപ്പെടുന്നവരെ സ്നേഹപൂർവം ക്ഷണിക്കുകയു ണ്ടായി. ഇഷ്ടപ്പെടുന്നവർ മാത്രം മതിയെന്നും നിർബന്ധമല്ലെന്നും അവർ വ്യക്തമാക്കിയിരുന്നു.

പൂർണമനസോടല്ലാതെയും അൽപ്പം സങ്കോചത്തോടും ചേരിനിവാ സികളിൽ ചിലർ അവരോടൊപ്പം ക്രൈസ്തവദേവാലയത്തിൽ പോയി.

ദേവാലയത്തിൽ ക്രൈസ്തവ പുരോഹിതൻ നടത്തിയ പ്രസംഗം കേൾക്കുകയും അവർ നൽകിയ ഉച്ചഭക്ഷണം കഴിക്കുകയും ചെയ്തു.

പല ഞായറാഴ്ചകളിലും ഇത് തുടർന്നു.

ചേരിജനതയിൽ ഇതേ ചൊല്ലി വാദമുഖങ്ങൾ അധികരിച്ചു.

തന്റെ പ്രായത്തിലുള്ള കൂട്ടുകാരുമൊത്ത് രണ്ട് ഞായറാഴ്ചകളിൽ വേമ്പന്റെ മൂത്തമകൻ ഗണേശൻ ക്രൈസ്തവദേവാലയത്തിൽ പോയി.

"ആരോട് ചോയിച്ചിട്ടനീ അവട പോയി..."

മാതാൾ ഈറ്റപ്പുലിയെപ്പോലെ ചീറി.

"നെന്റെപ്പൻ അറിഞ്ഞാല് മുതുക് തോല് ഉരിക്കും.."

ഇത് കേട്ടപ്പോൾ വീട് വിട്ടിറങ്ങിപ്പോയ ഗണേശനെ തേടി കണ്ടുപി ടിക്കേണ്ടതായി വന്നു.

തുളസിയാണ് അവനെ വിളിച്ചുകൊണ്ടുവന്നു ഭക്ഷണം കൊടുത്ത് സമാധാനപ്പെടുത്തിയത്.

"അപ്പനോടും അമ്മയോടും പറയാണ്ട് ഇങ്ങനെ പോകാമോ മകാനെ."

തുളസി മാതാളേയും സമാധാനപ്പെടുത്തി.

ക്രൈസ്തവപള്ളിയിൽ ഗണേശൻ പോയ കാര്യം തുളസിയുടെ മകൾ ഗൗരി നിസ്സാരവൽക്കരിച്ചു.

"അതിലെന്ന തപ്പ്. എല്ലാ കടവുളും ഒന്നുതാൻ..."

പൊന്നിയും കറുപ്പാത്താളും അവളുടെ വാദം ശരിവെച്ചു.

ഏത് വിധേനയും മകന്റെ ഈ ചെയ്തി മാതാൾക്ക് ശരിവെക്കാനായില്ല. കഴിഞ്ഞ ദിവസങ്ങളിലെ ഭർത്താവിന്റെ മാറ്റങ്ങളും തത്സമയം മകന്റെ ദുർപോക്കും ആ സാധിയുടെ മനസിൽ നോവും നൊമ്പരവുമുണ്ടാക്കി. ഇത്തരം കടുത്ത മനസ്സ് ചോർച്ചയിലാവണം കഴിഞ്ഞൊരു ദിവസം ശ്വാസ തടസമേർപ്പെട്ടു ചുണ്ടക്കാമുത്തൂർ ആശുപത്രിയിൽ കിടക്കേണ്ടിവന്നത്.

ഹരിജൻകോളനി തെരുവുകളിൽ നല്ലവെള്ളപ്പൈപ്പുകൾ രണ്ടോ മൂന്നോ മാത്രമേ ഉണ്ടായിരുന്നുള്ളൂ. ജനബാഹുല്യംകാരണം ഇനിയും പൈപ്പുകൾ അനിവാര്യമായിരുന്നു. കുനിയമുത്തൂർ പഞ്ചായത്ത് ബോർഡ് ഓഫീസിൽ ഇതിനുവേണ്ടി അപേക്ഷ നൽകിയിരുന്നു. പക്ഷേ പ്രസ്തുത അപേക്ഷയിൽ നടപടിയുണ്ടായില്ല. കഴിഞ്ഞ സംഘയോഗ ത്തിൽ പരാമർശങ്ങളും ഉയർന്നിരുന്നു.

കൂടാതെ കഴിഞ്ഞ പൊതുതിരഞ്ഞെടുപ്പിൽ ഒരു പ്രത്യേക കക്ഷിക്ക് വേണ്ടി കാത്താനും രായനും പണം വാങ്ങി വോട്ടു ശേഖരിച്ചതായി സംഘ യോഗത്തിൽ വാദപ്രതിവാദങ്ങളുണ്ടായി.

ആത്മാർഥമായ സംഘടനാ വൈഭവവും അർപ്പണബോധമുള്ള പ്രവർത്തനവുമാണ് നേതാവായ കാത്താനിലുള്ളതെന്ന വാദഗതി യോഗ ത്തിൽ സ്ഥിരീകരിക്കപ്പെട്ടു.

പ്രതിഷേധക്കാരുടെ മുറവിളികൾ കാറ്റിൽപ്പറന്നു.

ഒടുവിൽ സംഘർഷം ഒഴിവായ സാഹചര്യത്തിൽ കാത്താൻ പറഞ്ഞു.

"ഇതോ പാരുങ്കൊ! നമ്മളെല്ലാരും കീഴ്ജാതീല് പൊറന്നവര്. പക്ഷേല്, നമ്മൾട വേലകളില് കീഴ്ത്തരം ഇല്ലാത്തവരാണ്. നമ്മൾ ഓരോ രുത്തരും ഒരുവിധത്തില് ഇല്ലേല് വേറെ വിധത്തില് നല്ലനല്ല കാരിയ ങ്ങള് ചെയ്യണവരാണ്. നമ്മ വേമ്പണ്ണൻ കുടുംബം എപ്പടി! പുരുഷൻ ചത്ത് പോയ തൊളസീനെ കൂട്ടിട്ട് വന്ന് രെക്ഷിക്കണ്. അതിന് നമ്മൾ ഓരോരുത്തരും വേണ്ടവണ്ണം സഹായം ചെയ്തു. ഇതാണ് ഒത്തൊരുമ. ഇന്ത ഒത്തൊരുമ നമ്മൾട സങ്കത്തിലും വേണം. നമ്മൾട സങ്കം സാധാരണ സങ്കമല്ല. അന്ത കാലം മൊതല് പലപല തലവന്മാര് കേസ്ടപ്പെട്ടു അടി വാങ്ങി ഒണ്ടാക്കി വെച്ച സങ്കം. നമ്മമാതിരി പാവപ്പെട്ടോർക്ക്, താഴ്ത്തപ്പെ ട്ടോർക്കുവേണ്ടി ഒണ്ടാക്കിയ സങ്കം. അതില് വഴക്കും വക്കാണോം ഒണ്ടാ ക്കാണ്ട് ഒത്തൊരുമ്മയോടെ നിക്കണം. അങ്ങനെ നിന്നാല് നമ്മൾക്ക് പല നല്ല കാരിയങ്ങളും നേടിയെടുക്കാം. ഭൂമിനെലോം ഒള്ളോരെ നമ്മൾ സമരംകൊണ്ട് ഒരു പാടം പടിപ്പിച്ചില്ലേ. അതേ മാതിരി നമ്മൾ ഒറച്ച് ഒറ്റ

ക്കെട്ടായി നിന്നാല്‍ പല കാരിയങ്ങളും നമ്മള്‍ക്ക് നേടിയെടുക്കാം."

കാത്തന്റെ വാക്കുകള്‍ ആ കാറ്റില്‍ അലയടിച്ചു.

ദൈവങ്ങളും പരിഷ്കാരങ്ങളും കടന്നുവരാന്‍ മടിച്ചുനിന്ന കോള നിയിലെ ആ മണ്ണ്, അധഃകൃതവര്‍ഗത്തിന്റെ വക്താക്കളായ കാത്താന്റെ വാക്കുകളിലെ വീറും വീര്യവും ഉള്ളറിഞ്ഞു പുളകിതയായി നിന്നു.

പതിനെട്ട്

തുളസിയുടെ ഇളയമകള്‍ നവനീത പഠിത്തത്തില്‍ മിടുക്കിയായി രുന്നു. ക്ലാസില്‍ ഒന്നാം വിദ്യാര്‍ഥിനി.

"നിങ്ങളുടെ മകള്‍ നന്നായി പഠിക്കുന്ന കുട്ടിയാണ്. അവള്‍ എത്ര ത്തോളം പഠിക്കാന്‍ ആഗ്രഹിക്കുന്നോ അത്രത്തോളം പഠിപ്പിക്കണം."

അവളുടെ അധ്യാപിക തുളസിയെ വിളിച്ചു പറഞ്ഞപ്പോള്‍ ആ വിധ വയുടെ മിഴികളില്‍ നീര്‍ ചുരന്നു.

അത് സന്തോഷത്തിന്റേതോ സന്താപത്തിന്റേതോ!!

അവള്‍ നന്ദുവേലുവിനെ ഓര്‍ത്തുപോയി.

മൂത്തവള്‍ ഗൗരി സ്പോര്‍ട്സിലും മിടുക്കിയായിരുന്നു. ക്ലാസില്‍ അധിക പാരിതോഷികങ്ങള്‍ വാരിക്കൂട്ടിയ കായികാഭ്യാസി.

കിട്ടിയ സമ്മാനങ്ങള്‍ അവള്‍ വേമ്പനെയും മാതാളിനെയും കാണിച്ചു. ഗണേശനെ കാണിച്ചപ്പോള്‍ ഒരു പ്രത്യേക അഭിമാനവും തോന്നിയിരുന്നു.

വേമ്പന്റെ മക്കള്‍ പഠിത്തകാര്യത്തില്‍ ശരാശരിക്കാരായിരുന്നു. പഠി ത്തംകഴിഞ്ഞ് എത്രയും വേഗം പണിക്ക് പോകണമെന്ന ചിന്ത രണ്ടുപേ രിലുമുണ്ടായിരുന്നു.

അയല്‍വീടുകളിലെ പെണ്ണുങ്ങള്‍ പേരൂര്‍ സിനിമാതിയേറ്ററില്‍ സിനിമ കാണുവാന്‍ തുളസിയെയും മക്കളെയും ഇടയ്ക്കിടെ ക്ഷണി ക്കാറുണ്ടായിരുന്നു. ഒരുദിവസം ഗൗരിയെയും നവനീതയെയും അവരോ ടൊപ്പമയച്ചു. തുളസി പോയില്ല.

മാതാള്‍ക്കിത് ഇഷ്ടമായില്ല.

"ഏന്‍ തൊളസി കൊളന്തകളെ സിനിമാവുക്ക് അയക്കണ്ത."

ശകാരരൂപത്തില്‍ മാതാള്‍ പറഞ്ഞു. പിന്നീട് തുളസി കുട്ടികളെ അയച്ചില്ല.

അടുത്തടുത്ത മാസങ്ങളിലായി ഗൗരിയും നവനീതയും ഋതുമതി കളായി.

തമിഴ്‌നാട്ടാചാരപ്രകാരമുള്ള അതിവിശേഷങ്ങള്‍ ചെയ്തുതീര്‍ക്കു വാന്‍ തുളസി വിമുഖത കാണിച്ചു. കറുത്താപ്പള്ളും ഓവനും അതിനോ ടനുകൂലിച്ചു. അത്യാവശ്യകാര്യങ്ങള്‍ക്കുള്ള ചെലവുകള്‍ വേമ്പന്‍ നിര്‍വ ഹിച്ചു. അനന്തിരവള്‍മാര്‍ക്ക് ആചാരവസ്ത്രങ്ങള്‍ അമ്മാവന്‍ വാങ്ങിക്കൊ ടുത്തു. സമ്പ്രദായപ്രകാരം പച്ചോലക്കുടിലുകള്‍ നിര്‍മിച്ചു കൊടുക്കേ ണ്ടത് മുറച്ചെറുക്കന്മാരായിരുന്നു. വേമ്പനും മാതാളും ഗണേശനെ കൊണ്ടും കതിരേശനെക്കൊണ്ടും അത് ചെയ്യിപ്പിച്ചു.

തന്റെ രണ്ട് ആൺമക്കളും അമ്മായിയുടെ കുടുംബത്തിന് ആദര
വായി നിൽക്കുമെന്ന് വേമ്പൻ ഉറച്ചു വിശ്വസിച്ചു.

തുളസി ഋതുമതിയായതിനുശേഷമുള്ള പ്രസരിപ്പും സൗന്ദര്യവും
ആരേയും ആകർഷിക്കത്തക്കതായിരുന്നു. ചുണ്ടക്കാമുത്തൂർ വഴിത്തട
ങ്ങളിൽ അവളെ നോക്കിക്കാണാൻ മാത്രം ചെറുപ്പക്കാർ നിൽക്കാറുണ്ടെ ന്ന
കാര്യം വേമ്പൻ ഓർത്തുപോയി.

പാവം തുളസിയുടെ ഇന്നത്തെ കോലം വിധവക്കോലം. വേമ്പന്റെ
മനസ്സ് പിടഞ്ഞു.

ചുണ്ടുകിക്കാമുത്തൂർ പള്ളിക്കൂടത്തിൽ ചുറുചുറുക്കോടെ നടന്നു
പോകുന്ന ഗൗരിയെയും നവനീതയെയും കുശവത്തെരുവിലെ നിവാസി
കൾ ശ്രദ്ധിച്ചിരുന്നു. അവർ നന്ദുവേലുവിന് തുളസിയിൽ ജനിച്ച മക്കളാ
ണെന്ന തിരിച്ചറിവ് അവരിലുണ്ടായി. അവർ പഴനിമുത്തുവിനെയും വിവ
രമറിയിച്ചു.

മകന്റെ ഭാര്യയോടും മക്കളോടും ചെയ്ത അനീതിയും വഞ്ചനയും
മനസിൽ തുടർന്നുവച്ചുകൊണ്ടുതന്നെ പഴനിമുത്തുവെന്ന മുത്തശ്ശൻ പേര
മക്കളെ പാത്തും പതുങ്ങിയും നോക്കിക്കണ്ടു.

ചേരിയിൽ മിശ്രവിവാഹം നടത്തി ഭാര്യമാരെ കൊണ്ടുവന്നവരും
ഉണ്ട്. മിശ്രവിവാഹത്തിനായി ഇവിടം വിട്ടുപോയവരും ഉണ്ട്. ഇളംപ്രാ
യത്തിൽ വിധവാ വിവാഹം നടത്തിയവരും ഉണ്ട്.

സഹോദരിയുടെ വരുംകാല സംരക്ഷണത്തിനായി ആരെങ്കിലും
ഇവളെ വിവാഹം ചെയ്യാനൊരുങ്ങുമോ!!

വേമ്പന്റെ മനസിൽ മിന്നൽപ്പിണറുകൾ പലവട്ടം വെട്ടിത്തിളങ്ങി.

ഓവനും പ്രത്യാശ നൽകി. പക്ഷേ! പക്ഷേ തുളസിയിൽ ആ വക
ചിന്തകൾ കടന്നുവന്നതേയില്ല.

മാതാൾക്ക് അസുഖം വർധിച്ചുകൊണ്ടിരുന്നു. ചുണ്ടക്കാമുത്തൂർ
ആശുപത്രിയിൽ പലവട്ടം പോയിവന്നു.

കോയമ്പത്തൂർ പ്രൈവറ്റ് ആശുപത്രിയിൽ ചികിത്സ തുടരാമെന്ന
വേമ്പന്റെ നിർദേശം മാതാൾ ചെവിക്കൊണ്ടില്ല. മക്കൾ പലപ്രവശ്യം
നിർബന്ധിച്ചിട്ടും ആ അമ്മ കൂട്ടാക്കിയില്ല.

ചേരിനിവാസികളുടെയിടയിൽ പ്രചാരണവുമായി കടന്നുവന്ന് മതം
മാറ്റത്തിന് പ്രേരിപ്പിക്കുന്നുവെന്ന കുറ്റാരോപണവുമായി ക്രൈസ്ത
വർക്കെതിരെ ഹിന്ദുപരിഷത്തും രംഗത്ത് വന്നു.

"നിങ്ങള് കാലാകാലങ്ങളിൽ ആരാധിച്ചുപോരുന്ന മധുരൈ വീര
നെയും പരത്തെത്തലച്ചിയെയും വിശ്വസിച്ചാൽ മതി. അത് കുറ്റമല്ല. പക്ഷേ
ഇടയിൽ കയറിവന്ന് അത് തരാം ഇത് തരാം എന്ന് പറയുന്ന ഞായരാ
ഴ്ചക്കാരനെ വിശ്വസിക്കരുത്. നിങ്ങള് പിറന്നത് ഹിന്ദുവായിട്ടാണ്. മരി
ക്കുമ്പോഴും ഹിന്ദുവായിട്ടുതന്നെ മരിക്കണം."

പാവം ദളിത്കാരനെ ഹൈന്ദവ വക്താക്കളും തെറ്റിദ്ധരിപ്പിച്ചു.

ചേരിനിവാസികൾ യാഥാസ്ഥിതിക മനോഭാവമുള്ളവരാണെന്ന ധാര
ണയിൽ പ്രചാരണം നടത്തിയവർക്കും തെറ്റുപറ്റി.

"ശെരി... ശെരി... ഹിന്ദുമക്കളുടെ എടേലും വിത്തിയാസം ഒണ്ടല്ലാ.

മേല് ജാതിക്കാര് കീഴ്ജാതിക്കാര് എന്ന്. അത് നിങ്ങള് ഒരേ മാതിരി ആക്കീട്ട് വാ.. അപ്പ ഞങ്ങ കീഴ്ജാതിക്കാര് നിങ്ങാളോട് ഒപ്പംവരാം..."

വീരയ്യനും മരുതനും പ്രതികരിച്ചപ്പോൾ അവർ ഇളിഭ്യരായി മടങ്ങി.

"അംബേദ്കർ സങ്കവും താഴ്ത്തപ്പെട്ടോർ മുന്നേറ്റ സങ്കവും കീഴ് ജാതിക്കാരായ നമ്മളുക്ക് വേണ്ടി ഒണ്ടാക്കിയതാണ്. അതിന് വീറും ശക്തിയും ഒണ്ട്. നമ്മളെ ആർക്കും ഇനി ഒതുക്കിനിർത്താൻ പറ്റൂല്ലാ. അതെല്ലാം അന്തകാലം. ഇപ്പ നമ്മളെല്ലാം ഒറ്റക്കെട്ടായി നിക്കണ്. നമ്മളെ ആർക്കും ഒന്നും ചെയ്യാൻ പറ്റൂല്ലാ."

കാത്താൻ പറഞ്ഞത് കേട്ടപ്പോൾ ചെന്നിയും സുബ്ബിയും കയ്യടിച്ചു. ചേരിജനങ്ങളിൽ തൃപ്തി.

തെക്ക് ഭാഗങ്ങളിലെ ചില പ്രദേശങ്ങളും തെക്കേക്കോട് ആരംഭത്തിലും മലയടിവാരത്തിലെ ചില സ്ഥലങ്ങളും പ്ലോട്ടുകളായി വേർതിരിച്ചു വീടുകളും സ്ഥാപനങ്ങളും നിർമിക്കാനിടയുണ്ടെന്ന സൂചനകൾ ലഭിച്ചുവന്നു.

ഭൂമി അളന്നുമുറിച്ച് അതിർത്തിക്കല്ലുകൾ നാട്ടിക്കൊണ്ടിരുന്നു.

വിതച്ചത് മുതൽ കൊയ്യുന്നത് വരെ ഹരിജൻ ജനതയുടെ വിയർപ്പും ചോരയും വീണ് ചെമ്മണ്ണായി തീർന്ന ആ മണ്ണ് ഇപ്പോഴിതാ കോൺക്രീറ്റ് നിലങ്ങളും വാർക്കക്കെട്ടിടങ്ങളും ആയിത്തീരാൻ ഒരുങ്ങുന്നു.

ങ്ഹും... ങ്ഹും... സാരമില്ല.

കാരണം, അന്നത്തെ ആ കർഷകത്തൊഴിലാളികൾ ഇന്നില്ലല്ലോ!

അവരൊക്കെയും പലപല തൊഴിലുകളിലേർപ്പെട്ടു നഗരത്തിലും പുറം പ്രദേശങ്ങളിലും ചേക്കേറിക്കൊണ്ടിരിക്കുന്നു.

പക്ഷേ...... പക്ഷേ.....

ആ മണ്ണ് ആ ചെമ്മണ്ണ്...

വേമ്പന്റെ മനസിലും ചോര പൊടിഞ്ഞു.

ങ്ഹും.. എല്ലാം കാലത്തിന്റെ കളിയാട്ടങ്ങൾ?

തന്റെ മുതലാളിയായിരുന്ന ഗൗണ്ടറെപ്പറ്റി വേമ്പൻ ഓർത്തുപോയി.

ഒരു കീഴ്ജാതിക്കാരൻ എത്രത്തോളം ആത്മാർഥതയും സഹിഷ്ണുതയും മേൽജാതിക്കാരനോട് കാണിച്ചാലും മേലാളൻ മേലാളൻ തന്നെ. കീഴാളൻ കീഴാളൻ തന്നെ.

കഴിഞ്ഞ കാലങ്ങളിലെ തന്റെ ഭൂവുടമയുമായുള്ള തന്റെ ബന്ധം തന്റെ പിതാവുമായുള്ള ബന്ധം.

അതെങ്ങനെ മുറിഞ്ഞു. ഞൊടിയിടയിൽ മുറിഞ്ഞു അത്രമാത്രം.

കഴിഞ്ഞ കറുത്തനാളുകളിൽ കീഴാളർ എന്ന വർഗം അനുഭവിച്ചു തീർത്ത യാതനയുടെ കണക്കുകൾ നാൾവഴി പുസ്തകങ്ങളിൽ എഴുതിവന്നു.

ശിരസ്സും മുതുകും കുനിഞ്ഞുകുനിഞ്ഞു നിന്നു നിവരാൻ മറന്നുപോയ കാലഘട്ടം.

അന്നു മണ്ണിന്റെ ചേറിൽനിന്നുണ്ടായ തഴമ്പ് കൈകളിലെങ്കിൽ, ഇന്നു കെട്ടിടനിർമാണ തൊഴിലിലെ തഴമ്പാണ് കൈകളിൽ. അന്നു നിവരാനാവാത്ത തഴമ്പാണ് മുതുകിലും തോളിലുമെങ്കിൽ ഇന്നു ചുമട് ചുമന്ന തഴമ്പാണുള്ളത്.

സംഘടിത ശക്തിയാർജിച്ച ഇന്നത്തെ തൊഴിലാളികളെ ഏത് ഒളി

ത്താവളങ്ങളിലും തളച്ചിടാനാവില്ല.

കണ്ണെത്താ ദൂരങ്ങളിലെ മലക്കൂട്ടങ്ങളും ഊരിന്റെ മീതെ പരന്നുകി
ടക്കുന്ന ആകാശപ്പന്തലും രാത്രിയുടെ കറുപ്പിൽ തെളിയുന്ന നക്ഷത്ര
വിളക്കുകളും മേഘമണ്ഡലവും ഈ പാവം അധഃകൃതവർഗത്തിന്റെ
ജീവിത ഉയർച്ചയിലും താഴ്ചയിലും സുഖത്തിലും ദുഃഖത്തിലും വിട്ടു
പിരിയാത്ത പങ്കാളികളായി വർത്തിച്ചു വന്നു.

അറിവൊളി സംഘടനകൾ ഗ്രാമങ്ങൾതോറും കടന്നുചെന്ന് അക്ഷ
രപുണ്യം പകർന്നുകൊടുത്തു. കൈ നടുക്കമുള്ള വയോധികർക്കുപോലും
സ്വന്തം പേരെഴുതി ഒപ്പിടാനുള്ള വിദ്യ തുടർന്നും പരിശീലിപ്പിച്ചു. വിദ്യാ
നിലയങ്ങൾ വെറുപ്പോടെ വീക്ഷിച്ചവരെ കൺവെളിച്ചം നൽകി അക
ത്തിരുത്തി പഠിപ്പിച്ചു.

കുടുംബാസൂത്രണം, ലഹരിവിരുദ്ധ ബോധവൽക്കരണം, സമ്പാദ്യ
നിക്ഷേപപദ്ധതികളുടെ ഗുണം, അമിത ചെലവുകളുടെ അല്ലെങ്കിൽ
അനാവശ്യ ചെലവുകളിലെ നിഷ്കർഷ എന്നിവയെപ്പറ്റിയെല്ലാം അറി
വൊളി സംഘടനകൾ ചേരിനിവാസികൾക്ക് പ്രബോധനങ്ങൾ നടത്തി.

മാതാൾക്ക് അസുഖം വർധിച്ചു. പതിവുപോലെ ചുണ്ടക്കാമുത്തൂർ
ആശുപത്രിയിൽ അഭയം തേടി.

വേമ്പന്റെ മൂത്തമകൻ ഗണേശന് പഠിപ്പിൽ താൽപ്പര്യമില്ലായിരുന്നു.
ഏതെങ്കിലുമൊരു വർക്ക്ഷോപ്പിൽ ടർണറായി ജോലി പഠിക്കണമെന്ന
തായിരുന്നു അവന്റെ ആഗ്രഹം.

തത്സമയം മാതാളുടെ അസുഖത്തിന്റെ ആശങ്കയിൽ വേമ്പനെ വീട്ടി
ലാക്കി അയാളുടെ ചുമട്ടുതൊഴിൽ സ്വയമേറ്റെടുത്ത് പണ്ടകശാലകളിലെത്തി.

"എണ്ടാ പടിപ്പ് പത്താം ക്ലാസോടെ നിർത്തീട്ടേൻ..."

ദീനസ്വരത്തിൽ മാതാൾ മകനോട് പറയുമായിരുന്നു.

നെഞ്ചുവേദന മാതാളെ വിട്ടകന്നില്ല. തുളസിയും മക്കളും മാതാളെ
ശുശ്രൂഷിച്ചു.

കറുപ്പാത്താളും പൊന്നിയും ചെന്നിയും സുബ്ബിയും ഇടയ്ക്കിടെ
വന്നു മാതാളെ സാന്ത്വനപ്പെടുത്തിയിരുന്നു.

"എല്ലാരേം പിരിഞ്ഞു പോകാനൊള്ള കാലം വരണ്..."

മാതാളുടെ വാക്കുകൾ ഏവരേയും വേദനപ്പെടുത്തിക്കൊണ്ടിരുന്നു.

നിഷ്കളങ്കനായ തന്റെ ഭർത്താവിനെ ഓർത്തായിരുന്നു മാതാളുടെ
വേദന.

"രെണ്ട് പയ്യമ്മാരുടെ കാരിയങ്ങള് എപ്പടി ആകുമോ!" മക്കളെപ്പ
റ്റിയും ആ സാധി വിലപിച്ചു.

ഒരിക്കൽ തുളസിയുടെ കൈകവർന്നവൾ പറഞ്ഞു:

"തൊളസി. നീ ഉൻ അണ്ണനെ കൈവിട്ടുടാതെ.."

തുളസിയും പൊട്ടിക്കരഞ്ഞു പോയി. അടുത്ത ദിവസം മാതാളുടെ
രോഗം മൂർച്ഛിച്ചു.

വേമ്പൻ വീട്ടിൽ തന്നെയായിരുന്നു. വേദന കടിച്ചമർത്തുന്ന ഭാര്യ
യുടെ ദയനീയാവസ്ഥയിൽ ആ ഭർത്താവിന്റെ ഹൃദയം നുറുങ്ങി.

മാതാൾക്ക് നെഞ്ചുവേദനയും ശ്വാസതടസവും അധികരിച്ചു. വിവ

രമറിഞ്ഞു തുളസിയും എത്തി. കുട്ടികൾ രണ്ടുപേരും സ്കൂളിൽ പോയിരുന്നു. തുണാൻ അവരെ രണ്ടുപേരെയും കുതിരേശനെയും സ്കൂളിൽ നിന്നും വിളിച്ചുകൊണ്ടുവന്നു. അൽപ്പസമയത്തിനുള്ളിൽ പണ്ടകശാലയിൽ പോയിരുന്ന ഗണേശനുമെത്തി.

വേമ്പനും തുളസിയും മാതാളിന്റെ ശിരസിനിരുവശവുമിരുന്നു.

മാതാളിന്റെ തത്സമയനിലയറിഞ്ഞു ചേരിയിൽനിന്നും പലരുമെത്തി.

ശ്വാസതടസം അവളുടെ നെഞ്ചിൽക്കൂട് ഉയർത്തിയും താഴ്ത്തിയും കാണിച്ചു. കടുത്തവേദന ആ മുഖത്തെ മാംസപേശികളെ വക്രിച്ചു കാണിച്ചു.

തടസമുണ്ടെങ്കിലും മാതാളുടെ ശ്വാസഗതി വേഗത്തിലായി. തീവ്ര വേദനയിലെന്നവണ്ണം കണ്ണുകൾ ഇറുകി അടച്ചുകൊണ്ടിരുന്നു.

വേമ്പൻ മാതാളുടെ നെറ്റിയിൽ കൈവെച്ചു. പെട്ടെന്ന് മാതാൾ തല യുയർത്തി ഒരു നെടുനിശ്വാസമയച്ചു.

അവസാന ശ്വാസം. മാതാൾ മരിച്ചു.

ശവസംസ്കാരച്ചടങ്ങുകൾ വേമ്പനും മക്കളും ബന്ധുമിത്രാദികളും ചേരിജനങ്ങളും തികഞ്ഞ സഹകരണത്തോടെ നിർവഹിച്ചു.

അവസാനമായി മാതാളുടെ മൃതദേഹത്തിൽ, കയ്യിൽ കരുതിവെച്ച ചോളമണികൾ വേമ്പൻ വിതറി.

ആരുടെയും അനുവാദത്തിനായി കാത്തുനിൽക്കാതെ കാലം കട ന്നുപൊയ്ക്കൊണ്ടിരുന്നു.

അതിനുശേഷവും ചേരിയിൽ മരണവും ശവസംസ്കാരച്ചടങ്ങുകളും നടന്നുകൊണ്ടിരുന്നു. കാലാനുകാലങ്ങളിൽ ബന്ധപ്പെട്ടവർ തങ്ങളുടെ ശോകം അടക്കിയും നിർത്തിയിരുന്നു.

പക്ഷേ! പക്ഷേ!

വേമ്പൻ ഇതിൽനിന്നെല്ലാം വ്യത്യസ്തനായിരുന്നു. മാതാളുടെ ഓർമ കളിൽ ആ മനസ്സ് എന്നും നിറഞ്ഞതായിരുന്നു. പുറമെ പ്രകടിപ്പിക്കാതി രുന്നുവെങ്കിലും ഭാര്യയോടുണ്ടായിരുന്ന അഗാധസ്നേഹത്തിന്റെ ഉൾത്തേ ങ്ങലുകൾ നിരന്തരമായി അയാളിൽ ലയിച്ചിരുന്നു.

വിവാഹശേഷം ഒരുദിവസം വേമ്പനും മാതാളും ഗൗണ്ടർ നിലത്തിൽ ജോലിക്ക് പോയി. രണ്ടുപേരും ഒരുമിച്ചു ജോലിക്കുപോയ ആദ്യദിവസം. ചോളക്കതിരുകൾ കളത്തിൽ പരത്തിവെച്ചു ചവിട്ടിത്തിരുമ്മിക്കൊണ്ടിരു ന്നു. ജ്വലിക്കുന്ന ചോളമണികൾ കളത്തിൽ പരന്നുകിടന്നു. വേമ്പനും മാതാൾക്കും രണ്ട് മൂന്ന് കൂട ചോളമണികൾ കൂലിയായി കിട്ടി. അവ കൊണ്ടുവന്നു വീട്ടുമുറ്റത്തിട്ടു രണ്ടുപേരും മാറിമാറി ചവിട്ടി പതിർ മാറ്റി ചോളത്തെ മാത്രം ഉതിർത്തെടുത്തു. ആ അധ്വാനഫലത്തെ കണ്ടപ്പോൾ ജ്വലിക്കുന്ന ചോളമണികളെ കണ്ടപ്പോൾ അവ വേവിച്ചു ഭക്ഷണമാക്കാൻ തോന്നിയില്ല. പകരം മഴവരും നേരത്ത് വിത്തിട്ടു മുളപ്പിക്കാം എന്നു രണ്ടു പേരും തീരുമാനമെടുത്ത് ആ ചോളമണികൾ ഭദ്രപ്പെടുത്തിവെച്ചു.

അതാണ് "വിതച്ചോളം."

അന്നു സൂക്ഷിച്ചുവെച്ച ആ വിതച്ചോളമാണ് വേമ്പൻ ഭാര്യയുടെ മൃതദേഹത്തിൽ വിതറിയത്.

ഇന്നും വേമ്പൻ ചുമടെടുക്കുവാൻ പോകുന്നു. ജോലിയുള്ള മക്കൾ രണ്ടുപേരും വിലക്കിയെങ്കിലും അയാൾ ജോലിക്ക് നിരന്തരം പോകുന്നു.

ഒരുദിവസം ചുമടെടുക്കുമ്പോൾ പെട്ടെന്ന് കാലിടറി അയാൾ താഴെ വീണു. ശ്വാസഗതിയും അധികശതമാനത്തിലായി.

കൂടെ ജോലി ചെയ്തിരുന്ന മരുതനും തൂണാനും അയാളെ ആശു പത്രിയിൽ എത്തിക്കാൻ ഒരുങ്ങി. പക്ഷേ, വേമ്പൻ സമ്മതിച്ചില്ല.

ഒരുകാലത്ത് ഊർജസ്വലനും ആരോഗ്യവാനും ദൃഢഗാത്രനുമായ ആ മണ്ണിന്റെ മകൻ ഒരുനാളും ആശുപത്രിയുടെ പടിക്കല്ലുകൾ താണ്ടി യിരുന്നില്ല.

തൂണാനും മരുതനും വേമ്പനെ ഭദ്രമായി വീട്ടിലെത്തിച്ചു.

പതർച്ചയോടെയെങ്കിലും തുളസി സഹോദരനെ ശുശ്രൂഷിച്ചു.

അന്നത്തെ സായംകാലം. വേമ്പന് ശരീരമാസകലം വിയർത്തു. ശ്വാസഗതി വേഗത്തിലായി.

ഇത്രനാളും ഇല്ലാതിരുന്ന അനുഭവപ്പെട്ടിട്ടില്ലാത്ത, ഒരു കടുത്ത വേദന നെഞ്ചിനുള്ളിൽനിന്നും പെട്ടെന്നു പുറത്തേക്കെത്തി. നെഞ്ചിൻകൂട് തകർന്നുപോയെന്നു തോന്നിപ്പോയി.

വീട്ടിൽ തന്നെയായിരുന്ന ഗണേശനും കതിരേശനും പിതാവിനടു ക്കൽ ഓടിയെത്തി.

"അപ്പാ.. എന്നപ്പാ.. ചൊല്ലുങ്കോ..."

പതർച്ചയോടെ മക്കൾ വിവരമാരാഞ്ഞു.

"വാ അപ്പാ.. ആശൂത്രീല്.. പോകാം."

നിറഞ്ഞ കണ്ണുകളോടെ ഗണേശൻ പറഞ്ഞു.

വേമ്പൻ വിലക്കിയ മട്ടിൽ ആംഗ്യം കാട്ടി.

അകത്തെ മുറിയിലായിരുന്ന തുളസിയെ കൂട്ടിക്കൊണ്ടു വരുവാൻ വേമ്പൻ നിർദേശിച്ചു.

"അത്തേ! അത്തേ!"

കതിരേശൻ ഉറക്കെ വിളിച്ചുകൊണ്ടു അകത്തേക്ക് ഓടി.

നിമിഷങ്ങൾക്കകം തുളസിയെത്തി.

വേമ്പന് അൽപ്പം ആശ്വാസം ലഭിച്ചപോലെ തോന്നി.

വിറയാർന്ന സ്വരത്തിൽ അയാൾ ചോദിച്ചു:

"നേ... ന്റെ.. കു... ട്ട്യോൾ എ... വിടെ."

കരഞ്ഞുകൊണ്ടവൾ അയൽവീടായ തന്റെ സ്വന്തവീട്ടിലേക്ക് വിരൽ ചൂണ്ടി.

പിതാവിന്റെ ഇംഗിതം മനസിലാക്കി തുളസിയുടെ മക്കളെ കൂട്ടി ക്കൊണ്ടുവരുവാനായി ഗണേശനിറങ്ങി.

നിമിഷങ്ങൾക്കകം ഗൗരിയെയും നവനീതയെയും കൂട്ടിക്കൊണ്ട് ഗണേശനെത്തി. കൂടെ ഓവനും രായനുമെത്തി.

"വേമ്പാ... എന്നാച്ച്... ഒനക്ക്.

ഓവൻ പരിഭ്രമത്തോടെ ചോദിച്ചു.

ഒരു പുഞ്ചിരി മാത്രം വേമ്പനിൽ നിന്നുമുതിർന്നു.

ചേരി ജനങ്ങൾ വിവരമറിഞ്ഞു. ഓരോരുത്തരായി ആ വീട്ടുമുറ്റത്തും

തിണ്ണയിലും നിറഞ്ഞു.

പൊന്നിയും ചെന്നിയും സുബ്ബിയും സെവപ്പിയും കറുപ്പാത്താളും കരഞ്ഞുകൊണ്ടോടിവന്നു. അവർ തുളസിയെയും സാന്ത്വനപ്പെടുത്തി.

"അയ്യോ... അയ്യോ.. എന്ന മാമാ.. ഇത്. ഇന്ന് കാലത്തും കൂടെ നടന്നു പോണത് കണ്ടതാണല്ലാ.."

ചെന്നി അലമുറയിട്ടു കരഞ്ഞപ്പോൾ ആംഗ്യം കാണിച്ചു വേമ്പൻ വിലക്കി. ഓവനും അവളോട് കരയരുതെന്ന് ആംഗ്യം കാട്ടി.

ചെന്നി മൂക്ക് ചീന്തി ചേലത്തലപ്പുകൾകൊണ്ട് മുഖം തുടച്ചു.

വേമ്പന്റെ അധരങ്ങൾ വിറച്ചു. ആ കണ്ണുകളിൽ നീർ ചുരന്നു. ആ മിഴികൾ നാലുപാടും ചിതറിയോടി. കൂടിയിരുന്ന ഏവരേയും തിരഞ്ഞു പിടിച്ചവണ്ണം ഓരോരുത്തരെയായി നോക്കി. നിലവിളിച്ചുകൊണ്ടിരുന്ന ചേരിപ്പെണ്ണുങ്ങളെ നേർത്ത പുഞ്ചിരി വരുത്താൻ ശ്രമിച്ച മാതിരി നോക്കി. അവരുടെ നിലവിളികൾക്ക് പ്രയോജനമില്ല എന്നർഥമായിരിക്കാം ആ പുഞ്ചിരിയിൽ അടങ്ങിയത്.

കരഞ്ഞു തളർന്നവണ്ണം തുളസിയിരുന്നു.

വേമ്പൻ ഗണേശനെയും കതിരേശനെയും ഗൗരിയെയും നവനീത യെയും തന്റെ സമീപം വരാൻ ആംഗ്യം കാണിച്ചു. അവരെത്തിയപ്പോൾ അവർ നാലുപേരുടേയും കൈപ്പത്തികൾ പരസ്പരം കോർത്തുകൊണ്ട്,

"ഗ....ണേശാ... മ... ക. നെ... കതിരേ.. ശാ... നി... ങ്ങാ... ള്... തൊള സി.. അത്തയെയും... അവ... ളോടെ മക്ക...ളേ... യും.. നല്ല... വിധമായി കാപ്പാത്താണം... ഒരു.. നാളും വിടക്കൂടാ..."

വേമ്പൻ ഇടറിയ സ്വരത്തിൽ പറഞ്ഞുനിർത്തി.

അയാളുടെ കണ്ണുകളിൽനിന്നും നീർ ധാരധാരയായി ഒഴുകി.

ആരും അതൊപ്പാൻ തുനിഞ്ഞില്ല.

കരഞ്ഞു തീരട്ടെയെന്ന് ആ അന്തരീക്ഷവും കരുതിയിരിക്കണം.

തുളസി അയാളുടെ തൊട്ടരികിലായിരുന്ന് ആ കൈകൾ കവരാൻ മുതിർന്നു. അവൾക്കതായില്ല. പകരം അതേയിരിപ്പിൽത്തന്നെ അയാളുടെ പാദങ്ങളിൽ നമസ്കരിക്കാനാഞ്ഞു.

തുളസിയുടെ തലമുടി തടവിയ മട്ടിൽ, വേമ്പന്റെ വലതുകരം തളർന്ന മട്ടിൽ, അവളുടെ മുടിയിഴകളിൽ പടർന്നു.

അവൾ സഹോദരന്റെ കണ്ണുകളിലേക്ക് തിരിഞ്ഞുനോക്കി.

തീക്ഷ്ണതയുള്ള ആ കണ്ണുകൾ മെല്ലെ തളർന്ന് അടഞ്ഞുകൊണ്ടി രുന്നു.

അടയാളവാക്യം വീണ്ടും വായിക്കപ്പെട്ടു.

വേമ്പൻ മരിച്ചു.

തുളസിയുടെ കഥനവാക്യം:

"അണ്ണാ...... ഹെന്റെ അണ്ണാ....."